ಛಂದ ಪುಸ್ತಕ

ನೀ ಮಾಯೆಯೊಳಗೋ...

ಸಾಹಿತ್ಯ-ಸಂಸ್ಕೃತಿ ಸ್ಪಂದನ

ವಿಕ್ರಮ ಹತ್ವಾರ

NEE MAYEYOLAGO...
-Collection of Essays in Kannada
by Vikram Hatwar,
Published by Chanda Pustaka,
I-004, Mantri Paradise,
Bannerughatta Road, Bangalore-560 076
ISBN: 978-81-967248-5-6

ಮೊದಲ ಮುದ್ರಣ: 2018

ಮುಖಪುಟ, ಒಳಚಿತ್ರಗಳು: ಸೌಮ್ಯ ಕಲ್ಯಾಣಕರ್
ಕರಡು ತಿದ್ದುವಿಕೆ: ಪುನರ್ವಸು
ಪುಟಗಳು: 124 ಬೆಲೆ: ₹ 150
ಕಾಗದ: ಎನ್‌ಎಸ್ ಮ್ಯಾಪ್ಲಿತೊ 70 ಜಿಎಸ್‌ಎಂ, 1/8 ಡೆಮಿ

ಪ್ರತಿಗಳಿಗಾಗಿ ಸಂಪರ್ಕಿಸಿ:

ಛಂದ ಪುಸ್ತಕ
ಐ-004, ಮಂತ್ರಿ ಪ್ಯಾರಡೈಸ್
ಬನ್ನೇರುಘಟ್ಟ ರಸ್ತೆ
ಬೆಂಗಳೂರು-560 076
ಸೆಲ್: 98444 22782
me@vasudhendra.com

ಮುದ್ರಣ:

Repro, Sun Paradise Business Plaza, Lower Parel, Mumbai - 400 013

ವಿಕ್ರಮ ಹತ್ವಾರ

1982 ರಲ್ಲಿ ಕುಂದಾಪುರ ತಾಲೂಕಿನ ಬೀಜಾಡಿ ಗ್ರಾಮದಲ್ಲಿ ಜನನ. ಕರಾವಳಿಯ ಯಕ್ಷಗಾನದ ಚಂಡೆಗಳ ಬಡಿತದಲ್ಲಿ, ಮಲೆನಾಡಿನ ತುಂಗೆಯ ಮಡಿಲಿನಲ್ಲಿ, ಶಿವಾಜಿನಗರದ ಗಲ್ಲಿಗಳಲ್ಲಿ ಅರಳಿದ ಬದುಕು ಬೆಂಗಳೂರು, ಕುಶಾಲನಗರ, ತಿರುವನಂತಪುರ, ಮುಂಬೈ, ನ್ಯೂಯಾರ್ಕ್ ನಗರಗಳಲ್ಲಿ ಸಂಚರಿಸಿದೆ. ವೃತ್ತಿಯಿಂದ ಸಾಫ್ಟ್‌ವೇರ್ ಇಂಜಿನಿಯರ್ ಆಗಿರುವ ಇವರು, ಕಳೆದ ಹದಿನೈದು ವರ್ಷಗಳಿಂದ ಟಾಟಾ ಸಂಸ್ಥೆಯಲ್ಲಿ ಸೇವೆ ಸಲ್ಲಿಸುತ್ತಿದ್ದಾರೆ.

'ಇದೇ ಇರಬೇಕು ಕವಿತೆ', 'ಅಕ್ಷೀ ಎಂದಿತು ವೃಕ್ಷ!' ಎಂಬ ಕವನ ಸಂಕಲನ, 'ಝೀರೋ ಮತ್ತು ಒಂದು' ಎನ್ನುವ ಕಥಾಸಂಕಲನಗಳು ಪ್ರಕಟಗೊಂಡಿವೆ. ಸಂಸ್ಕೃತಿ ಚಿಂತನೆ, ವಿಮರ್ಶೆ, ಪ್ರಬಂಧ, ಸಂಗೀತ, ಸಿನಿಮಾಗಳಲ್ಲಿ ಆಸಕ್ತಿ ಹೊಂದಿದ್ದಾರೆ.

'ಝೀರೋ ಮತ್ತು ಒಂದು' ಕಥಾ ಸಂಕಲನಕ್ಕೆ ಕೇಂದ್ರ ಸಾಹಿತ್ಯ ಅಕಾಡೆಮಿಯಿಂದ 2016ನೇ ಸಾಲಿನ ಯುವ ಪುರಸ್ಕಾರ ದೊರೆತಿದೆ.

vhathwar@gmail.com | 99161 02886

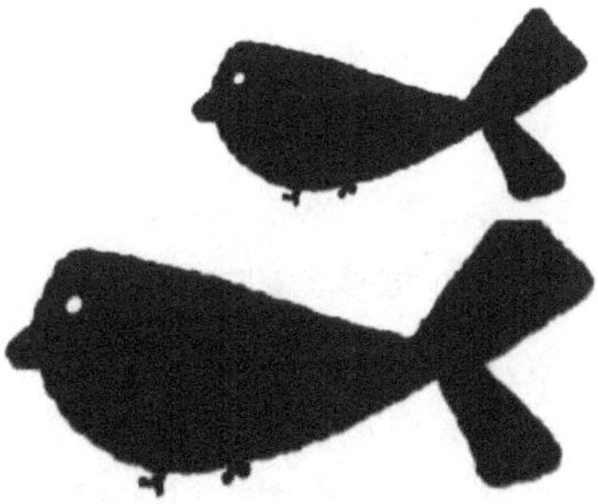

ನನ್ನ ಬದುಕಿಗೆ ಹೊಸ ಧೀಮಂತಿಕೆಯನ್ನು ತಂದುಕೊಟ್ಟ

ತಂಗಿ, ದಿ। ಪ್ರಕೃತಿಗೆ

ಎರಡು ಮಾತು

ಭಕ್ತ ಪ್ರಹ್ಲಾದನ ಕತೆಯನ್ನು ಎಲ್ಲರೂ ಕೇಳಿರುತ್ತೀರಿ. ಪ್ರಹ್ಲಾದನ ಹರಿಭಕ್ತಿ ಮತ್ತು ಹಿರಣ್ಯಕಶ್ಯಪುವಿನ ಹರಿದ್ವೇಷ – ಎರಡೂ ಸಕಾರಣವಾದದ್ದು. ಆದರೆ, ಸಮಸ್ಯೆ ಇರುವುದು ಹಿರಣ್ಯಕಶ್ಯಪು ನಾನೇ ಪರಮ ಸತ್ಯ ಅಂತ ನಂಬಿರುವ ಆಗ್ರಹದಲ್ಲಿ. ಈ ಆಗ್ರಹ ಎಷ್ಟು ತೀವ್ರವಾಗಿದೆಯೆಂದರೆ, ತನ್ನ ಸಿದ್ಧಾಂತದ ವಿರುದ್ಧವಿರುವ ತನ್ನ ಮಗನ ಮನವೊಲಿಸಲು ಸಾಧ್ಯವಾಗದಿದ್ದಾಗ ಅವನನ್ನು ಕೊಂದಾದರೂ ಸರಿ ತನ್ನ ನಂಬಿಕೆಯನ್ನು ಸ್ಥಾಪಿಸಬೇಕು! ಪ್ರಭಾವಿಸಲು ಸೋತ ಹತಾಶೆಯಲ್ಲಿ ಬಲಪ್ರಯೋಗದಿಂದ ತನ್ನ ನಂಬಿಕೆಯನ್ನು ಹೇರುವ ಪ್ರಯತ್ನ. ಆದರೆ ಪ್ರಹ್ಲಾದನಲ್ಲಿ ಈ ಸಮಸ್ಯೆ ಇಲ್ಲ. ಸತ್ಯವೆನ್ನುವುದು ನನ್ನನ್ನೂ ನಿನ್ನನ್ನೂ ಮೀರಿದ ಮತ್ತೇನೋ ಆಗಿದೆ ಎನ್ನುವುದು ಅವನ ಸಹಜ ತಾತ್ವಿಕತೆ. ಅದನ್ನು ಯಾರ ಮೇಲೂ ಹೇರುವ ಹಪಾಹಪಿ ಅವನಲ್ಲಿಲ್ಲ.

ಎಲ್ಲರೂ ತನ್ನದೇ ಪರಮ ಸತ್ಯವೆನ್ನುವ ನಂಬಿಕೆಯ ಆಗ್ರಹದಲ್ಲಿ ಬಳಲುತ್ತಿರುವ ಈಗಿನ ಸಂದರ್ಭದಲ್ಲಿ, ಸಾರ್ವಜನಿಕ ಸಂವಾದವು ಹುಸಿ ಬೌದ್ಧಿಕತೆ ಅರೆ ಬೌದ್ಧಿಕತೆಗಳಿಗೆ ಬಲಿಯಾಗದಂಥ ಮಾಧ್ಯಮವು ಹೆಚ್ಚು ಪ್ರಚಲಿತದಲ್ಲಿರಬೇಕು

ಅನ್ನಿಸುತ್ತದೆ. ಒಮ್ಮೊಮ್ಮೆ ಕಾವ್ಯದ ನೈಜ ಆಸ್ವಾದನೆಯೊಂದೇ ಎಲ್ಲ ಹುಸಿಗಳಿಂದ ನಮ್ಮನ್ನು ಕಾಪಾಡುವ ಏಕೈಕ ಮಾರ್ಗವಾಗಿ ಕಾಣುತ್ತದೆ.

❖

ಸಂವಾದ, ಭಾಷೆ, ಕಾವ್ಯದ ಸುತ್ತ ಹಬ್ಬಿಕೊಂಡಿರುವ ಇಲ್ಲಿನ ಬರಹಗಳನ್ನು ಪ್ರಕಟಿಸುತ್ತಿರುವ ವಸುಧೇಂದ್ರ, ನನ್ನಿಂದ ಹಲವು ಲೇಖನಗಳನ್ನು ಬರೆಯಿಸಿದ ಚ.ಹ.ರಘುನಾಥರಿಗೆ ಈ ಸಂದರ್ಭದಲ್ಲಿ ವಿಶೇಷ ನೆನಕೆಗಳು. ನನ್ನ ಪ್ರಜ್ಞೆಯನ್ನು ವಿಸ್ತರಿಸುತ್ತಿರುವ ಸ್ನೇಹಿತರು, ಹಿರಿಯರು, ಕುಟುಂಬದವರು ಮತ್ತು ಓದುಗರಿಗೆ ವಂದನೆ.

ಮುಖಪುಟ ಒದಗಿಸಿದ ಸೌಮ್ಯ, ಮತ್ತು ಮುದ್ರಣ ತಂಡದವರಿಗೂ ಧನ್ಯವಾದ!

ವಿಕ್ರಮ ಹತ್ವಾರ

ಪರಿವಿಡಿ

ಎದೆಗೆ ಬೀಳದ ಮಾತು

(ನಮ್ಮ ಕಾಲದ ಸಂವಹನ ಶೂನ್ಯ ಸ್ಥಿತಿ)

ಮಹಾಭಾರತದಲ್ಲಿ ವ್ಯಾಸರ ಪ್ರಸಿದ್ಧವಾದ ಮಾತೊಂದಿದೆ. ಅವರು ತಮ್ಮ ಎರಡೂ ತೋಳುಗಳನ್ನೆತ್ತಿ, "ಊರ್ಧ್ವಬಾಹುರ್ವಿರೌಮ್ಯೇಷ ನ ಚ ಕಶ್ಚಿತ್ ಶ್ರುಣೋತಿ ಮಾಂ ಧರ್ಮಾದರ್ಥಶ್ಚ ಕಾಮಶ್ಚ ಕಿಮರ್ಥಂ ನ ಸೇವ್ಯತೇ" ಎಂದು ಅತ್ಯಂತ ವಿಷಾದದಲ್ಲಿ ಹೇಳುತ್ತಾರೆ. ಅವರು ಹೇಳಿದ್ದು ಧರ್ಮದ ವಿಚಾರ. ಸಾರ್ವಕಾಲಿಕವಾಗಿ ಅನುಸರಿಸಬೇಕಾದ ಸತ್ಯ ಸಂಗತಿ. ಕೇಳಿಸಿಕೊಂಡವರು ಒಬ್ಬರೂ ಇಲ್ಲ ಎನ್ನುತ್ತಾರೆ. ಆದರೆ, ವಾಸ್ತವದಲ್ಲಿ ವ್ಯಾಸರ ಮಾತನ್ನು ಎಲ್ಲರೂ ಕೇಳುತ್ತಿದ್ದರು. ಅವರ ಕಾಲದಲ್ಲಿ ಅವರ ವ್ಯಕ್ತಿತ್ವಕ್ಕೆ ಅವರ ಮಾತಿಗೆ ಬಹಳ ಬೆಲೆ ಇತ್ತು. ಮಹಾಭಾರತದ ಕೆಲವು ಸಂದರ್ಭಗಳಲ್ಲಿ ಅವರು ಸ್ವತಃ ಪ್ರವೇಶಿಸುತ್ತಾರೆ. ಕೆಲವು ಸಮಸ್ಯೆಗಳನ್ನು ಬಿಕ್ಕಟ್ಟುಗಳನ್ನು ನಿವಾರಿಸಿ, ಮುಂದಾಗಬೇಕಿರುವುದನ್ನು ಸೂಚಿಸಿ ಹೋಗುತ್ತಾರೆ. ಇದನ್ನೊಂದು ಕತೆಗಾರನ ತಂತ್ರವನ್ನಾಗಿ ಮಾತ್ರ ನೋಡುವುದು ಬೇರೆ ಮಾತು. ಆದರೆ ವಿಪರ್ಯಾಸವೆಂದರೆ, ಪಾಂಡವರು, ಯಾದವರು, ಕೌರವರು, ಭೀಷ್ಮಾದಿಗಳೆಲ್ಲರೂ ವ್ಯಾಸರನ್ನು ಗೌರವಿಸುತ್ತಿದ್ದಾಗಲೂ, ಅವರಿಗೆ ಸಿಗಬೇಕಾದ ಎಲ್ಲ ಸ್ಥಾನ ಮಾನಗಳು, ಆದರ ಆತಿಥ್ಯಗಳು ಸಿಕ್ಕಾಗಲೂ, ಅವರು 'ನನ್ನ ಮಾತನ್ನು ಒಬ್ಬನೂ ಕೇಳಲಿಲ್ಲ' ಎಂದು ಘೋಷಿಸುತ್ತಾರೆ.

'ನನ್ನ ಮಾತನ್ನು ಕೇಳಿಸಿಕೊಳ್ಳಲಿಲ್ಲ', ಎನ್ನುವ ವ್ಯಾಸರ ವ್ಯಾಕುಲ ಭಾವ, ಮನುಷ್ಯ 'ತನ್ನ ಮಾತನ್ನು ತಾನು ಕೇಳಿಸಿಕೊಳ್ಳುತ್ತಿಲ್ಲ' ಅನ್ನುವುದೂ ಆಗಿದೆ. ವ್ಯಾಸರು ಹೇಳಿ ತಿಳಿದುಕೊಳ್ಳುವ ಸಂಗತಿ ಅದು ಆಗಿದ್ದೇ ಹೌದಾದರೆ ತಮ್ಮದೇ ಮಾತಿನ ಪ್ರಭಾವದಿಂದ ಅವರು ದುರ್ಯೋಧನಾದಿಗಳನ್ನು ಸರಿದಾರಿಗೆ ತರಬಹುದಿತ್ತು. ಆದರೆ ಅದು ಹಾಗೆ ಮತ್ತೊಬ್ಬರು ಹೇಳಿ ಬರುವಂಥದ್ದಲ್ಲ. ತನ್ನ ಮಾತನ್ನು ತಾನು ಕೇಳಿಸಿಕೊಳ್ಳದೆ ಹೋದರೆ ಯಾವ ಪರಿಣಾಮವೂ ಸಾಧ್ಯವಿಲ್ಲ. ನಾವು ಆಡುತ್ತಿರುವ ಮಾತು ಸುಳ್ಳೆನ್ನುವುದು ನಮಗೇ ತಿಳಿದಿರುತ್ತದೆ. ನಮ್ಮ ಒಳತೋಟಿ, ನಮ್ಮೊಳಗಿನ ಘರ್ಷಣೆ, ನಮ್ಮ ಸಣ್ಣತನ, ಸಿಟ್ಟು, ಈರ್ಷ್ಯೆ, ನಮ್ಮ ತಪ್ಪುಗಳೆಲ್ಲ ನಮಗೆ ತಿಳಿಯದ ರಹಸ್ಯಗಳೇನಲ್ಲ. ತಪ್ಪಿನೆಡೆಗಳ ಎಚ್ಚರ ನಮ್ಮೊಳಗೆ ಧ್ವನಿಸುತ್ತಲೇ ಇದೆ. 'ಧರ್ಮೇಚಅರ್ಥೇಚ...' ಎನ್ನುವುದರ ಹಿಂದಿನ ಭಾವವು ಪ್ರತಿಯೊಬ್ಬನಲ್ಲೂ ಹೂಂಕರಿಸುತ್ತಲೇ ಇದೆ. ಚಿಮ್ಮುತ್ತಲೇ ಇದೆ. ಆದರೂ ಯಾರೂ ತನ್ನದೇ ಮಾತನ್ನು ತಾನು ಕೇಳಿಸಿಕೊಳ್ಳುತ್ತಿಲ್ಲ. ಯಾರಿಗೂ ಅದರ ಬಗ್ಗೆ ಕಾಳಜಿಯಿಲ್ಲ. ಅದನ್ನು ತೇಲಿಸಲಾಗುತ್ತದೆ. ಹಗುರಾಗಿ ನಿರಾಳವಾಗಿ ಪ್ರಲೋಭನೆಗಳ ತೆಕ್ಕೆಗೆ ಜಾರಿ ಜಾಣರಾಗುತ್ತೇವೆ.

ಪುರಾಣದಲ್ಲಿರುವ ಇದೇ ರೀತಿಯ ಇನ್ನೊಂದು ಮಾತನ್ನು ಮಧ್ವರು ತಮ್ಮ 'ಕೃಷ್ಣಾಮೃತ ಮಹಾರ್ಣವ'ದಲ್ಲಿ ಉಲ್ಲೇಖಿಸುತ್ತಾರೆ. ಶಬ್ದವು ಎಲ್ಲ ಕಡೆಯಲ್ಲು ಎಲ್ಲರಿಗೂ ಲಭ್ಯವಿದೆ. ಎಲ್ಲರ ಬಳಿಯೂ ನಾಲಗೆಯಿದೆ. ಆದರೂ ಎಲ್ಲರೂ ಮೂಕರಾಗಿದ್ದಾರೆ. ಇದೆಂಥ ಆಶ್ಚರ್ಯದ ಸಂಗತಿ! ಎನ್ನುತ್ತಾರೆ. ಅಂದರೆ ತಾನು ಆಡಲೇಬೇಕಾದ ತನ್ನದೇ ಸತ್ಯವನ್ನು ತಾನು ಆಡುತ್ತಿಲ್ಲ. ತನ್ನ ಮಾತನ್ನು ತಾನು ಕೇಳಿಸಿಕೊಳ್ಳುತ್ತಿಲ್ಲ; ತನ್ನ ಮಾತನ್ನು ತಾನು ಆಡುತ್ತಿಲ್ಲ. ಇದೊಂದು ವಿಡಂಬನೆ. ಕಾಲದ ಸಂವಹನ ಶೂನ್ಯ ಸ್ಥಿತಿಯ ಸೂಚನೆ.

ಸಾಹಿತ್ಯವೆಂದರೆ ಮೂಲತಃ ಸಂವಹನ. ಸಂವೇದನಾಶೀಲ ಪ್ರಕ್ರಿಯೆಗೆ ಅಕ್ಷರ, ನಾದ, ಭಾವ, ಲಯ ಇದೆಲ್ಲವೂ ಸೇರಿ ಉಂಟಾಗುವ ಸಂಚಲನ. ವ್ಯಾಸರು ಹೇಳಿದ 'ಕೇಳಿಸಿಕೊಳ್ಳುವಿಕೆ' ಸಂವೇದನಾತ್ಮಕ ರೂಪದ್ದಾಗಿದ್ದರೆ, ಮಧ್ವರು ಹೇಳಿದ 'ಮಾತು' ಸಂವಹನದ ರೂಪದ್ದು. ಇಂಥ ಸಂವೇದನೆ ಹಾಗು ಸಂವಹನಗಳೆರಡನ್ನೂ ಕಳೆದುಕೊಂಡಂಥ ಕಾಲದ ಸಂವಹನ ಶೂನ್ಯ ಸ್ಥಿತಿ ವ್ಯಾಸರ ಕಾಲದಲ್ಲೂ ಇತ್ತು. ಅವರು ಆ ಮಾತನ್ನು ಹೇಳಿದ್ದಾರೆ ಅಂದರೆ ಅವರ ಕಾಲದಲ್ಲೂ ಇತ್ತು ಅಂತಲೇ ಅರ್ಥ. ಮತ್ತಿದು ಎಲ್ಲ ಕಾಲದ ಸ್ಥಿತಿಯೂ ಹೌದು. ಆದರೆ, ಇಂದು ಪ್ರಕಟಗೊಳ್ಳುತ್ತಿರುವ ಪುಸ್ತಕಗಳ ಸಂಖ್ಯೆ ಹೆಚ್ಚಾಗಿದೆ. ಬರೆಯುವವರ ಸಂಖ್ಯೆ ಹೆಚ್ಚಾಗಿದೆ. ಎಲ್ಲರೂ ಬರೆಯುತ್ತಿದ್ದಾರೆ. ಹಾಗಂದ ಕೂಡಲೇ ಓದುವವರು ಕಮ್ಮಿಯಾಗಿದ್ದಾರೆ ಅನ್ನುವ

ಧ್ವನಿಯೂ ಬರುತ್ತದೆ. ಆದರೆ, ಕೆಲವು ಲೇಖಕರ ಪುಸ್ತಕಗಳು ಪ್ರಕಟವಾದ ಒಂದೇ ವಾರಕ್ಕೆ ಸಾವಿರಾರು ಪ್ರತಿಗಳು ಖರ್ಚಾಗುತ್ತಿರುವ ಕಾರಣಕ್ಕೆ, ಓದುಗರ ಸಂಖ್ಯೆಯೂ ಹೆಚ್ಚಾಗಿದೆ ಎನ್ನುವುದನ್ನು ಸದ್ಯಕ್ಕೆ ಒಪ್ಪಿಕೊಳ್ಳೋಣ. ಮತ್ತು, ಮಾತನಾಡುವವರ ಸಂಖ್ಯೆಯೂ ಹೆಚ್ಚಾಗಿದೆ. ಎಲ್ಲರೂ ಮಾತಾಡುವವರೇ. ಸಂವಹನ ಶೂನ್ಯ ಸ್ಥಿತಿ ಎಲ್ಲ ಕಾಲದ ಸ್ಥಿತಿಯೂ ಹೌದು ಅನ್ನುವುದಾದರೆ ಅದಕ್ಕೆ ವ್ಯತಿರಿಕ್ತವಾದ ಸ್ಥಿತಿಯನ್ನು ನಾವಿಂದು ಕಾಣುತ್ತಿದ್ದೇವೆ. ಹಾಗಿದ್ದರೆ ನಮ್ಮ ಇಂದಿನ ಸಂವಹನ ಶೂನ್ಯ ಸ್ಥಿತಿಯ ಸ್ವರೂಪ ಎಂಥದ್ದು? ಅದರ ಕುರುಹುಗಳೇನು?

ಇದನ್ನೊಂದು ದೃಷ್ಟಾಂತದ ಮೂಲಕ ಅರ್ಥ ಮಾಡಿಕೊಳ್ಳಬಹುದು. ಸಾಫ್ಟ್ ವೇರ್ ಕ್ಷೇತ್ರದಲ್ಲಿ ಕಳೆದ ಏಳೆಂಟು ವರ್ಷಗಳಿಂದ ಚಾಲ್ತಿಯಲ್ಲಿರುವ ಚರ್ಚೆಯಲ್ಲಿರುವ ವಿಷಯ – ಬಿಗ್ ಡಾಟಾ. ಈವತ್ತು ಪ್ರಪಂಚವು ಉತ್ಪಾದಿಸುತ್ತಿರುವ ಅಪಾರ ಪ್ರಮಾಣದ ಡಾಟಾವನ್ನು (ಮಾಹಿತಿಯನ್ನು) ಹೇಗೆ ನಿರ್ವಹಿಸಬೇಕು ಅನ್ನುವುದರ ಕುರಿತಾದ ತಂತ್ರಜ್ಞಾನ ವಿವೇಚನೆಯೇ ಬಿಗ್ ಡಾಟಾ. ಉದಾಹರಣೆಗೆ, ಬಾಹ್ಯಾಕಾಶಕ್ಕೆ ಉಡ್ಡಯಣಗೊಂಡ ಉಪಗ್ರಹವು ಒಂದು ನಿಮಿಷಕ್ಕೆ ಸಾವಿರಾರು ಫೋಟೋಗಳನ್ನು ಭೂಮಿಗೆ ರವಾನಿಸುತ್ತೆ. ಸೋಶಿಯಲ್ ಮೀಡಿಯಾ, ವೆಬ್ ಸೈಟ್ಸ್, ಬ್ಲಾಗ್‌ಗಳಲ್ಲಿ ಕ್ಷಣಕ್ಷಣಕ್ಕೂ ಲಕ್ಷಾಂತರ ಅಪ್‌ಡೇಟ್ಸ್‌ಗಳು ಉದುರುತ್ತವೆ. ಜನರು ತಮ್ಮ ಇಷ್ಟಾನಿಷ್ಟಗಳು, ತಾವು ಭೇಟಿಯಿತ್ತ ಸ್ಥಳಗಳು, ರಾಜಕೀಯ ಪಕ್ಷಗಳ ಬಗೆಗಿನ ಪ್ರತ್ಯಕ್ಷ ಪರೋಕ್ಷ ಸಮರ್ಥನೆಗಳು, ಸಿದ್ಧಾಂತದ ಒಲವು ತೊಡಕುಗಳು, ಇತ್ಯಾದಿ ನಾನಾ ನಮೂನೆಯ ಮಾಹಿತಿಗಳನ್ನು ಪೋಸ್ಟ್ ಮಾಡುತ್ತಾರೆ. ಇದ್ಯಾವುದೂ ವ್ಯವಸ್ಥಿತ ರೂಪದಲ್ಲಿರುವುದಿಲ್ಲ. ಸಾಕಷ್ಟು ಅನಗತ್ಯ ವಿಷಯಗಳಿರುತ್ತವೆ. ಇಂಥ ಮಾಹಿತಿಗಳನ್ನೆಲ್ಲ ಕ್ರೋಢೀಕರಿಸಿ ಸೋಸಿ ಅದನ್ನು ಉಪಯುಕ್ತ ಮಾಹಿತಿಯನ್ನಾಗಿ ಪರಿವರ್ತಿಸುವುದೇ ಬಿಗ್ ಡಾಟಾ ಹಿಂದಿರುವ ಉದ್ದೇಶ ಮತ್ತು ಸವಾಲು. ಮಾರ್ಕೆಟಿಂಗ್ ಟ್ರೆಂಡ್ ಅಳೆಯುವುದಕ್ಕೆ, ರಾಜಕೀಯ ಹವಾಮಾನವನ್ನು ಅರಿಯುವುದಕ್ಕೂ ಇದು ಆವಶ್ಯಕ. ನಾನಾ ಮೂಲಗಳಿಂದ ಮಾಹಿತಿಗಳನ್ನು ಶೇಖರಿಸುವುದಕ್ಕಾಗಿ ಸಾಕಷ್ಟು ಸಾಫ್ಟ್‌ವೇರ್‌ಗಳು, ಮತ್ತು ಮಾಹಿತಿಯ ವಿಶ್ಲೇಷಣೆಗೆ ಅನುಕೂಲವಾಗುವಂಥ ಅನೇಕ ಪ್ರೋಗ್ರಾಮಿಂಗ್ ಭಾಷೆಗಳು ಈಗಾಗಲೇ ಮಾರುಕಟ್ಟೆಗೆ ಬಂದಿವೆ.

ಅದೇ ರೀತಿ ಕಳೆದ ಒಂದು ದಶಕದಲ್ಲಿ ನಗರವಾಸಿಗಳ ಸಂಖ್ಯೆ ಹಿಂದೆಂದಿಗಿಂತ ಹೆಚ್ಚಿದೆ. ಹೆಚ್ಚುತ್ತಲೇ ಇದೆ. ಹಳ್ಳಿಗಳು ನಗರಗಳಾಗಿ, ನಗರಗಳು ಮಹಾ ನಗರ, ಮೆಟ್ರೋ ನಗರ, ಕಾಸ್ಮೋಪೋಲಿಟನ್ ನಗರ, ಸ್ಮಾರ್ಟ್ ನಗರಗಳಾಗಿ ರೂಪಾಂತರಗೊಳ್ಳುವ ಸನ್ನಾಹದಲ್ಲಿವೆ. ಇದರಿಂದ ಉಂಟಾಗುತ್ತಿರುವ ಹಲವಾರು ಸಮಸ್ಯೆಗಳನ್ನು ನಿರ್ವಹಿಸುವ ಸವಾಲುಗಳೆದ್ದಿವೆ. ವಿಪರ್ಯಾಸ ಮತ್ತು ವಿಚಿತ್ರವೆಂದರೆ ಇಂದಿನ

ಬೆಳೆಯುತ್ತಿರುವ ನಗರಗಳಲ್ಲಿ ಶಿಕ್ಷಣ ಸಂಸ್ಥೆಗಳು ಹೆಚ್ಚಾಗುತ್ತಿವೆ; ವಿದ್ಯೆ ಕ್ಷೀಣಿಸುತ್ತಿದೆ. ಆಸ್ಪತ್ರೆಗಳು ಹೆಚ್ಚುತ್ತಿವೆ; ಆಯಸ್ಸು ಕ್ಷೀಣಿಸುತ್ತಿದೆ. ಮನೆಗಳು ಅಪಾರ್ಟ್‌ಮೆಂಟುಗಳು ಹೆಚ್ಚುತ್ತಿವೆ; ವಾಸವಿರುವ ಆವರಣ (ಸ್ಪೇಸ್) ಕಿರಿದಾಗುತ್ತಿದೆ. ಫೋಟೋಗಳ ಸಂಖ್ಯೆ ಜಾಸ್ತಿಯಾಗುತ್ತ ನೆನಪುಗಳು ಕಮ್ಮಿಯಾಗುತ್ತಿವೆ. ಸೋಶಿಯಲ್ ಮೀಡಿಯಾಗಳ ಮೂಲಕ ಸ್ನೇಹಿತರು (friends list) ಹೆಚ್ಚುತ್ತ ಪರಿಚಿತರು ಕಮ್ಮಿಯಾಗುತ್ತಿದ್ದಾರೆ. ಸಿನಿಮಾಗಳು, ಐಟಮ್ ಡ್ಯಾನ್ಸುಗಳು, ಎಕ್ಸ್‌ಪೋಸಿಂಗ್ ಹೆಚ್ಚುತ್ತ ನಿಜವಾಗಿ ಹೆಚ್ಚಬೇಕಾದ ರಸಿಕತೆ ಕಳೆದುಹೋಗುತ್ತಿದೆ. ರಸ್ತೆಗಳು ವಾಹನಗಳು ಹೆಚ್ಚಾದಂತೆ ಸಂಚಾರೀಭಾವವೇ ಕಡಿಮೆಯಾಗುತ್ತಿದೆ. ಟ್ರಾಫಿಕ್ಕಿನ ಕಾರಣದಿಂದಾಗಿ ಹುಟ್ಟಿರುವ ನಿಜವಾದ ಸಮಸ್ಯೆ ಪ್ರಯಾಣ ವೈರಾಗ್ಯ. ಸ್ನೇಹಿತರನ್ನು ಬಂಧುಗಳನ್ನು ಸಂಧಿಸುವ ಸ್ಫೂರ್ತಿಯನ್ನೇ ನಾವಿಂದು ಕಳೆದುಕೊಳ್ಳುತ್ತಿದ್ದೇವೆ. ತಮಾಷೆಯೆಂದರೆ ನಾಗರೀಕತೆ ಹೆಚ್ಚಾದಂತೆ ಕಸವೂ ಹೆಚ್ಚಾಗುತ್ತಿದೆ. ಹಿಂದೆಂದೂ ಇಷ್ಟೊಂದು ಗಂಭೀರವಾಗಿರದ ಕಸದ ನಿರ್ವಹಣೆಯ ಸಮಸ್ಯೆ ಈವತ್ತು ಉದ್ಭವಿಸಿದೆ. ಟೆಕ್ನಾಲಜಿ, ಸಿನಿಮಾ, ನಗರದ ಸಮಸ್ಯೆಗಳು, ಹೇಗೆ ಈ ಎಲ್ಲವೂ ಏಕಕಾಲಕ್ಕೆ ಉಂಟಾಗುತ್ತ, ಹೇಗೆ ಒಂದನ್ನೊಂದು ಪ್ರತಿಫಲಿಸುತ್ತಿದೆ, ಮತ್ತು ಸಾಹಿತ್ಯಕ್ಕೂ ಹೇಗೆ ಅನ್ವಯಿಸುತ್ತಿದೆ ಎನ್ನುವುದೇ ಕುತೂಹಲದ ಸಂಗತಿ. ಎಲ್ಲವೂ ಒಂದೇ ಸಮಸ್ಯೆಯ ಬೇರೆ ಬೇರೆ ಸ್ವರೂಪದ ಹಾಗೆ ಕಾಣುತ್ತಿವೆ. ಬೇರೆ ಬೇರೆಯೂ ಅಲ್ಲ. ಎಲ್ಲದರಲ್ಲಿರುವುದು ಒಂದೇ ಸಮಾನ ಅಂಶ. ಅದು – Abundance. ಇದು ಅಪರಿಮಿತದ ಕಾಲ. ವಿಫುಲತೆಯ ಕಾಲ. ಎಲ್ಲವೂ ಹೇರಳವಾಗಿ ಲಭ್ಯವಿದೆ. ಆದರೆ, ಒಂದು ಅಪಾರವಾದ ಸಂಗತಿಯನ್ನು ಹೇಗೆ ಸ್ವೀಕರಿಸಬೇಕು ಹೇಗೆ ನಿರ್ವಹಿಸಬೇಕು ಎನ್ನುವುದೇ ಈ ಕಾಲದ ಸಮಸ್ಯೆ. ನಮ್ಮ ಈಗಿನ ಸಾಹಿತ್ಯದ ಸಮಸ್ಯೆಯೂ ಅದೇ. ಸಾಕಷ್ಟು ಪ್ರಮಾಣದಲ್ಲಿ ಹುಟ್ಟಿಕೊಳ್ಳುತ್ತಿರುವ ಸಾಹಿತ್ಯ ಕೃತಿಗಳನ್ನು ಹೇಗೆ ಸ್ವೀಕರಿಸಬೇಕು? ಇವುಗಳ ನಡುವೆ ನಿಜವಾದ ಸಂವೇದನೆ–ಸಂವಹನಗಳನ್ನು ಸೋಸಿ ಗುರುತಿಸುವುದೇ ಈಗಿನ ಸವಾಲು. ಈ ವಿಫುಲತೆ ಮತ್ತು ಸಮಸ್ತ ಸಂವಹನವೇ ಈಗಿನ ಕಾಲದ ಸಂವಹನ ಶೂನ್ಯ ಸ್ಥಿತಿಯ ಸ್ವರೂಪ. Abundance is scarcity. ಎಲ್ಲರೂ ಮಾತನಾಡುತ್ತಿದ್ದಾರೆ ಎನ್ನುವಾಗ ಯಾರೂ ಕೇಳಿಸಿಕೊಳ್ಳುತ್ತಿಲ್ಲ ಎನ್ನುವುದರ ಜೊತೆಗೆ ಯಾರೂ ಮಾತನಾಡುತ್ತಿಲ್ಲ ಎನ್ನುವ ಧ್ವನಿಯೂ ಇದೆ. ಫೇಸ್ ಬುಕ್ಕಿನಲ್ಲಿ ಎರಡು ಸಾವಿರ ಸ್ನೇಹಿತರಿದ್ದಾರೆ ಎಂದಾಗ ಅವರ್ಯಾರೂ ಸ್ನೇಹಿತರಲ್ಲ ಅಂತಲೇ ಅರ್ಥ.

ಇಂಥ ಸಂವಹನ ಶೂನ್ಯ ಸ್ಥಿತಿಗೆ ಫೇಸ್ ಬುಕ್ಕಿನಂಥ ಸೋಶಿಯಲ್ ಮೀಡಿಯಾಗಳು ಕಾರಣವಲ್ಲ. ಬ್ಲಾಗ್, ಫೇಸ್ ಬುಕ್, ಟ್ವಿಟರ್ ಮುಂತಾದ

ಸೋಶಿಯಲ್ ಮೀಡಿಯಾಗಳು ಬಹಳ ಡೆಮಾಕ್ರಾಟಿಕ್ ಆದ ವಾತಾವರಣವನ್ನು ನಿರ್ಮಿಸಿವೆ. ಎಲ್ಲರಿಗೂ ಒಂದು ಸಮಾನವಾದ ವೇದಿಕೆಯನ್ನು ಒದಗಿಸಿ ಕೊಟ್ಟಿವೆ ಎನ್ನುವುದು ನಿಜವೇ. ಅದರ ಜೊತೆಗೇ ನಮ್ಮೊಳಗಿದ್ದ ಎಚ್ಚರಗೇಡಿತನವನ್ನೂ ಬೇಜವಾಬ್ದಾರಿತನವನ್ನೂ ಅವು ಹೊರಹಾಕಿದವು. ನಮ್ಮ ಮಾತನ್ನು ನಾವು ಕೇಳಿಸಿಕೊಳ್ಳದಂತೆ, ನಾವು ಆಡಲೇಬೇಕಾದ ಮಾತನ್ನು ಆಡದಂತೆ, ನಮ್ಮ ಉದ್ರೇಕ ಮತ್ತು ಶೀಘ್ರಸ್ಪಂದನಕ್ಕೆ ಅಂತರ್ಜಾಲ ಮಾಧ್ಯಮವು ಮುಕ್ತ ಅವಕಾಶವನ್ನೊದಗಿಸಿತು. ಫೇಸ್‌ಬುಕ್ ಬರುವುದಕ್ಕೆ ಮುಂಚೆಯೂ ಈ ಸ್ಥಿತಿ ಇತ್ತು. ಫೇಸ್‌ಬುಕ್ ಇರದಿದ್ದರೂ ಈ ಸ್ಥಿತಿ ಇರುತ್ತಿತ್ತು. ಫೇಸ್‌ಬುಕ್ ಅದನ್ನು ಎಕ್ಸ್‌ಪೋಸ್ ಮಾಡಿತು ಅಷ್ಟೇ.

ಯಾರು ಹೇಳುತ್ತಿದ್ದಾನೆ ಅಥವ ಕರ್ತೃವಿನ ದೃಷ್ಟಿಯಿಂದ ತಂತ್ರಜ್ಞಾನ ಮತ್ತು ಅದು ತಂದೊಡ್ಡಿದ ವಿಫುಲತೆಯಿಂದಾಗಿ ಉಂಟಾಗಿರುವ ಶೂನ್ಯತೆಯು ಒಂದು ಬಗೆಯದ್ದಾದರೆ, ಸಂವಹನದ ಮತ್ತೊಂದು ತುದಿಯಾದ – ಯಾರನ್ನು ತಲುಪಬೇಕು ಅಥವ ಶ್ರೋತೃವಿನ ದೃಷ್ಟಿಯಿಂದ ಉಂಟಾಗಿರುವ ಶೂನ್ಯತೆಯು ಮತ್ತೊಂದು ಬಗೆಯದು. ತಂತ್ರಜ್ಞಾನವು ಸಂವಹನ ಸಾಧ್ಯತೆಯನ್ನು ಹೆಚ್ಚಿಸುತ್ತಲೇ ಸಂವಹನಶೀಲತೆಯ ಸರಿಯಾದ ತಿಳುವಳಿಕೆಯಿಂದ ನಮ್ಮನ್ನು ವಿಮುಖಗೊಳಿಸಿದೆ. ಸಂವಹನ ಅಂದ ಕೂಡಲೇ ಅಲ್ಲಿ ಮತ್ತೊಬ್ಬನ ಅವಶ್ಯಕತೆ ಬಂದುಬಿಡುತ್ತದೆ. The other should exist. ಕೇಳುವವರೇ ಇಲ್ಲದಿದ್ದರೆ ಯಾರಿಗಾಗಿ ಹಾಡುವುದು? ಓದುವವರೇ ಇಲ್ಲದಿದ್ದರೆ ಯಾರಿಗಾಗಿ ಬರೆಯಬೇಕು? ಕೇಳುವವರೇ ಇಲ್ಲದಿದ್ದರೆ ಯಾರಿಗೋಸ್ಕರ ಮಾತಾಡಬೇಕು? ಈ ಪ್ರಶ್ನೆಗಳೆಲ್ಲ ಹುಟ್ಟಿಕೊಳ್ಳುತ್ತವೆ. ಆಗ ಈ ಮತ್ತೊಬ್ಬ ಅನ್ನುವವ ಮುಖ್ಯವಾಗುತ್ತಾನೆ. ಆಗ ಸಂವಹನದ ತಿಳುವಳಿಕೆ ಮತ್ತು ಅದರ ಪರಿಕಲ್ಪನೆಗಳು ಬದಲಾಗುತ್ತವೆ.

ಈ ದಿಸೆಯಲ್ಲಿ ಮುಖ್ಯವಾಗಿ ಎರಡು ಮಾರ್ಗಗಳನ್ನು ಗುರುತಿಸಬಹುದು. ಒಂದು – ನನ್ನನ್ನು ಲಕ್ಷಾಂತರ ಮಂದಿ ಓದುತ್ತಿದ್ದಾರೆ – ಅನ್ನುವ ಬಾಹುಳ್ಯದ ಮಾದರಿ. ಮತ್ತೊಂದು – ಒಬ್ಬನೇ ಒಬ್ಬ ಓದುಗ ಸಾಕು – ಅನ್ನುವ ಪು.ತಿ.ನ ಅವರ ಮಾದರಿ. ಮೊದಲನೆಯದು ಹೊರಮುಖದ ಆಡಂಬರವಾದರೆ, ಎರಡನೆಯದು ಅಂತರಂಗದ ವಿಜ್ಞಾಪನೆ. ಈ ಎರಡರ ನಡುವೆ ಇರುವುದು ಲೋಲುಪತೆಗೂ ಹಂಬಲಕ್ಕೂ ಇರುವ ವ್ಯತ್ಯಾಸ. ಒಬ್ಬ ಓದುಗ ಸಾಕು – ಇದು ಸ್ಫೂರ್ತಿ ಸಂತೃಪ್ತ. ಮತ್ತೊಂದಲ್ಲಿರುವುದು ಬಾಕತನ. ಧಾರ್ಷ್ಟ್ಯವು ಎರಡರಲ್ಲೂ ಕಾಣಿಸಿದರೂ ಅವುಗಳ ನೆಲೆ ಬೇರೆ. ಒಬ್ಬನೇ ಒಬ್ಬ ಓದುಗ ಸಾಕು ಎನ್ನುವುದರಲ್ಲಿ ಸಮರ್ಪಣೆ, ಹುರುಪು, ವಿನಯ, ಎಲ್ಲವೂ ಇದೆ. ಹಾಗಿದ್ದರೆ ಆ ಒಬ್ಬ ಓದುಗ ಯಾರು? ನಿಜವಾಗಿ ನಾವು ಯಾರನ್ನು ತಲುಪಬೇಕು? ಆ ಮತ್ತೊಬ್ಬ ಯಾರು?

ಸಂಗೀತಗಾರರಲ್ಲಿ ಕೆಲವರಾದರೂ ಕೆಲವು ಸಂದರ್ಭದಲ್ಲಾದರೂ ಕೇವಲ ತಮ್ಮ ಪಾಡಿಗೆ ತಾವು ಹಾಡಿಕೊಳ್ಳುತ್ತಿರುತ್ತಾರೆ. ಇಂಥದ್ದೊಂದು ಸಾಧ್ಯತೆಯೂ ಇದೆ. ಹಾಗಿದ್ದರೆ ಅಲ್ಲಿ ಕೇಳುಗ ಯಾರು? ಈ ಪ್ರಶ್ನೆ ಮುಖ್ಯ. ಹಾಡುವವನ ಒಳಗೆ ಒಬ್ಬ ದೊಡ್ಡ ಕೇಳುಗ ಇರದೇ ಹೋದರೆ ಅವನಿಗೆ ಸ್ವರಸಿದ್ಧಿ ಸಾಧ್ಯವೇ ಇಲ್ಲ. ಮತ್ತು, ಹಾಡುವುದು ಹಾಗೂ ಕೇಳುವುದು – ಹಾಡುವವನಲ್ಲಿ ಈ ಎರಡೂ ಒಟ್ಟಿಗೆ ಆಗುತ್ತಿರುತ್ತದೆ. ಹಾಡು–ಹಾಡುವವ–ಕೇಳುಗ ಈ ಮೂರೂ ಒಂದೇ ಆದಾಗ ಸಂಗೀತದ ರಸಸಿದ್ಧಿ ಸಾಧ್ಯ. ಅದೇ ರೀತಿ ಒಬ್ಬ ಬರಹಗಾರ ಬರೆಯುವಾಗ ತಾನೊಬ್ಬ ಓದುಗನೂ ಆಗಿರುತ್ತಾನೆ. I read as I write . ಎರಡೂ ಕ್ರಿಯೆ ಜೊತೆಜೊತೆಗೇ ನಡೆಯುತ್ತಿರುತ್ತದೆ. ಆದ್ದರಿಂದ ಒಬ್ಬ ದೊಡ್ಡ ಓದುಗನ ಪರಿಕಲ್ಪನೆ ಅದರ ಸಂಸ್ಕಾರ ಇಲ್ಲದೇ ಹೋದರೆ – ಅಂದರೆ ಎಲ್ಲರನ್ನೂ ಎಲ್ಲವನ್ನೂ ಓದಿಕೊಂಡಿರಬೇಕು ಅಂತಲ್ಲ – ಅದರದ್ದೊಂದು ಸಂಸ್ಕಾರ ಇರದೇ ಹೋದರೆ – ಒಳ್ಳೆಯ ರೀತಿಯಲ್ಲಿ ಬರೆಯುವುದಕ್ಕೇ ಸಾಧ್ಯವಾಗುವುದಿಲ್ಲ. ನಾಟಕ ಮಾಡಿಸುವವ ಅದನ್ನು ನೋಡುತ್ತಲೂ ಇರುತ್ತಾನೆ. ಅವನೊಳಗೊಬ್ಬ ಪ್ರೇಕ್ಷಕ ಇರುತ್ತಾನೆ. ಪ್ರೇಕ್ಷಕರ ದೃಷ್ಟಿಕೋನ ಅಂದರೆ ಇದನ್ನು ಜನ ಹೇಗೆ ಸ್ವೀಕರಿಸಬಹುದು ಎನ್ನುವ ಕಮರ್ಶಿಯಲ್ ಸಿನಿಮಾದ ವ್ಯಾವಹಾರಿಕ ಆಲೋಚನೆಯಂಥಲ್ಲ. ನಾಟಕ ಮಾಡಿಸುವ ಕ್ರಿಯೆಯಲ್ಲೇ ನೋಡುವ ಕ್ರಿಯೆ ಒಂದಾಗಿರುತ್ತೆ. ಇನ್ನೂ ಸ್ಪಷ್ಟವಾಗಿ ಹೇಳಬೇಕೆಂದರೆ ಚಿತ್ರಕಲಾವಿದ ಪೈಂಟಿಂಗ್ ಮಾಡುತ್ತಿದ್ದಾನೆ ಅಂದರೆ ಅದೇ ಸಮಯಕ್ಕೆ ಅದಾಗಲೇ ಅವನ ಅಂತರಂಗದ ಭಿತ್ತಿಯಲ್ಲಿ ಅವನದನ್ನು ಕಂಡಿರುತ್ತಾನೆ. ಈ ಎರಡೂ ಅವಿಚ್ಛಿನ್ನ. ತತ್ಪರನಾದ ಇಂಥ ಕೇಳುಗ, ನೋಡುಗ, ಓದುಗ ನಮ್ಮೊಳಗೇ ಇರುವಂಥವನು. ಇದನ್ನು ಬಿಟ್ಟು ಕೇವಲ ಜನರನ್ನು ಸೆಳೆಯಲಿಕ್ಕಾಗಿ ಮೆಚ್ಚಿಸಲಿಕ್ಕಾಗಿ ಮಾರ್ಕೆಟಿಂಗ್ ಗಿಮಿಕ್ಕಿನ ಹಾಗೆ ಬರೆಯಲು ತೊಡಗಿದಾಗ ಬರವಣಿಗೆ ಎಂಟರ್‌ಟೈನ್‌ಮೆಂಟ್ ಆಗುತ್ತದೆ. ಎಷ್ಟು ಸಾವಿರ ಲಕ್ಷ ಪ್ರತಿಗಳು ಖರ್ಚಾಯಿತು ಎನ್ನುವುದೇ ಮುಖ್ಯವಾಗುತ್ತದೆ. ಬಾಲಿವುಡ್ ಸಿನಿಮಾಗಳ ನೂರು ಕೋಟಿ ಕ್ಲಬ್ಬಿನ ಹಾಗೆ. ಈ ನೂರು ಕೋಟಿ ಕ್ಲಬ್ಬಿನ ಟ್ರೆಂಡ್ ಶುರುವಾದ ಮೇಲೆ ಖ್ಯಾತ ನಟನ ನಿರ್ದೇಶಕನ ಎಂಥ ಕೆಟ್ಟ ಸಿನಿಮಾ ಕೂಡ ಸೋಲದಂಥ ಪರಿಸ್ಥಿತಿ ಬಂದಿದೆ. ನೂರು ಕೋಟಿ ದಾಟಿದ ಗಳಿಕೆಯೊಂದೇ ಸಿನಿಮಾಗಳ ಯಶಸ್ಸಿನ ಮಾನದಂಡವೂ ವಿಮರ್ಶೆಯೂ ಜನಾಭಿಪ್ರಾಯವೂ ಆಗಿಹೋಗಿದೆ. ಸಂವಾದಕ್ಕೆ ಎಡೆಯಿಲ್ಲದಂತೆ ಟೀಕಾಕಾರರ ಬಾಯಿ ಮುಚ್ಚಿಸುವ ಅಸ್ತ್ರವಾಗಿದೆ. ಹೀಗೆ ಮತ್ತೆ ಈ ವಿಪುಲತೆಯು (Abundance), ಯಾರಿಗೆ ತಲುಪಿದೆ ಅನ್ನುವುದಕ್ಕಿಂತಲೂ ಹೆಚ್ಚಾಗಿ ಎಷ್ಟು ಜನರನ್ನು ತಲುಪಿದೆ ಅನ್ನುವುದೇ ಮುಖ್ಯವಾಗಿ, ಸಂವಹನದ

ಮತ್ತೊಂದು ತುದಿಯ (ಶ್ರೋತೃವಿನ ನೆಲೆಯಿಂದ) ಸಾರ್ಥಕತೆಯನ್ನು ಅಳೆಯುವ ಸಾಧನವಾಗಿಬಿಟ್ಟಿದೆ. ಸಂತೆಯಲ್ಲಿ ಕೇಳುವ ಸಂಗೀತದಂತೆ ಅಥವ ಮಾಲ್‌ಗಳಲ್ಲಿನ ಸ್ಪೀಕರ್‌ಗಳಿಂದ ಹೊಮ್ಮಿ ಸಾವಿರಾರು ಜನರ ಕಿವಿಯ ಮೇಲೆ ಹಾದುಹೋಗುವ ನಿರರ್ಥಕ ಹಾಡಿನಂತೆ ಇಂದು ವಿಪುಲತೆಯೇ ಎಲ್ಲ ರೀತಿಯಿಂದಲೂ ಸಂವಹನ ಶೂನ್ಯ ಸ್ಥಿತಿಯ ಸ್ವರೂಪವಾಗಿದೆ.

ಈ ಸಂವಹನಶೂನ್ಯ ಸ್ಥಿತಿಯನ್ನು ಗುರುತಿಸಿ ನೀಗಿಸಿಕೊಳ್ಳುವುದಕ್ಕೆ ಸಾಧ್ಯವಾದರೆ, ಮುಕ್ತ ವೇದಿಕೆಗಳಲ್ಲಿ ಇನ್ನಷ್ಟು ಸಹ್ಯವೆನಿಸುವ ಸಂವೇದನೆಗಳು ಹೊರಹೊಮ್ಮುವುದಕ್ಕೆ ಸಾಧ್ಯವಿದೆ. ಆದ್ದರಿಂದ ಸಂವಹನದ ಎರಡು ಮಾದರಿಗಳ ವ್ಯತ್ಯಾಸದಲ್ಲಿ ನಮ್ಮ ಇಂದಿನ ಸಾಹಿತ್ಯದ, ಸಂವಾದದ, ಇಡಿಯ ವಾತಾವರಣದ ಮತ್ತು ನಮ್ಮನಮ್ಮದೇ ವೈಯಕ್ತಿಕ ಪರಿಸರವನ್ನು ರೂಪಿಸಿಕೊಳ್ಳಬೇಕಿದೆ. ತನ್ನೊಳಗಿನ ನಿಜವಾದ ಮಾತನ್ನು ಕೇಳಿಸಿಕೊಂಡು ತಾನು ಆಡಲೇಬೇಕಾದುದನ್ನು ಮಾತ್ರ ಆಡಬೇಕಿದೆ. ಆಗ ಮತ್ತೊಬ್ಬರ ಮಾತನ್ನಾಡುವುದು, ಮತ್ತೊಬ್ಬರಿಗಾಗಿ ಆಡುವುದು, ಆಡಬಾರದ ಮಾತುಗಳನ್ನಾಡುವುದು ತಗ್ಗುವುದು. ಸಮಾಜದ ಶಬ್ದಸ್ವಾಸ್ಥ್ಯವು ಹದಗೆಡುತ್ತಿರುವ ಈ ಸಂದರ್ಭದಲ್ಲಿ ಇದು ಅತ್ಯಂತ ಅವಶ್ಯಕವೆನಿಸುತ್ತದೆ.

ಮಾರ್ಚ್ 2015

ಮಾತಿನ ಕುಲುಮೆಯೊಳಗೆ ಕಾಲದ ಪರೀಕ್ಷೆ

(ಭಾರತದಲ್ಲಿ ಸಾರ್ವಜನಿಕ ಸಂವಾದ ಸಂಸ್ಕೃತಿಗೆ ನೂರು ವರ್ಷ)

ಭಾರತದಲ್ಲಿ ಇಂದು ಮುನ್ನೂರೈವತ್ತಕ್ಕೂ ಹೆಚ್ಚು ನ್ಯೂಸ್ ಚ್ಯಾನೆಲ್‌ಗಳಿವೆ. ಪ್ರತೀ ನ್ಯೂಸ್ ಚ್ಯಾನೆಲ್ಲಿನಲ್ಲೂ ದಿನವೊಂದಕ್ಕೆ ಕನಿಷ್ಠ ಎರಡು ಗಂಟೆಗಳ ಕಾಲ ಚರ್ಚೆಗೆ ಮೀಸಲು. ತಜ್ಞರನ್ನೊಳಗೊಂಡ ಕಾರ್ಯಕ್ರಮವಲ್ಲದೆ, ಜನ ಸಾಮಾನ್ಯರು ಪ್ರೇಕ್ಷಕರಾಗಿದ್ದು ಕೊನೆಯಲ್ಲಿ ತಮ್ಮ ಪ್ರಶ್ನೆ, ಅಭಿಪ್ರಾಯ, ಆಕ್ಷೇಪಗಳನ್ನು ವ್ಯಕ್ತಪಡಿಸಲು ಎಲ್ಲ ಅವಕಾಶಗಳಿರುವಂಥ, ಆ ಮೂಲಕ ದೇಶದ ಪ್ರತಿಯೊಬ್ಬ ಪ್ರಜೆಗೂ ವಾಕ್ ಸ್ವಾತಂತ್ರ್ಯದ ಅವಕಾಶ ಒದಗಿಬಂದಿದೆ ಎನ್ನುವ ಭಾವನೆ ಮೂಡಿಸುವ ಕಾರ್ಯಕ್ರಮಗಳೂ ಇವೆ. ಕೆಲವೊಮ್ಮೆ ದಿನವಿಡೀ ಒಂದೇ ವಿಷಯದ ಕುರಿತು ಚರ್ಚಿಸುತ್ತಲೇ ಕಾಲ ತಳ್ಳುವ ಕಾರ್ಯಕ್ರಮಗಳಿವೆ. ನ್ಯೂಸ್ 'ರೀಡಿಂಗ್' ಅನ್ನುವುದೂ ಸಹ ರಂಜನೀಯವಾದ ಚರ್ಚೆ ವಿಶ್ಲೇಷಣೆಯ ಧಾಟಿಯಲ್ಲಿ ಸಾಗುತ್ತಿದೆ. ಅದಲ್ಲದೆ ದಿನಪತ್ರಿಕೆಗಳಲ್ಲೂ ಆಯಾ ಕಾಲದ ಬೆಳವಣಿಗೆ, ಸಮಸ್ಯೆ, ವಿವಾದ, ರಾಜಕೀಯ ನಿರ್ಧಾರಗಳ ಕುರಿತು ಸಾಕಷ್ಟು ಲೇಖನ ಪ್ರತಿಲೇಖನಗಳು ಪ್ರಕಟವಾಗುತ್ತವೆ. ಜನರಿಂದ ಪ್ರತಿಕ್ರಿಯೆಗಳನ್ನು ಆಹ್ವಾನಿಸಿ, ಯಾವುದೇ ವಿಷಯದ ಬಗ್ಗೆ ಯಾರು ಏನು ಬರೆದರೂ ಅದನ್ನು ಪ್ರಕಟಿಸಿ ಜನಾಂದೋಲನವನ್ನೇ ಹುಟ್ಟುಹಾಕುವ ಮಟ್ಟಿಗೆ ಪತ್ರಿಕೆಗಳು ಸಕ್ರಿಯವಾಗಿವೆ. ಉದಾರೀಕರಣ ಮತ್ತು

ಜಾಗತೀಕರಣ ತರುವಾಯದ ಮಾಧ್ಯಮಗಳ ಇಂಥ ಬಿರುಸಿನ ವಾತಾವರಣದಲ್ಲಿ ದಿನವಿಡೀ ಬಿಡುವಿಲ್ಲದೆ ನಡೆಯುತ್ತಿರುವ ಮಾತು, ಚರ್ಚೆ, ವಾದ, ಪ್ರತಿವಾದಗಳು ಬಹುದೊಡ್ಡ ಕಲಾಪಗಳಾಗಿ ಕಾಣುತ್ತಿವೆ. ಲೋಕಸಭೆ, ರಾಜ್ಯಸಭೆ, ಎಲ್ಲಾ ವಿಧಾನಸಭೆಗಳೂ ಸೇರಿದಂತೆ ಎಲ್ಲ ರಾಜ್ಯಗಳ ಒಟ್ಟು ಅಧಿವೇಶನಗಳ ಅವಧಿಯ ಮೊತ್ತ ವರ್ಷಕ್ಕೆ ಸುಮಾರು ಎಂಭತ್ತು ಸಾವಿರ ಗಂಟೆಗಳು. ಕಲಾಪ ಮುಂದೂಡಿಕೆ, ಕಾಲಹರಣ, ಇದ್ಯಾವುದನ್ನೂ ಪರಿಗಣಿಸದೆ ಎಂಭತ್ತು ಸಾವಿರ ಗಂಟೆ. ಅಂದರೆ ಜನಪ್ರತಿನಿಧಿಗಳ ಅಧಿವೇಶನದ ಒಳಗೆ ನಡೆಯುವ ಜನಹಿತದ ಚರ್ಚೆಗಿಂತ ಸುಮಾರು ನಾಲ್ಕು ಪಟ್ಟು ಹೆಚ್ಚಿನ ಚರ್ಚೆ ಅಧಿವೇಶನದ ಹೊರಗೇ ನಡೆಯುತ್ತಿದೆ! ಇದು ಭಾರತದ ಡೆಮಾಕ್ರಸಿಯ ಪ್ರಬುದ್ಧತೆಯ ಪರಮೋಚ್ಛ ಸ್ಥಿತಿಯೋ ಎಂಬಂತೆ ಇಡೀ ದೇಶಕ್ಕೆ ದೇಶವೇ ನಿರಂತರ ಚರ್ಚೆಯಲ್ಲಿ ಮುಳುಗಿರುವಂತಿದೆ. ಇದರ ನಿಜವನ್ನು ಚಿಂತಿಸುವುದೇ ಈ ಬರಹದ ಉದ್ದೇಶ.

ಇದಕ್ಕೆ ಪೂರಕವಾಗಿ ಜೇಸನ್ ರೀಟ್ಮನ್ ನಿರ್ದೇಶನದ 'ಥ್ಯಾಂಕ್ಯೂ ಫಾರ್ ಸ್ಮೋಕಿಂಗ್' ಸಿನಿಮಾದ ಕೆಲವೊಂದು ಅಂಶಗಳನ್ನು ಬದಿರೆಕ್ಕೆಯ ಹಾಗೆ ಬಳಸಿಕೊಳ್ಳುತ್ತೇನೆ. 'ಥ್ಯಾಂಕ್ಯೂ ಫಾರ್ ಸ್ಮೋಕಿಂಗ್' ಸಿನಿಮಾದ ನಾಯಕ ನಿಕ್ ನೇಲರ್. ಅಕ್ಯಾಡೆಮಿ ಆಫ್ ಟೊಬ್ಯಾಕೊ ಸ್ಟಡೀಸ್‌ನ ವೈಸ್ ಪ್ರೆಸಿಡೆಂಟ್ ಹುದ್ದೆಯಲ್ಲಿದ್ದು, ಟಾಕ್ ಶೋ, ಚರ್ಚೆ, ಸೆಮಿನಾರುಗಳಲ್ಲಿ ಪರೋಕ್ಷವಾಗಿ ಸಿಗರೇಟಿನ ಪರ ವಾದಿಸುತ್ತ ಜನಮನದ ಪರವಾನಗಿ ಪಡೆದುಕೊಳ್ಳುವುದು ಅವನ ಪ್ರೊಫೆಶನ್. ತನ್ನನ್ನು ತಾನು 'ಲಾಬಿಯಿಸ್ಟ್' ಅಂತ ಕರೆದುಕೊಳ್ಳುತ್ತಾನೆ! ದಿನವೊಂದಕ್ಕೆ ಸಾವಿರದ ಇನ್ನೂರು ಜನರನ್ನು ಬಲಿ ತೆಗೆದುಕೊಳ್ಳುವ ಉದ್ಯಮದ ಅನೈತಿಕ ನೆಂಟಸ್ತಿಕೆಯ ಉತ್ಪನ್ನವಾಗಿರುವ ಆತನ ಹೆಸರು ಕೇಳುತ್ತಲೇ ಜನರೆಲ್ಲ ವಾಚಾಮಗೋಚರವಾಗಿ ಬೈಯ್ಯುತ್ತಾರೆ. ಆತನ ಕುರಿತು ಎಲ್ಲರ ಕಣ್ಣಲ್ಲೂ ಜಿನುಗುವುದು ದ್ವೇಷವೊಂದೇ. ಹೋದಲ್ಲೆಲ್ಲ ತನ್ನನ್ನು ಇಷ್ಟಪಡದ ಜನರೇ ಎದುರಾದರೂ, 'ಪಾಪ! ಜನರ ತಪ್ಪೇನಿದೆ' ಎಂದುಕೊಂಡು ತನ್ನ ಪಾಡಿಗೆ ತನ್ನ ಮಾತುಗಾರಿಕೆಯ ಕಸುಬಿನಲ್ಲಿ ಹುರುಪಿನಿಂದ ತೊಡಗುತ್ತಾನೆ.

ಮಾತಿನಲ್ಲಿ ನಿಕ್ ನೇಲರ್‌ನನ್ನು ಗೆಲ್ಲಲಾಗದು. ಅವನ ಚರ್ಚೆಯ ವೈಖರಿಯೇ ಅಂಥದ್ದು. ಟಿ.ವಿ ಚ್ಯಾನೆಲ್ಲೊಂದು ನಡೆಸುತ್ತಿರುವ ಚರ್ಚೆಯಲ್ಲಿ, ಸಿಗರೇಟು ವಿರೋಧಿ ಸಮಿತಿಯ ಸರ್ಕಾರಿ ಪ್ರತಿನಿಧಿ ಸೇರಿದಂತೆ ಇನ್ನೊಂದೆರಡು ಸಂಸ್ಥೆಯ ಪ್ರತಿನಿಧಿಗಳು, ಹದಿನೆಂಟು ವರ್ಷದ ಕ್ಯಾನ್ಸರ್ ಪೀಡಿತ ಹುಡುಗನೊಬ್ಬ ಮತ್ತು ನಿಕ್ ನೇಲರ್ ಸೇರಿರುತ್ತಾರೆ. ನಿರ್ವಿಣ್ಣನಾಗಿ ಕುಳಿತ ಕ್ಯಾನ್ಸರ್ ಪೀಡಿತ ಹುಡುಗನ ಪರಿಸ್ಥಿತಿಯ ಬಗ್ಗೆ ಮರುಕಪಡುತ್ತ ಎಲ್ಲರೂ ಸಿಗರೇಟಿನ ದುಷ್ಪರಿಣಾಮದ ಕುರಿತು

ಆಕ್ರೋಶದಿಂದ ಮಾತಾಡುತ್ತಾರೆ. ಎಲ್ಲರ ಮಾತು ಮುಗಿದ ಮೇಲೆ ನಿಕ್ ತನ್ನ ವಾದ ಮಂಡಿಸುತ್ತಾನೆ. ಮಾತಿನ ನಡುವೆ ಕೇಳುತ್ತಾನೆ: 'ಸುಮ್ಮನೇ ಹೀಗೇ ಆಲೋಚಿಸಿ. ಈ ಹುಡುಗನ ಸಾವಿನಿಂದ ಸಿಗರೇಟು ಕಂಪನಿಗಳಿಗೆ ಯಾವ ಲಾಭವಿದೆ? ನಾನಿದನ್ನು ಹೇಳಬಾರದು, ಕ್ಷಮಿಸಿ, ಆದರೆ, ನಿಜ ಹೇಳಬೇಕೆಂದರೆ ಈ ಹುಡುಗನ ಸಾವಿನೊಂದಿಗೆ ನಾವು ಒಬ್ಬ ಗ್ರಾಹಕನನ್ನು ಕಳೆದುಕೊಳ್ಳುತ್ತಿದ್ದೇವೆ! ನಿಮ್ಮಂಥ ಸಂಘ ಸಂಸ್ಥೆಗಳಿಗೆ ಈ ಹುಡುಗರು ಸಾಯುವುದು ಬೇಕಿದೆ. ಇಲ್ಲದಿದ್ದರೆ ನಿಮಗೆ ಫಂಡ್ಸ್ ದೊರೆಯುವುದಿಲ್ಲ! ನಾನಿವತ್ತು ಘೋಷಿಸುತ್ತಿದ್ದೇನೆ. ನಮ್ಮ ಸಂಸ್ಥೆಯಿಂದ ಅಮೇರಿಕದ ಟೀನೇಜ್ ಹುಡುಗ ಹುಡುಗಿಯರಲ್ಲಿ ಸಿಗರೇಟಿನ ಕುರಿತು ಜಾಗೃತಿ ಮೂಡಿಸುವ ಸಲುವಾಗಿ ಐವತ್ತು ಮಿಲಿಯನ್ ಡಾಲರ್ ಹಣ ನೀಡಲಿದ್ದೇವೆ. ಯಾಕೆಂದರೆ ಎಲ್ಲಕ್ಕಿಂತ ಹೆಚ್ಚಾಗಿ ಅಮೇರಿಕದ ಯುವಕ ಯುವತಿಯರ ಜೀವ ನಮಗೆ ಬಹಳ ಮುಖ್ಯ!'. ಯಾರಲ್ಲೂ ಮಾತಾಡುವುದಕ್ಕೇನೂ ಉಳಿದಿರುವುದಿಲ್ಲ. ಚರ್ಚೆಯನ್ನು ವೀಕ್ಷಿಸಲು ಬಂದ ಜನರೆಲ್ಲ ತಲೆ ಆಡಿಸುತ್ತ ಚಪ್ಪಾಳೆ ತಟ್ಟುತ್ತಾರೆ!

ಇಂಥ ಹಲವಾರು ಸಂವಾದಗಳನ್ನು ನಾವಿಂದು ದಿನನಿತ್ಯ ಟಿವಿಯಲ್ಲಿ ನೋಡುತ್ತಿದ್ದೇವೆ. ಇವು ನಮ್ಮ ವಿವೇಚನಾ ಶಕ್ತಿಯನ್ನು ಹೆಚ್ಚಿಸಿವೆಯೇ? ನಮ್ಮ ದನಿಗೆ ಸರಿಯಾದ ಗೌರವಯುತವಾದ ಸ್ಥಾನವನ್ನು ದೊರಕಿಸಿವೆಯೇ? ಮತ್ತು ಇವು ನಮ್ಮ ಚಿಂತನೆಯನ್ನು ರೂಪಿಸುವಲ್ಲಿ ಸಹಕಾರಿಯಾಗಿವೆಯೆ? ಅಂತ ಕೇಳಿದರೆ ನಾನಾ ಬಗೆಯ ಅಭಿಪ್ರಾಯಗಳು ಸಿಗಬಹುದು. ಆದರೆ ಚರ್ಚೆ ಅಥವ ತರ್ಕ ಅಂತ ನಾವು ಕರೆಯುವ ಪ್ರಕ್ರಿಯೆಯೇ ಸರಿಯಾದ ಕ್ರಮದಲ್ಲಿ ಜರುಗುತ್ತಿದೆಯೇ? ಅನ್ನುವುದನ್ನು ಮೊದಲು ಪರಾಮರ್ಶಿಸಬೇಕಿದೆ.

❖

ಸಾರ್ವಜನಿಕ ಸಂವಾದಕ್ಕೆ ಅಥವ ಡಿಬೇಟಿಗೆ ಆಧುನಿಕ ಭಾರತದಲ್ಲಿ ಚಾಲನೆ ಕೊಟ್ಟವರು ಮಹಾತ್ಮ ಗಾಂಧಿ. 1915ರಲ್ಲಿ ಗಾಂಧಿ ಆಫ್ರಿಕಾದಿಂದ ಭಾರತಕ್ಕೆ ಮರಳುವುದರ ಜೊತೆಜೊತೆಗೇ ಸಂವಾದ ಸಂಸ್ಕೃತಿಯನ್ನೂ ಹುಟ್ಟುಹಾಕಿದರು. ಇಂದಿಗೂ ಜಗತ್ತಿನ ಅತ್ಯಂತ ಮಹತ್ವದ ಸಂವಾದಗಳಲ್ಲಿ ಒಂದೆನಿಸಿರುವ ಗಾಂಧಿ ಮತ್ತು ರವೀಂದ್ರನಾಥ್ ಟ್ಯಾಗೋರ್ ನಡುವಿನ ಸಂವಾದ ಶುರುವಾದದ್ದು 1915ರಲ್ಲಿ. ಹಾಗಾಗಿ, '2015' – ಆಧುನಿಕ ಭಾರತದಲ್ಲಿನ ಸಂವಾದ ಸಂಸ್ಕೃತಿಗೆ ಶತಮಾನದ ವರ್ಷವೂ ಹೌದು.

ಗಾಂಧೀಜಿಯವರು ಹಾಕಿಕೊಟ್ಟ ಬುನಾದಿಯ ಮೇಲೆ ಇಂದಿಗೂ ಪ್ರಜಾಪ್ರಭುತ್ವದಲ್ಲಿ ಚರ್ಚೆಗೆ ಮಹತ್ವದ ಸ್ಥಾನವಿದೆ. ಡೆಮಾಕ್ರಸಿಯ ಆಧಾರ ಸ್ತಂಭವೇ ಡಿಸ್‌ಕಷನ್. ಆದರೆ ಇದರ ಪರಿಕಲ್ಪನೆ ನಮ್ಮಲ್ಲಿ ಮೊದಲಿನಿಂದಲೂ ಇತ್ತು. ಕುಟುಂಬದ ಹಂತದಲ್ಲೂ ಎಂಥ ವ್ಯಾಜ್ಯಗಳಿದ್ದರೂ ಎಲ್ಲವನ್ನೂ ಮಾತನಾಡಿ ಬಗೆಹರಿಸಿಕೊಳ್ಳಬೇಕು ಎನ್ನುವುದು ನಮ್ಮ ಹಿರಿಯರ ರಿವಾಜು. ಅದೇನೇ ಇದ್ದರೂ ಒಮ್ಮೆ ಹೋಗಿ ಮಾತಾಡಿದರೆ ಎಲ್ಲವೂ ಸರಿಹೋಗುವುದು ಅನ್ನುವುದು ನಮ್ಮಲ್ಲಿ ರೂಢಿಗತವಾಗಿ ಬಂದಿರುವ ನಂಬಿಕೆ. ಪಂಚಾಯಿತಿ ವ್ಯವಸ್ಥೆಯು ಮೂಲತಃ ನ್ಯಾಯವ್ಯವಸ್ಥೆಯಾಗಿದ್ದರೂ ಅಲ್ಲಿಯೂ ಮಾತುಕತೆ ಚರ್ಚೆ ವಾಗ್ವಾದಗಳಿರುತ್ತಿದ್ದವು. ಇಂದಿನ ನ್ಯಾಯವ್ಯವಸ್ಥೆಯಲ್ಲಿ ಅವೆಲ್ಲವೂ ಇದೆ. ಆ ನ್ಯಾಯವ್ಯವಸ್ಥೆಯಲ್ಲೇ ಸಂಧಾನ ವ್ಯವಸ್ಥೆಯ ವಿಭಾಗವೂ ಇದೆ. ಈ ಎಲ್ಲದರಲ್ಲೂ ಸಂವಾದವು ಸಂಧಾನಕ್ಕೆ ಎಡೆಮಾಡಿಕೊಡುತ್ತದೆ. ಕೆಲವೊಂದನ್ನು ಪಡೆದು ಕೆಲವೊಂದನ್ನು ಬಿಟ್ಟುಕೊಡುವ ಎರಡೂ ಪಕ್ಷದವರಿಗೆ ಸಮ್ಮತವಾಗುವಂಥ ಒಡಂಬಡಿಕೆಗೆ ಬರುವ ಉದ್ದೇಶ ಇಂಥ ಸಂವಾದಗಳಿಗಿರುತ್ತವೆ. ಕಾರ್ಪೊರೇಟ್ ಜಗತ್ತಿನಲ್ಲಿ ಚರ್ಚೆಯ ಮೂಲಕ ಗೆಲ್ಲುವುದಕ್ಕಿಂತಲೂ ಹೆಚ್ಚಾಗಿ ಚರ್ಚೆಯ ಮೂಲಕ ಓಲೈಸುವ ಇಬ್ಬರೂ ಗೆದ್ದೆವೆಂದು ಭಾವಿಸುವ (Win-Win situation) ಸ್ಥಿತಿಗೆ ಬರುವಂತೆ ಮಾಡುವುದೇ ನಿಜವಾದ ಗೆಲುವು. ಇದನ್ನು ಆರ್ಗ್ಯುಮೆಂಟ್ ಅನ್ನುವುದಕ್ಕಿಂತಲೂ ನೆಗೋಸಿಯೇಷನ್ ಅಂತನ್ನಬಹುದು ಅಥವ ಇನ್ನೂ ಕೆಳಕ್ಕಿಳಿಸಿ ಚೌಕಾಸಿ ಎನ್ನಬಹುದು. ಇವೆಲ್ಲವೂ ಸಂಧಾನ ಪ್ರಕ್ರಿಯೆಗಳೇ ಆದರೂ ಅಂಥ ಸಂಧಾನದ ಹಿಂದೆ ಸುದೀರ್ಘವಾದ ಮಾತುಕತೆ ಸಂವಾದಗಳಿರುತ್ತವೆ ಅನ್ನುವುದನ್ನು ನೆನಪಿಡಬೇಕು.

ಭಾರತೀಯ ದರ್ಶನಗಳಲ್ಲೂ ಚರ್ಚೆಗೆ ಮಹತ್ವದ ಸ್ಥಾನವಿದೆ. ತರ್ಕ ಎನ್ನುವುದು ಸರಿಯಾದ ಪದ. ತಾರ್ಕಿಕರು ಅಥವ ನೈಯಾಯಿಕರು ಎನ್ನುವ ಪಂಡಿತ ಪಂಥವೇ ಇದೆ. ಬೌದ್ಧ, ಅದ್ವೈತ, ದ್ವೈತಿಗಳೆಲ್ಲರೂ ತರ್ಕದ ಆಸರೆ ಪಡೆದಿದ್ದಾರೆ. ನ್ಯಾಯಶಾಸ್ತ್ರವು ಎಲ್ಲರಿಗೂ ಸಾಧನಶಾಸ್ತ್ರ. ಅಂದರೆ ಎಲ್ಲರಿಗೂ ತರ್ಕವು ಸಾಧನವೇ ಹೊರತು ತರ್ಕವೇ ಪ್ರಧಾನವಲ್ಲ. ತಾರ್ಕಿಕರಿಗೆ ಮಾತ್ರ ತರ್ಕವೇ ಪ್ರಧಾನ. ತರ್ಕದಿಂದ ಸಿದ್ಧವಾಗದ ವಸ್ತು ಅಸ್ತಿತ್ವದಲ್ಲೇ ಇರಲಿಕ್ಕೆ ಸಾಧ್ಯವಿಲ್ಲ ಅಥವ ಇರುವುದೆಲ್ಲವನ್ನೂ ತಿಳಿಯಬಹುದು ಅನ್ನುವುದು ತಾರ್ಕಿಕರ ನಿಲುವು. ತರ್ಕವು ಒಂದು ಹಂತದವರೆಗೆ ಬುದ್ಧಿಯ ತೀಕ್ಷ್ಣತೆಯನ್ನು ಹೆಚ್ಚಿಸುವುದಕ್ಕಷ್ಟೇ ಸಹಾಯಕಾರಿ. ತರ್ಕವನ್ನು ಮೀರಿದ ಅನುಭವವೇ ಪ್ರಧಾನ. ಅಂಥ ಅನುಭವವನ್ನು ತರ್ಕವು ಹಿಡಿದಿಡಲು ಅಸಮರ್ಥ ಎನ್ನುವುದು ಇತರ ದಾರ್ಶನಿಕರ ನಿಲುವು. ನನಗೊಂದು ಕುತೂಹಲವಿತ್ತು. ತಾರ್ಕಿಕರಲ್ಲೇ ಯಾರಾದರೂ ತರ್ಕದ ಮಿತಿಯ

ಬಗ್ಗೆ ಎಲ್ಲಿಯಾದರು ಸೂಚ್ಯವಾಗಿಯಾದರೂ ಉಲ್ಲೇಖಿಸಿರಬಹುದೇ ಎಂದು. ನ್ಯಾಯಶಾಸ್ತ್ರ ವಿದ್ವಾಂಸರಾದ ಉಮಾಕಾಂತ ಭಟ್ಟರಲ್ಲಿ ಈ ಕುರಿತು ಕೇಳಿದಾಗ ಅವರ ಉತ್ತರ ಸ್ವಾರಸ್ಯಕರವಾಗಿತ್ತು. ಅವರದೇ ಮಾತಿನಲ್ಲಿ ಹೇಳುವುದಾದರೆ, 'ತಾರ್ಕಿಕರು ನೇರವಾಗಿ ತರ್ಕದ ಇತಿಮಿತಿಗಳನ್ನು ಘೋಷಿಸಿದರೆ ಅವರದೇ ಪಕ್ಷವನ್ನು ಸ್ವತಃ ಅವರೇ ನಿರಾಕರಿಸಿದಂತಾಗುತ್ತದೆ. ಆದರೆ, ತಾರ್ಕಿಕರಿಗೂ ತರ್ಕವು ಪ್ರಮಾಣಬದ್ಧವಾಗಿಯೇ ಇರಬೇಕು. ಅವರು ತರ್ಕದ ದೋಷಗಳ ಬಗ್ಗೆ ಅತ್ಯಂತ ವಿಸ್ತಾರವಾಗಿ ವಿವರಿಸುತ್ತಾರೆ (ತಾರ್ಕಿಕ ರಕ್ಷ ಮುಂತಾದ ಗ್ರಂಥಗಳಲ್ಲಿ). ತರ್ಕದ ಆಭಾಸಗಳನ್ನು ಹೀಗೆ ವಿಸ್ತಾರವಾಗಿ ಹೇಳುವುದೇ ತರ್ಕದ ಇತಿಮಿತಿಗಳ ಅಪಾಯಗಳ ಕುರಿತು ಸೂಚ್ಯವಾಗಿ ಹೇಳಿದಂತೆ'.

ಅಂದರೆ ತರ್ಕದಲ್ಲಿ ಹೆಜ್ಜೆ ತಪ್ಪುವ ಅಪಾಯವೇ ಹೆಚ್ಚು. ತನಗೆ ಅನ್ನಿಸಿದ್ದನ್ನು ಹೇಳುವ, ಅನಿಸಿಕೆಗಳನ್ನು ಹಂಚಿಕೊಳ್ಳುವ ಪ್ರಲಾಪಗಳು ತರ್ಕವೆನಿಸಲಾರದು. ಅದೊಂದು ಸತ್ಯಾನ್ವೇಷಣೆಗೆ ತೊಡಗಿದ ವೈಚಾರಿಕ ಮನೋಧರ್ಮ. ಅದರಿಂದಲೇ ಎಲ್ಲವನ್ನೂ ಸಿದ್ಧಗೊಳಿಸಲು ಸಾಧ್ಯವಿರದಿದ್ದರೂ ಅದೊಂದು ಭೂಮಿಕೆಯನ್ನಂತೂ ಒದಗಿಸಿಕೊಡುತ್ತದೆ. ಹೀಗೆ, ಕೌಟುಂಬಿಕ ವ್ಯವಸ್ಥೆಯಲ್ಲಿನ ಮನವೊಲಿಸುವ ಸಂವಾದ ಹಾಗೂ ದಾರ್ಶನಿಕ ನೆಲೆಯಲ್ಲಿನ ಸತ್ಯಾನ್ವೇಷಣೆಯ ತರ್ಕಗಳೆರಡನ್ನೂ ಮೇಳೈಸಿ ಅದನ್ನು ಸಾರ್ವಜನಿಕ ಸಂವಾದಕ್ಕೆ ವಿಸ್ತರಿಸಿದವರು ಗಾಂಧಿ. ಸ್ವಾತಂತ್ರ್ಯ, ಸ್ವರಾಜ್ಯ, ಅಸಹಕಾರ ಚಳುವಳಿ, ಸತ್ಯಾಗ್ರಹ, ರಾಷ್ಟ್ರೀಯತೆ ಇತ್ಯಾದಿ ವಿಷಯಗಳ ಬಗ್ಗೆ ತರ್ಕಬದ್ಧವಾದ ಆಲೋಚನೆ, ಪ್ರಾಯೋಗಿಕತೆಯ ಪರಾಮರ್ಶೆ, ಮನವೊಪ್ಪಿಸುವ ವಿಚಾರ ಸರಣಿ ಟ್ಯಾಗೋರ್ ಮತ್ತು ಗಾಂಧೀಜಿ ನಡುವಿನ ಚರ್ಚೆಯಲ್ಲಿ ಕಾಣುತ್ತದೆ. ಟ್ಯಾಗೋರ್ ನಿರಂತರವಾಗಿ ಗಾಂಧೀಜಿಯವರ ವಿಚಾರಗಳ ಬಗ್ಗೆ ಅನುಮಾನ ಆಕ್ಷೇಪಗಳನ್ನು ವ್ಯಕ್ತಪಡಿಸುತ್ತಿರುವಾಗಲೂ ಅವರ ನಡುವೆ ಕಿಂಚಿತ್ತೂ ಕಹಿ ಮೂಡದಿರುವುದು ಇಂದಿನ ಮಾಧ್ಯಮ ಯುಗದಲ್ಲಿ ನಂಬಲಾಗದ ಸಂಗತಿ.

ಈ ಎಲ್ಲದರ ಹಿನ್ನೆಲೆಯಲ್ಲಿ ಇಂದಿನ ಮಾಧ್ಯಮ ವ್ಯವಸ್ಥೆಯನ್ನು ನೋಡಿದರೆ – ಕ್ಷಣಕ್ಕೊಂದು ಸುದ್ದಿ, ದಿನಕ್ಕೊಂದು ಚರ್ಚೆ, ಆ ಕ್ಷಣ ಅನ್ನಿಸಿದ್ದನ್ನು ಹೇಳಿಬಿಡುವ impulsiveness, ಯಾವ ಸಂಗತಿಯನ್ನೂ ಧಾರಣ ಮಾಡಲು ಸಾಧ್ಯವಾಗದಂಥ ಆತುರತೆ, ವಿಷಯಜ್ಞಾನ ವಿವೇಚನೆಯ ಕೊರತೆ, ಈ ಎಲ್ಲದರಿಂದ – ವಿಷಯವೊಂದು ಬುಗ್ಗೆಯೊಡೆದು ಜನಮಾನಸವನ್ನು ವ್ಯಾಪಿಸಿ, ಅದರ ಅವಲೋಕನದಲ್ಲಿ ಬುದ್ಧಿಯನ್ನು ಬೆಳಗಿಸುವ ಸುದೀರ್ಘವಾದ ಮಂಥನಗಳೇ ಇಲ್ಲವಾಗಿದೆ. ನಾಳೆ ಮತ್ತೊಂದು ವಿಷಯ ಸಿಗುವವರೆಗೆ ಇಂದಿನ ವಿಷಯದ ಕುರಿತು ತನ್ನ ಧ್ವನಿಯನ್ನು ಛಾಪಿಸುವ ಲೋಲುಪತೆ ರೋಚಕತೆಯೇ ಮಾಧ್ಯಮಗಳ ಹಾಗೂ ಅಭಿಪ್ರಾಯ

ಶೂರರ ಹವ್ಯಾಸವಾಗಿದೆ. ಆರ್ಭಟಗಳಿಲ್ಲದೆ ಯಾವ ಚರ್ಚೆಗೂ ಅರ್ಥವಿಲ್ಲ ಎಂಬುದೇ ಇಂದಿನ ಮಾಧ್ಯಮದ ಖಚಿತವಾದ ನಂಬಿಕೆ.

ಕೆಲವು ನ್ಯೂಸ್ ಚ್ಯಾನೆಲ್ಲುಗಳ ಸಂವಾದಗಳಲ್ಲಿ ನಾನೂ ಚರ್ಚಾರ್ಥಿಯಾಗಿ ಪಾಲ್ಗೊಂಡಿದ್ದೆ. ನಮ್ಮ ಮಾತುಗಳು ಗಂಭೀರವಾಗುತ್ತಿವೆ ಅಥವ ವಿಷಯದ ಕುರಿತಾದ ಚರ್ಚೆ ಮಂದವಾಯಿತು ಅಂತನ್ನಿಸಿದ ಕೂಡಲೇ ಅದನ್ನು ನಡೆಸಿಕೊಡುತ್ತಿರುವ ನಿರೂಪಕರಿಗೆ ಕೂಡಲೇ ಸಂದೇಶ ರವಾನಿಸಲಾಗುತ್ತದೆ. ಅವರದನ್ನು ರೋಚಕವಾಗಿಸಲು ಚರ್ಚೆಯ ಬಿಸಿಯೇರಿಸಲು ಬೇಕಾದ ಮಾತುಗಳನ್ನು ತುರುಕಿ ಒಬ್ಬರನ್ನೊಬ್ಬರು ಕೆಣಕುವಂತೆ ಮಾಡಿ ಗೊಂದಲ ಗಲಭೆ ಎಬ್ಬಿಸಿ ಈ ದೇಶದ ಮಹಾನ್ ಹತಾಶ ಪ್ರಜೆಯ ಹಾಗೆ ಸುಮ್ಮನೆ ಕೂತುಬಿಡುತ್ತಾರೆ. ಅಲ್ಲಿ ಪಾಲ್ಗೊಂಡಿರುವ ಪ್ರತಿಯೊಬ್ಬರಿಗೂ ಅವರ ನಿಲುವನ್ನು ಗಟ್ಟಿಯಾಗಿ ಸ್ಥಾಪಿಸಲೇ ಬೇಕಿರುವುದರಿಂದ ಯಾವ ಕಾರಣಕ್ಕೂ ಸೋಲಬಾರದೆನ್ನುವ ಹಠ. ತನ್ನಲ್ಲಿ ಹೇಳುವುದಕ್ಕೇನೂ ಇರದಿದ್ದರೂ ಮತ್ತೊಬ್ಬರು ಹೇಳಿದ್ದು ಯಾರಿಗೂ ಕೇಳಿಸದಿದ್ದರಾಯಿತೆಂದು ಕಿರುಚಾಡುತ್ತಾರೆ. ಹೀಗೆ ಅನಗತ್ಯ ಕಿರುಚಾಟಗಳಲ್ಲಿ ಕೆಲವು ನಿಮಿಷಗಳನ್ನು ಸುಡದೆ ಹೋದರೆ ಕಾರ್ಯಕ್ರಮ ನಡೆಸಿಕೊಡುವವರು ಯಶಸ್ವೀ ನಿರೂಪಕರೆನಿಸಿಕೊಳ್ಳುವುದಿಲ್ಲ. ಕೊನೆಗೂ ಜನರಿಗೆ ಯಾವ ಸಂದೇಶವನ್ನು ತಲುಪಿಸಬೇಕೆಂದು ಅವರಂದುಕೊಂಡಿರುತ್ತಾರೋ ಅದಕ್ಕೆ ತಕ್ಕ ಮಾತುಗಳನ್ನು ಎಲ್ಲರಿಂದಲೂ ಹೆಣೆಯುತ್ತಾರೆ. ಹಿರಿಯ ಬರಹಗಾರ ಮಿತ್ರರೊಬ್ಬರು ಇಂಗ್ಲೀಷು ಚ್ಯಾನೆಲ್ಲುಗಳಲ್ಲಿ ಬರುವ ಜನತಾ ಸಂವಾದ ಕಾರ್ಯಕ್ರಮದ ಒಳಗುಟ್ಟುಗಳನ್ನು ಹೇಳುತ್ತಿದ್ದರು. ಅಲ್ಲಿ ಜನರ ನಡುವಿಂದ ಬರುವ ಪ್ರಶ್ನೆಗಳ್ಯಾವುದೂ ಆ ಕ್ಷಣಕ್ಕೆ ಉದ್ಭವಿಸಿದ ಪ್ರಶ್ನೆಗಳಲ್ಲ. ಯಾರು ಯಾವ ಪ್ರಶ್ನೆಗಳನ್ನು ಯಾವಾಗ ಕೇಳಬೇಕೆನ್ನುವುದು ಮೊದಲೇ ನಿಗದಿಯಾಗಿರುತ್ತದೆ. ಅದಕ್ಕೆ ತಕ್ಕ ಹಾಗೆ ಪ್ರಶ್ನೋತ್ತರಗಳು ಬರುತ್ತವೆ. ಹಾಗೊಂದು ವೇಳೆ ಏನಾದರೂ ಸರಿಯಾದ ವಿಚಾರಗಳು ಬರುತ್ತಿವೆ ಅನ್ನಿಸುವ ಹೊತ್ತಿಗೇ ನಿರೂಪಕನಿಗೆ ಮತ್ತೆ ಸಂದೇಶ ರವಾನಿಸಲಾಗುತ್ತದೆ. 'ಸಣ್ಣದೊಂದು ಬ್ರೇಕ್ ನಂತರ ಚರ್ಚೆ ಮುಂದುವರೆಯುತ್ತದೆ' ಎಂದು ಜಾಹೀರಾತು ಶುರುವಾಗುತ್ತದೆ! ಜಾಹೀರಾತುಗಳನ್ನು ಸಾದರಪಡಿಸುವ ಸಲುವಾಗಿ ನಡುನಡುವೆ ಸುದ್ದಿಗಳನ್ನು ತುರುಕಿ ರೋಚಕಗೊಳಿಸುವ ಅನಿವಾರ್ಯತೆ ನಿರೂಪಕನಿಗಿರುತ್ತದೆ.

ತನ್ನ ಸಿದ್ಧಾಂತವನ್ನು ಪ್ರತಿಪಾದಿಸಲು ಚರ್ಚೆಗೆ ತೊಡಗುವುದನ್ನು ಅಥವ ಇತರರ ಸಿದ್ಧಾಂತವನ್ನು ಖಂಡಿಸುವ ಸಲುವಾಗಿ ಚರ್ಚಿಸುವುದನ್ನು ಭಾರತೀಯ ತರ್ಕ ಶಾಸ್ತ್ರವು ಕ್ರಮವಾಗಿ ಜಲ್ಪ ಮತ್ತು ವಿತಂಡ ಎಂದು ಗುರುತಿಸುತ್ತದೆ. ಆದರೆ, ಹೀಗೆ ಕೃತಕ ಚರ್ಚೆಯೊಂದನ್ನು ರೂಪಿಸುವುದು, ನಿರಾಧಾರ ಆರೋಪ-ಪ್ರತ್ಯಾರೋಪದ ಕಿರುಚಾಟದಲ್ಲಿ ತೊಡಗುವುದು ಬಹುಶಃ ತರ್ಕದ ಆಭಾಸಗಳೆಲ್ಲವನ್ನೂ ಮೀರಿದ

ಈ ಕಾಲದ ಟಿ.ಆರ್.ಪಿ ಪೋಷಿತ ಸುದ್ದಿ ಮಾಧ್ಯಮಗಳ ಹೊಸ ಅನ್ವೇಷಣೆಯೇ ಇರಬೇಕು!

ಆದರೂ ನಾವು ಇಂಥದ್ದೊಂದು ಸಾರ್ವಜನಿಕ ಚರ್ಚೆಯು ಅನಿವಾರ್ಯವೆಂದೇ ನಂಬಿದ್ದೇವೆ. ತನಗೆ ಬೇಕೆನಿಸಿದ್ದನ್ನು ಹೇಗಾದರೂ ಮಾಡಿ ಜಾರಿಗೆ ತರುವ ಸರ್ಕಾರಗಳೂ ಕೂಡ ಕೆಲವೊಂದು ನಿರ್ಧಾರಗಳನ್ನು ಪ್ರಕಟಿಸುವ ಮುನ್ನ ಯಾಕೆ ಆ ವಿಷಯವನ್ನು ಸಾರ್ವಜನಿಕ ಚರ್ಚೆಗೆ ತೆರೆದಿಡುತ್ತವೆ? ಇಂಥ ತರ್ಕಗಳು ಏನನ್ನು ಬಿತ್ತರಿಸುತ್ತಿವೆ? ಸಿಗರೇಟು, ಕುಡಿತಗಳ ಬಗ್ಗೆ ಗಾಂಧಿ ಯಾವತ್ತೂ ಚರ್ಚಿಸಿದವರಲ್ಲ. ನೈತಿಕತೆ ವೈಯಕ್ತಿಕ ಮೌಲ್ಯಗಳ ಬಗ್ಗೆ ಅವರಿಗೆ ಯಾವ ಗೊಂದಲಗಳೂ ಇರಲಿಲ್ಲ. ಅದರ ಕುರಿತು ಸಾರ್ವಜನಿಕ ಚರ್ಚೆಯಿಂದ ನಿರ್ಣಯಿಸಬೇಕಾದ ಅನಿವಾರ್ಯತೆಯೂ ಇರಲಿಲ್ಲ. ಹಾಗಿದ್ದರೆ, ಇದು ಸ್ವಂತ ವಿವೇಚನೆಯಿಂದ ಒಂದು ನಿರ್ಧಾರಕ್ಕೆ ಬರಲಾಗದ ನಮ್ಮ ಸರ್ಕಾರಗಳ ಅಸಾಮರ್ಥ್ಯವೇ? ಮೇಲ್ನೋಟಕ್ಕೆ ಇದು ನಮ್ಮ ಜನಪ್ರತಿನಿಧಿಗಳ ಬೌದ್ಧಿಕ ದಿವಾಳಿತನದಂತೆಯೋ ಅಥವಾ ನಮ್ಮ ಪ್ರಜಾಪ್ರಭುತ್ವ ವ್ಯವಸ್ಥೆಯ ಮಹಾನ್ ಶಕ್ತಿಯಂತೆಯೋ ಕಾಣುತ್ತದೆ. ಆದರೆ ವಾಸ್ತವವಾಗಿ ಇದು ತರ್ಕದ ದುರುಪಯೋಗ. ಅದು ಹೇಗೆ ಎನ್ನುವುದನ್ನು 'ಥ್ಯಾಂಕ್ಯೂ ಫಾರ್ ಸ್ಮೋಕಿಂಗ್' ಸಿನಿಮಾ ಸ್ಪಷ್ಟವಾಗಿ ತೆರೆದಿಡುತ್ತದೆ.

ಇತ್ತೀಚೆಗೆ ನಮ್ಮ ಕೇಂದ್ರ ಸರ್ಕಾರವು ಆಲೋಚಿಸಿದಂತೆ, 'ಥ್ಯಾಂಕ್ಯೂ ಫಾರ್ ಸ್ಮೋಕಿಂಗ್' ಸಿನಿಮಾದಲ್ಲಿಯೂ ಸಿಗರೇಟು ಪ್ಯಾಕುಗಳ ಮೇಲೆ ತಲೆ ಬುರುಡೆಯ ಚಿತ್ರವನ್ನು ಡೇಂಜರ್ ಸಿಂಬಲ್ ಎನ್ನುವಂತೆ ಕಡ್ಡಾಯವಾಗಿ ಹಾಕಬೇಕು ಅಂತ ಅಮೇರಿಕದ ಪ್ರಭುತ್ವ ಶಾಸನ ತರಲು ತಯಾರಿ ನಡೆಸುತ್ತದೆ. ಅದರ ಅಂಗವಾಗಿ ಸಾರ್ವಜನಿಕ ಚರ್ಚೆಯೊಂದನ್ನು ಏರ್ಪಡಿಸುತ್ತದೆ. ಭಾರತದಲ್ಲೂ ಇತ್ತೀಚೆಗೆ ಬಂದ ವಾದದಂತೆ, 'ಹಾಗಿದ್ದರೆ ವಿಮಾನಗಳು, ಟ್ರೈನುಗಳು, ಸಕ್ಕರೆ, ಎಲ್ಲದರ ಮೇಲೂ ಅಪಾಯ ಸೂಚಕ ಚಿಹ್ನೆ ಹಾಕಿ. ಯಾಕೆಂದರೆ ಒಂದು ವರ್ಷದಲ್ಲಿ ಸಿಗರೇಟು ಸೇದಿ ಸಾಯುವವರಿಗಿಂತ ಹೆಚ್ಚು ಜನ ವಿಮಾನ ಅಪಘಾತದಲ್ಲಿ ಸಾಯುತ್ತಾರೆ' ಎಂದು ನಿಕ್ ತನ್ನ ವಾದ ಮಂಡಿಸುತ್ತಾನೆ!

ಯಾವ ವಿಷಯವನ್ನು ತರ್ಕದಿಂದ ತೀರ್ಮಾನಿಸಬಹುದು? ಯಾವುದಕ್ಕೆ ತರ್ಕವು ಅವಶ್ಯಕ? ಯಾವ ವಿಚಾರಕ್ಕೆ ತರ್ಕವು ಅರ್ಥಹೀನ ಎನ್ನುವುದರ ಬಗ್ಗೆಯೇ ನಮಗೆ ಎಚ್ಚರವಿಲ್ಲ. ಅದನ್ನೂ ನಿಕ್ ಲೇವಡಿ ಮಾಡುತ್ತಾನೆ. 'ಅಮೇರಿಕವು ಯಾಕೆ ಪ್ರಪಂಚದ ಅತ್ಯುತ್ತಮ ರಾಷ್ಟ್ರವಾಗಿದೆ?' ಎಂದು ಆತನ ಮಗ ಶಾಲೆಯ ಪ್ರಬಂಧದ ವಿಷಯದ ಕುರಿತು ಕೇಳಿದಾಗ, 'ಒಂದು ವೇಳೆ ಅಮೇರಿಕವು ಪ್ರಪಂಚದ ಅತ್ಯುತ್ತಮ ರಾಷ್ಟ್ರ ಎನ್ನುವುದು ನಿಜವೇ ಆಗಿದ್ದರೂ, ಅದನ್ನು ಸಾಬೀತು ಪಡಿಸಲು ಯಾರಿಂದಲೂ

ಸಾಧ್ಯವಿಲ್ಲ. ಹಾಗಾಗಿ ನೀನು ಏನು ಹೇಳಿಯೂ ಅದನ್ನು ಸಾಬೀತು ಪಡಿಸಬಹುದು. ಸರಿಯಾಗಿ ತರ್ಕಿಸಿದರೆ ನಿನ್ನ ಮಾತು ಯಾವತ್ತೂ ತಪ್ಪಾಗುವುದಿಲ್ಲ' ಎಂದು ನಿಕ್ ತನ್ನ ಮಗನಿಗೆ ಪ್ರಬಂಧ ಬರೆಯಲು ಸಹಾಯ ಮಾಡುತ್ತಾನೆ.

'ಯಾವಾಗಲೂ ನೀನೇ ಸರಿಯಾಗಿರಲು ಹೇಗೆ ಸಾಧ್ಯ? ನೀನೂ ತಪ್ಪಬಹುದಲ್ಲ?' ಅಂತ ಕೇಳಿದರೆ, 'Thats the beauty of an argument. When your job is to be right, you are never wrong!' ಎಂದು ನಿಕ್ ತನ್ನ ಮಗನಿಗೆ ತರ್ಕದ ಸೋಜಿಗ ಸೋಪಾನಗಳನ್ನೆಲ್ಲ ತಿಳಿಸಿಕೊಡುತ್ತಾನೆ. 'ಅದು ಹೇಗೆ ಸಾಧ್ಯ? ನನ್ನ ನಂಬಿಕೆಯನ್ನು ನೀನು ಕೇವಲ ತರ್ಕದ ಮೂಲಕ ಹೇಗೆ ಬದಲಾಯಿಸಲು ಸಾಧ್ಯ?' ಎಂದು ಮಗ ಮತ್ತೆ ಅನುಮಾನಿಸಿದಾಗ, ನಿಕ್ ಅದಕ್ಕೊಂದು ಉದಾಹರಣೆ ಕೊಡುತ್ತಾನೆ. 'ನಿನಗೆ ವೆನಿಲಾ ಐಸ್ ಕ್ರೀಮ್ ಎಂದರೆ ಇಷ್ಟ; ನನಗೆ ಚಾಕೊಲೇಟ್ ಐಸ್ ಕ್ರೀಮ್. ಈಗ ತರ್ಕಿಸುವುದಕ್ಕೆ ಏನೂ ಇಲ್ಲ ಅಂತಲ್ಲವೆ ನೀನು ಹೇಳುವುದು? ಸರಿ, ನಿನಗೆ ವೆನಿಲಾ ಯಾಕಿಷ್ಟ ಹೇಳು?' ಅಂತ ಕೇಳುತ್ತಾನೆ. 'ಯಾಕೆಂದರೆ ವೆನಿಲಾ ಈಸ್ ದಿ ಬೆಸ್ಟ್. ಅದಕ್ಕಿಂತ ಮಿಗಿಲಾದದ್ದು ಬೇರೆ ಯಾವುದೂ ಇಲ್ಲ' ಅನ್ನುತ್ತಾನೆ ಮಗ. 'ಹೌದಾ? ನನಗೆ ವೆನಿಲಾಕ್ಕಿಂತಲೂ ಮಿಗಿಲಾದದ್ದು ಬೇಕು. ಅದಕ್ಕೆಂದೇ ನಾನು ಚಾಕೊಲೇಟ್ ತಿನ್ನುತ್ತೇನೆ. ಅಷ್ಟೇ ಏಕೆ ಚಾಕೊಲೇಟಿಗಿಂತಲೂ ಮಿಗಿಲಾದದ್ದು ಇದ್ದರೆ ನನಗೆ ಅದೂ ಬೇಕು. ನನ್ನ ಮನಸ್ಸು ಮತ್ತು ಬುದ್ಧಿ ಒಳ್ಳೆಯದಕ್ಕೆ ಉತ್ತಮವಾದುದಕ್ಕೆ ಯಾವಾಗಲೂ ತೆರೆದಿದೆ. ಇದು ಆಯ್ಕೆಯ ಸ್ವಾತಂತ್ರ್ಯದ ಪ್ರಶ್ನೆ. ನೀನೂ ಒಮ್ಮೆ ಚಾಕೊಲೇಟ್ ತಿಂದು ನೋಡು' ಎನ್ನುತ್ತಾನೆ. ಮಗನಿಗೆ ಗೊಂದಲವಾಗುತ್ತೆ. ಅದು ಸರಿ, ನೀನು ಹೇಳಿದ್ದೇ ಸರಿ ಅಂತ ನೀನೆಲ್ಲಿ ಸಾಬೀತು ಮಾಡಿದೆ ಅಂತ ಕೇಳುತ್ತಾನೆ. ನಿನ್ನ ಮಾತು ತಪ್ಪು ಅಂತಾಯಿತಲ್ಲ. ನಿನ್ನದು ತಪ್ಪು ಅಂತಾದರೆ ನನ್ನದು ಸರಿ ಎಂದು ನಿಕ್ ಐಸ್ ಕ್ರೀಮ್ ನೆಕ್ಕುತ್ತಾನೆ. 'ಇಲ್ಲ, ನನಗಿನ್ನೂ ಮನದಟ್ಟಾಗಿಲ್ಲ' ಎಂದಾಗ, 'ನಿನ್ನ ಮನವೊಲಿಸುವುದು ನನ್ನ ಉದ್ದೇಶವಲ್ಲ. ನಾನು ನಿನ್ನ ಹಿಂದೆ ಬಿದ್ದಿಲ್ಲ. ಅಗೋ ಅಲ್ಲಿ ಕೂತಿದ್ದಾರಲ್ಲ – ನಾನು ಅವರ ಹಿಂದೆ ಬಿದ್ದಿದ್ದೇನೆ. ಅವರಿಗೆ ಏನನ್ನು ರವಾನಿಸಬೇಕೋ ಅದನ್ನು ರವಾನಿಸಿಯಾಗಿದೆ' ಎಂದು ಸುತ್ತ ನೆರೆದ ಜನರನ್ನು ತೋರಿಸುತ್ತಾನೆ. ಸಂಗತಿಗಳನ್ನು ಹರಡುವುದಷ್ಟೇ ನನ್ನ ಕೆಲಸ. ನನ್ನ ನಂಬಿಕೆಯನ್ನು ಮತ್ತೊಬ್ಬರ ಮೇಲೆ ಹೇರುವ ಕೆಲಸವನ್ನು ನಾನು ಮಾಡುವುದಿಲ್ಲ. ಅವರವರ ನಂಬಿಕೆಗೆ ತಕ್ಕಂತೆ ಅವರವರೇ ಆಯ್ಕೆ ಮಾಡಿಕೊಳ್ಳುತ್ತಾರೆ. ನಿರ್ಧಾರಗಳನ್ನು ಅವರವರೇ ತೆಗೆದುಕೊಳ್ಳುತ್ತಾರೆ ಎನ್ನುತ್ತಾನೆ.

ಇದು ವಿತಂಡವಾದದ್ದೇ ಮತ್ತೊಂದು ರೂಪ. ಇಂಥ ಮಾತುಗಳನ್ನು ನಾವೂ ದಿನನಿತ್ಯ ಆಡುತ್ತಿರುತ್ತೇವೆ. ಹಿಂದೊಮ್ಮೆ ತಂಪು ಪಾನೀಯಗಳಲ್ಲಿರುವ ಹಾನಿಕಾರಕ

ಅಂಶಗಳ ಬಗ್ಗೆ ದೊಡ್ಡ ಸುದ್ದಿಯಾದಾಗ ನನ್ನ ಸ್ನೇಹಿತನೊಬ್ಬ ಅದೇ ಪಾನೀಯ ಕುಡಿಯುತ್ತಿದ್ದ. ಕೇಳಿದರೆ, 'ನಾವು ಕುಡಿಯುವ ನೀರು ಶುದ್ಧವಾಗಿದೆಯೇನು? ಎಲ್ಲವೂ ಕಲುಷಿತವೇ' ಎಂದು ವಿಚಿತ್ರವಾದ ವಿತಂಡವಾದದ ಆಸರೆ ಪಡೆಯುತ್ತಿದ್ದ.

ಹೀಗೆ, ತರ್ಕದಿಂದ ಸಾಧಿಸಲಾಗದ ಲೌಕಿಕದ್ದೇ ಸಾವಿರಾರು ಸಂಗತಿಗಳಿದ್ದಾವೆ. ಅಂಥ ಸಂಗತಿಯನ್ನು ಸಮರ್ಥಿಸಿಕೊಳ್ಳುವುದಕ್ಕೆ ತರ್ಕವನ್ನು ಹೇಗೆ ಬೇಕಾದರೂ ಬಳಸಿಕೊಳ್ಳಬಹುದು. ಇಂಥ ಜಾಣ ಮಾರ್ಗದ ಲಾಭ ಪಡೆವ ಜನರು ಸಾರ್ವಜನಿಕ ಚರ್ಚೆಯ ದೊಂಬರಾಟ ನಡೆಸಿ ಅದರಿಂದ ತಮಗೆ ಬೇಕಾದ ಅಭಿಪ್ರಾಯಗಳೇ ಜನರ ಮನಸ್ಸಿನಲ್ಲಿ ಮೂಡುವಂತೆ ತರ್ಕವನ್ನು ಹರಡುತ್ತಾರೆ. ಒಂದು ವಿಷಯದ ಕುರಿತು ಸಾವಿರಾರು ವಿಚಾರಗಳು ಹೊರಬಂದರೂ ಕೊನೆಗೂ ಜನರು ಅವರವರ ನಂಬಿಕೆಗೆ ಪೂರಕವಾಗುವಂಥ ಮಾತುಗಳನ್ನೇ ಆಯ್ದುಕೊಂಡು ತಮ್ಮ ನಿಲುವುಗಳಿಗೇ ಜೋತುಕೊಂಡಿರುತ್ತಾರೆ. ವಿತಂಡವಾದವು ವಿಜೃಂಭಿಸುತ್ತದೆ. ಮಾತಿನಲ್ಲಿ ಗೆಲ್ಲುವುದು ಸುಲಭವಾಗುತ್ತದೆ. 'If you attain success in the war, it will not prove that you were in the right. It will only prove that your power of destruction was greater' – ಗಾಂಧೀಜಿ ಹಿಟ್ಲರನಿಗೆ ಬರೆದ ಪತ್ರದಲ್ಲಿನ ಈ ಸಾಲನ್ನು ಮಾತಿನ ಚರ್ಚೆಯ ಗೆಲುವಿಗೂ ಅನ್ವಯಿಸಬಹುದೇನೋ.

(ತರ್ಕ (ಲಾಜಿಕ್), ಚರ್ಚೆ (ಆರ್ಗ್ಯುಮೆಂಟ್), ಸಂವಾದ (ಡಿಸ್‌ಕಶನ್) – ಈ ಮೂರಕ್ಕೂ ಸೂಕ್ಷ್ಮವಾದ ಅರ್ಥ ವ್ಯತ್ಯಾಸಗಳಿದ್ದರೂ, ಈ ಬರವಣಿಗೆಯಲ್ಲಿ ಅವೆಲ್ಲದರಲ್ಲಿಯೂ ಇರುವ ಮಾತುಕತೆಯ ಅಂಶವನ್ನು ಮುಖ್ಯವಾಗಿ ಪರಿಗಣಿಸಲಾಗಿದೆ. ಚರ್ಚೆಯ ಸುಸಂಬದ್ಧತೆಯಿಂದಲೇ ನಿರೂಪಿತವಾಗಿರುವ 'ದಿ ಗ್ರೇಟ್ ಡಿಬೇಟರ್ಸ್' ಎನ್ನುವ ಸಿನಿಮಾದಲ್ಲಿ ಬರುವ ಚರ್ಚೆಯನ್ನು ಆಸಕ್ತರು ಗಮನಿಸಬಹುದು).

ಜೂನ್ 2015

ಒಳಹರಿವಿನ ಅರಿವಿನ ಕನ್ನಡ

ಮನುಷ್ಯ ಮಾತನ್ನು ಮೂರು ರೀತಿಯಲ್ಲಿ ಮುಟ್ಟುತ್ತಾನೆ. ಮಾತನಾಡುವುದು, ಆಲೋಚಿಸಿ ಮಾತಾಡುವುದು, ಮತ್ತು ಮಾತಿನ ಬಗ್ಗೆ ಆಲೋಚಿಸುವುದು. ತನ್ನ ಮಾತಿನ ಬಗ್ಗೆಯೇ ಆಲೋಚಿಸುವುದು ಮನುಷ್ಯನ ಅತ್ಯಂತ ಮುಂದುವರಿದ ಸ್ಥಿತಿಯೆಂದು ನಾವು ಭಾವಿಸಿದರೆ, ಅದು ಮಾತಿನಿಂದ ಅತ್ಯಂತ ದೂರವಾಗಿರುವ ಸ್ಥಿತಿಯೂ ಹೌದು. ಮುಂದುವರೆಯುವುದೆಂದರೆ ದೂರವಾಗುವುದು ಅಂತಲೇ ತಾನೇ? ಭಾಷೆಯ ಚೆಲುವನ್ನು, ಬೆರಗನ್ನು, ನಿಗೂಢತೆಯನ್ನು ಆಸ್ವಾದಿಸುವ ಸಲುವಾಗಿ ದೂರ ನಿಂತು ಆಲೋಚಿಸುವುದು ಒಂದು ಬಗೆ. ಭಾಷೆಯ ಸ್ಥಿತಿ-ಗತಿ, ಅಳಿವು-ಉಳಿವು, ಇತ್ಯಾದಿ ಆತಂಕ ಸೂಚಕ ಪರಾಮರ್ಶೆಯು ಮತ್ತೊಂದು ಬಗೆ. ಕೇವಲ ಸಂಖ್ಯಾಧಾರಿತ ಮಾಹಿತಿಗಳನ್ನು ಕಲೆಹಾಕಿ ಭಾಷೆಯ ಕುರಿತು ಮಾತನಾಡುವುದೆಂದರೆ ಆ ಭಾಷೆಯನ್ನು ಜಡವಾಗಿಸಿದಂತೆಯೇ. ಅದರ ಬಗ್ಗೆ ಆತಂಕದಿಂದ ಆಲೋಚಿಸಬೇಕಾದ ಸ್ಥಿತಿ ಬಂದಿದೆ ಎನ್ನುವವನು, ತಾನೂ ಜಡಗೊಳ್ಳುತ್ತ ಆ ಭಾಷೆಯಿಂದ ದೂರವಾಗಿರುತ್ತಾನೆ. ಇಂಥ ಆತಂಕಕಾರಿ ಪರಿಸರದಲ್ಲಿ ನಾವೆಲ್ಲ ಬದುಕುತ್ತಿದ್ದೇವೆ ಎನ್ನುವುದನ್ನು ಸಾಬೀತುಪಡಿಸುವುದೇ ಕಸುಬಾಗಿ ಆ ಭಾಷೆಯಿಂದ ಮತ್ತಷ್ಟು ದೂರ ಸಾಗುತ್ತಿರುತ್ತಾನೆ. ದೂರ ಸಾಗಿದಂತೆ ಆತನ ಆತಂಕವು ಉಲ್ಬಣಿಸುತ್ತದೆ. ಅದರಿಂದ ಪಾರಾಗುವ ದಾರಿಯೂ ಸ್ಪಷ್ಟವಿಲ್ಲದೆ, ಉಳಿದವರನ್ನೂ ತನ್ನ ಅಂಕಿ-ಅಂಶಗಳ ಬಿಲದೊಳಗೆ ಸಿಲುಕಿಕೊಳ್ಳುವಂತೆ ತನ್ನ

ಆತಂಕವನ್ನೇ ಪದೇ ಪದೇ ಬಿತ್ತರಿಸುತ್ತಾನೆ. ಹೀಗೆ ಕನ್ನಡದ ಬಗ್ಗೆ ದೂರ ನಿಂತು ಆಲೋಚಿಸಬೇಕಾದ ಅನಿವಾರ್ಯತೆ ನನಗಿಲ್ಲವಾದರೂ, ಕನ್ನಡದ ಬಗೆಗಿರುವ ಆತಂಕಗಳಿಗೆ ಉತ್ತರ ಬಯಸುವವರಿಗೆ ಉಪಯೋಗವಾಗಲೆಂದು, ಕನ್ನಡದ ಕುರಿತಾದ ನನ್ನದೇ ಕೆಲವು ಸಂಗತಿಗಳನ್ನು ಮೆಲುಕು ಹಾಕುತ್ತೇನೆ.

ನಾನು ನನ್ನ ಬಾಲ್ಯದ ಬಹುಪಾಲು ದಿನಗಳನ್ನು ಕಳೆದಿದ್ದು ಬೆಂಗಳೂರಿನ ಶಿವಾಜಿನಗರದಲ್ಲಿ. ತಮಿಳು, ತೆಲುಗು, ಉರ್ದು ಮಾತನಾಡುವವರ ನಡುವೆ ಬೆರಳೆಣಿಕೆಯಷ್ಟು ಕನ್ನಡಿಗರೂ ಅಲ್ಲಿದ್ದರು. ಎಲ್ಲರೂ ಅವರವರ ಭಾಷೆಯ ಜನರೊಂದಿಗೆ ಅವರದೇ ಭಾಷೆಯಲ್ಲಿ ಮಾತಾಡುತ್ತಿದ್ದರು. ಉರ್ದು ಭಾಷಿಗರೇ ಹೆಚ್ಚಿನ ಸಂಖ್ಯೆಯಲ್ಲಿ ಇರುವುದರಿಂದ ಸಹಜವಾಗಿ ಆ ಪರಿಸರದಲ್ಲಿ ಕಿವಿಗೆ ಹೆಚ್ಚಾಗಿ ಕೇಳಸಿಗುವ ಭಾಷೆ ಉರ್ದುವೇ. ಆದರೆ ಅಂತರಭಾಷೀಯ ವ್ಯವಹಾರಕ್ಕೆ ಯಾರು ಯಾರೊಂದಿಗೆ ಯಾವ ಭಾಷೆಯನ್ನು ಬಳಸಬೇಕೆನ್ನುವುದಕ್ಕೆ ಒಂದು ರೀತಿಯ ಅಲಿಖಿತ ನಿಯಮವಿತ್ತು. ಉರ್ದು ಮಾತಾಡುವವರು ಮಿಕ್ಕವರೊಂದಿಗೆ ಹೆಚ್ಚಾಗಿ ಅವರವರ ಭಾಷೆಯಲ್ಲಿ – ಅಂದರೆ ತಮಿಳರೊಂದಿಗೆ ತಮಿಳಿನಲ್ಲಿ, ಕನ್ನಡಿಗರೊಂದಿಗೆ ಕನ್ನಡದಲ್ಲಿ ಮಾತಾಡುತ್ತಿದ್ದರು. ತೆಲುಗು ತಮಿಳಿನ ನಡುವೆ ತಮಿಳಿನದ್ದೇ ಮೇಲುಗೈ. ಕನ್ನಡಿಗರೊಂದಿಗೆ ಮಾತ್ರ ಎಲ್ಲರೂ ಕನ್ನಡದಲ್ಲಿಯೇ ಮಾತಾಡುತ್ತಿದ್ದರು. ಎಷ್ಟೋ ತೆಲುಗು ಮಾತೃಭಾಷಿಗರು ಮನೆಯಲ್ಲೂ ಹೆಚ್ಚಾಗಿ ಕನ್ನಡದಲ್ಲಿಯೇ ಮಾತಾಡುತ್ತಿದ್ದರು. ಎಲ್ಲರಿಗೂ ಎಲ್ಲ ಭಾಷೆಯ ಪರಿಚಯವಿದ್ದರೂ – ಮೊದಲಿಗೆ ಕನ್ನಡ, ನಂತರ ತಮಿಳು, ತೆಲುಗು, ಕೊನೆಯಲ್ಲಿ ಉರ್ದು – ಇದು ಅಂತರಭಾಷೀಯರ ನಡುವೆ ಪಾಲಿಸಲ್ಪಡುತ್ತಿದ್ದ ಕ್ರಮಾಂಕ. ಎಲ್ಲ ಸಂದರ್ಭದಲ್ಲೂ ಇದು ಹೀಗೇ ಜರುಗದಿದ್ದರೂ, ಸಾಮಾನ್ಯವಾಗಿ ಇದೇ ರೂಢಿಯಿತ್ತು. ಜಗಳಗಳಲ್ಲಿ ಮಾತ್ರ ಎದುರಿನವನು ಯಾವ ಭಾಷೆಯವನಿದ್ದರೂ ಬೈಗುಳಗಳು ಅವರದೇ ಸ್ವಂತ ಭಾಷೆಯ ಸೃಜನಶೀಲತೆಯಿಂದಲೇ ಹೊಮ್ಮುತ್ತಿತ್ತು.

ಕುತೂಹಲದ ಸಂಗತಿಯೆಂದರೆ ಶಿವಾಜಿನಗರದಲ್ಲಿ ಬಹುಸಂಖ್ಯಾತರ ಭಾಷೆಯಾದ ಉರ್ದು 'ಇತರ'ರೊಂದಿಗಿನ ವ್ಯವಹಾರದಲ್ಲಿ ಅತಿ ಕಡಿಮೆ ಬಳಸಲ್ಪಡುತ್ತಿದ್ದರೆ, ಅಲ್ಪಸಂಖ್ಯಾತರ ಭಾಷೆಯಾದ ಕನ್ನಡವು ಅತಿ ಹೆಚ್ಚು ಬಳಕೆಯಲ್ಲಿತ್ತು. ನನಗಂತು ವ್ಯವಹಾರಕ್ಕಾಗಿ ಉರ್ದುವನ್ನು ಬಳಸಿದ ನೆನಪೂ ಇಲ್ಲ. ಕೆಲವೊಮ್ಮೆ ತರಕಾರಿ ಮಾರುವವರೊಂದಿಗೆ ತಮಿಳನ್ನು ಬಳಸುವ ಸಂದರ್ಭವಿರುತ್ತಿತ್ತು. ಅದೂ ಒಂದೆರಡು ಪದಗಳಷ್ಟೇ. ಅದು ಬಿಟ್ಟರೆ ಶಿವಾಜಿನಗರದ 'ಸಹವಾಸ'ದಲ್ಲಿ ಸುಮಾರು ಹದಿನೆಂಟು ವರ್ಷಗಳನ್ನು ಮನೆಯ ಒಳಗೂ ಹೊರಗೂ ಕನ್ನಡವನ್ನು ಮಾತನಾಡುತ್ತಲೇ ಕಳೆದಿದ್ದೇನೆ.

ಇದೇ ಸಂದರ್ಭದಲ್ಲಿ ಕಾಲೇಜಿನ ವಾತಾವರಣವು ಸಂಪೂರ್ಣ ಆಂಗ್ಲಮಯವಾಗಿತ್ತು. ಬಾಂಜೋವಿ, ಬ್ರಯನ್ ಆಡಮ್ಸ್‌ಗಳದ್ದೇ ಭರಾಟೆ. ಕನ್ನಡದ ಭಾವಗೀತೆಗಳೆಂದರೆ ಮಹಾ ಬೋರಿಂಗ್. ಕನ್ನಡದ ಸಿನಿಮಾಗಳೆಂದರೆ ಪರಮ ವಾಕರಿಕೆ. ಕನ್ನಡದಲ್ಲಿ ಮಾತನಾಡಿದರೇ ಕೀಳರಿಮೆ ಎನ್ನುವ ಹುಡುಗ ಹುಡುಗಿಯರು. ಇಂಜಿನಿಯರಿಂಗ್ ಮುಗಿಯುವ ಹೊತ್ತಿಗೆ ಕಂಪ್ಯೂಟರಿನ ಒಡಲಾಳದ ಭಾಷೆ ಕರಗತವಾಗುತ್ತ ಕನ್ನಡವನ್ನು ಓದುವ ಅಭ್ಯಾಸವೇ ತಪ್ಪಿಹೋಗಿ, ಹಲವರಿಗೆ ಕನ್ನಡದ ಪತ್ರಿಕೆಯ ಒಂದು ಪುಟವನ್ನು ಓದಿ ಮುಗಿಸುವುದಕ್ಕೂ ಹರಸಾಹಸ ಪಡಬೇಕಾದಂಥ ಸ್ಥಿತಿ. ನಮ್ಮ ಕ್ಲಾಸಿನಲ್ಲಿ ಅರ್ಧವಾಸಿ ಕನ್ನಡದ ಹುಡುಗ ಹುಡುಗಿಯರಿದ್ದರೂ ನಾವುಗಳು ಪರಸ್ಪರ ಕನ್ನಡದಲ್ಲಿ ಮಾತನಾಡಿಕೊಂಡಿದ್ದು ವಿರಳವೇ.

ಕನ್ನಡವಾಗಲೀ ಇಂಗ್ಲೀಷಾಗಲೀ ಅನಿವಾರ್ಯವಲ್ಲದ ಇಂಥ ಹಲವಾರು ಕಾಲೇಜುಗಳಿಂದ ಕಲಿತು ಬಂದವರು ಇಂದು ಅನೇಕ ಬಹುರಾಷ್ಟ್ರೀಯ ಕಂಪನಿಗಳಲ್ಲಿ ಕೆಲಸ ಮಾಡುತ್ತಿದ್ದಾರೆ. ಇಂಥ ಕಂಪನಿಗಳಲ್ಲಿ ಕನ್ನಡದಲ್ಲಿ ವ್ಯವಹರಿಸಬೇಕಾದ ಅವಶ್ಯಕತೆಯೇ ಇರದು. ಇಂಗ್ಲೀಷು ಎನ್ನುವುದು ಅನಿವಾರ್ಯ. ಆದರೂ ಇಲ್ಲಿ ಕನ್ನಡವನ್ನು ದಿನನಿತ್ಯ ಕೇಳುತ್ತಲೂ ಆಡುತ್ತಲೂ ಇದ್ದೇನೆ. ಇಲ್ಲಿನ ಹೆಚ್ಚಿನ ಕನ್ನಡಿಗರು ಇಂಗ್ಲೀಷು ಪತ್ರಿಕೆಗಳನ್ನಷ್ಟೇ ಓದುತ್ತ, ಕನ್ನಡ ಪುಸ್ತಕಗಳನ್ನು ಓದುವ ಸಂಕಷ್ಟಕ್ಕೆ ಸಿಲುಕದೆ, ಒಟ್ಟಿನಲ್ಲಿ ಕನ್ನಡವನ್ನು ಓದುವ ಪದ್ಧತಿಯಿಂದಲೇ ಪಾರಾಗಿದ್ದಾರೆ. ಆದರೆ ಕಂಪನಿಯ ವ್ಯವಹಾರದಲ್ಲಿ ಪರಸ್ಪರ ಕನ್ನಡದಲ್ಲಿ ಮಾತಾಡುತ್ತ ಅಲ್ಲೊಂದು ಆಪ್ತಭಾವದ ವಾತಾವರಣವನ್ನು ಸೃಷ್ಟಿಸಿಕೊಳ್ಳುತ್ತಾರೆ. ಕೆಲಸದ ವಿಚಾರದಲ್ಲಿ ಸಹೋದ್ಯೋಗಿಗಳನ್ನು ಓಲೈಸುವ ಪರಿಸ್ಥಿತಿ ಎದುರಾದಾಗ, ಒಂದೆರಡು ಕನ್ನಡದ ವಾಕ್ಯಗಳನ್ನು ಅದರ ಎಲ್ಲ ಬಾಗು ಬಳುಕಿನೊಂದಿಗೆ ಮನೆಯವರಲ್ಲಿ ಮಾತನಾಡುವಂತೆ ಮಾತನಾಡಿ ಒಪ್ಪಿಸಲು ನೋಡುತ್ತಾರೆ. ಎಂಥ ಕಠಿಣ ಸನ್ನಿವೇಶವನ್ನೂ ಮೆತ್ತಗಾಗಿಸುವ ಸುಲಭ ಅಸ್ತ್ರವೆಂದರೆ ಕನ್ನಡವೇ. ಉದಾಹರಣೆಗೆ, ಆಫೀಸಿನ ಕಂಪ್ಯೂಟರಿನಲ್ಲಿ ನಮಗೆ ಬೇಕಾದ ಸಾಫ್ಟ್‌ವೇರ್‌ಗಳನ್ನು ಇನ್‌ಸ್ಟಾಲ್ ಮಾಡಲೆಂದೇ ಒಂದು ತಂಡವಿರುತ್ತದೆ. ಸಾಫ್ಟ್‌ವೇರ್‌ಗಳನ್ನು ನಾವೇ ಇನ್‌ಸ್ಟಾಲ್ ಮಾಡಿಕೊಳ್ಳುವ ಹಾಗಿಲ್ಲ. ಯಾವುದೇ ಸಾಫ್ಟ್‌ವೇರ್ ಬೇಕಿದ್ದರೂ ಸರಿಯಾದ ಕಾರಣ ನೀಡಿ ಅರ್ಜಿ ಸಲ್ಲಿಸುವ ಹಾಗೆ, ಆ ತಂಡದವರ ಮೇಲೆ ಒಂದು ರಿಕ್ವೆಸ್ಟ್ ಟಿಕೆಟ್ (ಮನವಿ ಪತ್ರ) ಓಪನ್ ಮಾಡಬೇಕು. ಅದಕ್ಕೆ ಇಪ್ಪತ್ತೆಂಟು ಮ್ಯಾನೇಜರ್‌ಗಳ ಒಪ್ಪಿಗೆ ಬೇಕು. ಅದೆಲ್ಲವೂ ಆದಮೇಲೆ ಇಂತಿಷ್ಟು ದಿನದೊಳಗೆ ಆ ತಂಡದವರು ನಾವು ಕೇಳಿದ ಸಾಫ್ಟ್‌ವೇರನ್ನು ಇನ್‌ಸ್ಟಾಲ್ ಮಾಡುತ್ತಾರೆ. ಇದೊಂದು ಸಣ್ಣ ಉದಾಹರಣೆಯಷ್ಟೇ. ಹೀಗೆ ಅನೇಕ ಕೆಲಸಗಳನ್ನು

ಬೇರೆ ಬೇರೆ ತಂಡದವರಿಂದ ಮಾಡಿಸಿಕೊಳ್ಳಬೇಕಾಗುತ್ತದೆ. ಎಲ್ಲದಕ್ಕೂ 'ಪ್ರಾಸೆಸ್' ಪಾಲಿಸುತ್ತ ಕೂತರೆ ಆಗಬೇಕಾದ ಕೆಲಸ ತಡವಾಗುವುದೆಂದು ಎಷ್ಟೋ ಬಾರಿ ಈ ನಿಯಮಗಳನ್ನು ಮೀರಿ ಕೆಲಸಗಳನ್ನು ಮಾಡಿಸಿಕೊಳ್ಳುತ್ತೇವೆ. ಪ್ರಾಸೆಸ್ ಅನ್ನುವುದು ತನ್ನ ಪಾಡಿಗೆ ತಾನು ಜರುಗುತ್ತದೆ. ಅಂಥ ಸಂದರ್ಭದಲ್ಲಿ ಇಂಗ್ಲೀಷಿನಲ್ಲಿ ಪ್ರೊಫೆಶನಲ್ ಆಗಿ ಮಾತನಾಡಿದರೆ ನೂರೆಂಟು ರೂಲ್ಸು ಹೇಳುತ್ತಾರೆ. ಅದೇ ಕನ್ನಡದಲ್ಲಿ, 'ಸ್ವಲ್ಪ ಬೇಗ ನೋಡಿ ಸಾರ್,...ಟಿಕೆಟ್ ರೈಸ್ ಮಾಡಿದೀನಿ,....ಸ್ವಲ್ಪ ಅರ್ಜೆಂಟು' ಎಂದರೆ ಅವರ ಮಾತಿನ ಧ್ವನಿಯೇ ಮೆತ್ತಗಾಗಿ ಕೆಲಸ ಮಾಡಿಕೊಡುತ್ತಾರೆ. ಹೀಗೆ ಕನ್ನಡವು 'ಗಿಟ್ಟಿಸಿಕೊಳ್ಳುವ' ಉಪಾಯವಾಗಿಯೂ ಐಟಿ ಕಂಪನಿಗಳಲ್ಲಿ ದಿನನಿತ್ಯದ ಬಳಕೆಯಲ್ಲಿದೆ. ಕೇವಲ ಕನ್ನಡ ಮಾತ್ರವಲ್ಲದೆ ತಮಿಳು, ತೆಲುಗು, ಬಂಗಾಲಿ, ಒಡಿಸ್ಸಿ ಭಾಷೆಗಳೂ ಸಹ ಇಂಥ ಸಂಬಂಧವೃದ್ಧಿ ಉಪಕರಣವಾಗಿವೆ. ಐಟಿ ಪ್ರಪಂಚದಲ್ಲಿ ಉನ್ನತ ಮಟ್ಟದಲ್ಲಿ ಸರಾಗವಾದ ಸ್ಪಷ್ಟವಾದ ಇಂಗ್ಲೀಷಿನ ಅವಶ್ಯಕತೆ ಇದ್ದರೂ, ಆಂತರಿಕ ಸಂಬಂಧಗಳನ್ನು ಬೆಸೆಯುವಲ್ಲಿ ಸ್ಥಳೀಯ ಭಾಷೆಗಳ ಪಾತ್ರವೇ ಮಹತ್ವದ್ದಾಗಿದೆ.

ಇದು ಕೇವಲ ಐಟಿ ಕಂಪನಿಗಳ ಒಳಗಿನ ಸಂಗತಿಯಲ್ಲ. ಹೊರಗಿನ ದಿನನಿತ್ಯದ ವ್ಯವಹಾರದಲ್ಲಿಯೂ ಕನ್ನಡದಲ್ಲಿ ಮಾತನಾಡಿದಷ್ಟು ಸುಲಭದಲ್ಲಿ ಇಂಗ್ಲೀಷು ಉಪಯೋಗಕ್ಕೆ ಬರಲಾರದು. ಕನ್ನಡ ಬಾರದವರೆಂದರೆ ಮನೆಯ ಮಾಲಿಕ ಬಾಡಿಗೆ ಹೆಚ್ಚಿಸುತ್ತಾನೆ, ಆಟೋದವರು ರಫ್ ಆಗುತ್ತಾರೆ, ಮನೆಗೆಲಸದವರು ಸರಿಯಾಗಿ ಸಹಕರಿಸುವುದಿಲ್ಲ, ತರಕಾರಿಯವನು ಬೆಲೆ ಹೆಚ್ಚಿಸುತ್ತಾನೆ. ಆದ್ದರಿಂದ, ಆಟೋದವರೊಂದಿಗೆ ಮಾತಾಡುವಷ್ಟು ಕನ್ನಡವನ್ನು ಹೊರರಾಜ್ಯದವರೂ ಕಲಿತುಕೊಳ್ಳುತ್ತಿದ್ದರು. ಕೆಲವು ಕಂಪನಿಗಳಲ್ಲಿ ಕನ್ನಡ ಸಂಘಗಳನ್ನು ಕಟ್ಟಿಕೊಂಡು ಇತರ ರಾಜ್ಯದವರಿಗೆ ಕನ್ನಡ ಕಲಿಸುವ ತರಗತಿಗಳನ್ನೂ ಏರ್ಪಡಿಸುತ್ತಿದ್ದಾರೆ.

ಆದರೆ, ದಿನನಿತ್ಯದ ವ್ಯವಹಾರದಲ್ಲಿ ಬಳಸುವ ಅನಿವಾರ್ಯತೆಯೇ ಇಲ್ಲದಿರುವಾಗ ಒಂದು ಭಾಷೆಯನ್ನು ಕಲಿಯುವುದಾದರು ಹೇಗೆ. ಬಳಕೆಗೆ ಬಾರದ ಯಾವ ಕಲಿಕೆಯೂ ನೆನಪಿನಲ್ಲಿ ಉಳಿಯುವುದಿಲ್ಲ. ಯಾಕೆಂದರೆ ಇಂದು ಮಾಲ್‌ಗಳು ಬಂದಮೇಲೆ ತರಕಾರಿಯವರೊಂದಿಗೆ ಕನ್ನಡದಲ್ಲಿ ವ್ಯವಹರಿಸುವ ಅವಶ್ಯಕತೆಯಿಲ್ಲ. ಓಲಾ ಕ್ಯಾಬುಗಳನ್ನು ಮೊಬೈಲಿನ ಕ್ಲಿಕ್ಕಿನಲ್ಲಿ ಹಿಡಿಯಲು ಶುರುವಾದ ಮೇಲೆ ಆಟೋದವರೊಂದಿಗೆ ವ್ಯವಹರಿಸುವ ಅವಶ್ಯಕತೆಯಿಲ್ಲ. ಈಶಾನ್ಯ ರಾಜ್ಯದ ನೌಕರರು ಬಂದಮೇಲೆ ಕೆಲಸದವರೊಂದಿಗೂ ಕನ್ನಡ ಅನಿವಾರ್ಯವಲ್ಲ. ಈ–ಕಾಮರ್ಸಿನ ಆರ್ಭಟದಲ್ಲಿ ರಕ್ತಬೀಜಾಸುರನಂತೆ ಹುಟ್ಟಿಕೊಳ್ಳುತ್ತಿರುವ ವೆಬ್‌ಸೈಟು, ಮೊಬೈಲ್ ಆಪ್‌ಗಳಿಂದಾಗಿ ತರಕಾರಿ, ದಿನಸಿ, ಬಟ್ಟೆ, ಎಲೆಕ್ಟ್ರಾನಿಕ್ ವಸ್ತುಗಳೆಲ್ಲವನ್ನೂ

ಮಾತಿನ ಅವಶ್ಯಕತೆಯೇ ಇಲ್ಲದೆ ಮೊಬೈಲಿನಲ್ಲಿ ಕೇವಲ ಬೆರಳ ಇಶಾರೆಯಿಂದಲೇ ಖರೀದಿಸಬಹುದಾಗಿದೆ. ಇನ್ನು ಕೆಲವೇ ದಿನಗಳಲ್ಲಿ ಜಿ.ಪಿ.ಎಸ್ ವ್ಯವಸ್ಥೆಯು ಭಾರತದಲ್ಲೂ ಕರಾರುವಾಕ್ಕಾಗಿ ಕೆಲಸ ಮಾಡಲು ಶುರುವಾದ ಮೇಲೆ, ದಾರಿ ಮಧ್ಯೆ ನಿಂತು ಅಪರಿಚಿತರಲ್ಲಿ, 'ಅಣ್ಣಾ ಈ ಅಡ್ರೆಸ್ ಎಲ್ಲಿ ಬರುತ್ತೆ',.....'ಗುರೂ, ಇಲ್ಲಿ ಹತ್ತಿರದಲ್ಲಿ ಪೆಟ್ರೋಲ್ ಬಂಕ್ ಎಲ್ಲಿದೆ' ಎಂದು ವಿಳಾಸ ಹುಡುಕುವ ಮಾತುಗಳೂ ಕಣ್ಮರೆಯಾಗಬಹುದು. ಹೀಗೆ ಸಾಮಾಜಿಕ ವ್ಯಾವಹಾರಿಕ ವಾತಾವರಣವನ್ನೇ ಬದಲಾಯಿಸುವುದರಿಂದ ಕನ್ನಡಿಗರೂ ಕನ್ನಡಿಗರೊಂದಿಗೆ ಕನ್ನಡದಲ್ಲಿ ಮಾತನಾಡದ ಸ್ಥಿತಿ ಉಂಟಾಗುತ್ತಿದೆ. ನಮ್ಮವರಿದ್ದರೂ ಗುರುತಿಸದೆ, ಎಲ್ಲರೂ ಎಲ್ಲರನ್ನೂ ಅನ್ಯರೇ ಎಂದು ಭಾವಿಸುತ್ತಾರೆ. ಹಾಗಾಗಿ ಎಲ್ಲರೂ ಇಂಗ್ಲೀಷಿನಲ್ಲೇ ಮಾತನಾಡಲು ಮುಂದಾಗುತ್ತಾರೆ. ಕನ್ನಡವು ಶ್ರಮಿಕವರ್ಗದಿಂದ ದೂರಾದಂತೆ ಸಮಾಜವೂ ಕನ್ನಡದ ಬಳಕೆಯಿಂದ ದೂರ ಸರಿಯುತ್ತದೆ.

ಆದರೂ ಕನ್ನಡಕ್ಕೆ ಇದೆಲ್ಲವನ್ನೂ ಜೀರ್ಣಿಸಿಕೊಳ್ಳುವ ಶಕ್ತಿ ಯಾವತ್ತಿನಿಂದಲೂ ಇತ್ತು; ಇರುತ್ತದೆ. ತೆಲುಗಿನವರ ಚಿಲ್ಲರೆ ದಿನಸಿ ಅಂಗಡಿಗಳು, ಚಿನ್ನದ ಮಳಿಗೆಗಳು, ತಮಿಳರ ತರಕಾರಿ ಮತ್ತು ಬಾಳೇ ಮಂಡಿಗಳು, ಮಾರ್ವಾಡಿಗಳ ಜವಳಿ ಮಾರುಕಟ್ಟೆ, ಉರ್ದು ಭಾಷಿಗರ ಗುಜರಿ ಅಂಗಡಿಗಳು, ಜಗತ್ತಿನ ಎಲ್ಲ ಆಧುನಿಕ ಟೆಕ್ನಾಲಜಿಯ ಕ್ಯಾಮೆರಾ, ಮೊಬೈಲ್, ಕಂಪ್ಯೂಟರ್‌ಗಳನ್ನು ರಿಪೇರಿ ಮಾಡಬಲ್ಲ ಚತುರರ ಅಗ್ರಹಾರದಂತಿರುವ ಎಸ್.ಪಿ ರೋಡು, ಐಟಿ–ಬಿಟಿ ಕಾರಿಡಾರುಗಳು, ಎಲ್ಲದರೊಳಗೂ ಕನ್ನಡವು ಯಾವ ಯಾವುದೋ ನೆಪದಲ್ಲಿ ರೂಪದಲ್ಲಿ ನಿಧಾನವಾಗಿ ಹರಡಿಕೊಳ್ಳುತ್ತ ತನ್ನನ್ನು ತಾನು ವಿಸ್ತರಿಸಿಕೊಳ್ಳುತ್ತಲೇ ಬಂದಿದೆ. ಅವಕಾಶವೇ ಇಲ್ಲದಂಥ ಪಬ್ ಸಂಸ್ಕೃತಿಯಲ್ಲೂ ಕನ್ನಡದ ವಾಕ್ಯಗಳು ಫ್ಯಾಶನ್ ರೂಪದಲ್ಲಿ ನಡುನಡುವೆ ಸುಳಿಯುವುದನ್ನು ಗಮನಿಸಿದ್ದೇನೆ. ಎಫೆಮ್ಮಿನ ಕನ್ನಡವನ್ನು ನಾವು ಎಷ್ಟೇ ಜರಿದರೂ ಅಲ್ಲಿಯೂ ಯಾವುದೋ ಒಂದು ರೂಪದಿಂದ ಕನ್ನಡವು ತನ್ನ ಸ್ಥಾನವನ್ನು ಕಬಳಿಸಿದೆ. ಹಾಗೆಯೇ, ಪೆಡಂಭೂತವಾಗಿ ಬೆಳೆಯುತ್ತಿರುವ ಈ–ಕಾಮರ್ಸಿನ ಜಾಲದೊಳಗೂ ಕನ್ನಡವು ಒಂದಲ್ಲ ಒಂದು ನೆಪದಿಂದ ರೂಪದಿಂದ ನುಸುಳಿಕೊಳ್ಳುತ್ತದೆ.

ಇದೆಲ್ಲವೂ ಕನ್ನಡವನ್ನು ಪಾರಂಪರಿಕವಾಗಿ ಬೆಳೆದುಬಂದ ಸಂಸ್ಕೃತಿಯ ಹಿನ್ನೆಲೆಯಲ್ಲಿ ನೋಡದೆ, ಜನರ ನಡುವಿನ ಆಡುಮಾತಿನ ಬಳಕೆಯ ದೃಷ್ಟಿಯಿಂದ ಮಾತ್ರ ಗಮನಿಸಿರುವಂಥದ್ದು. ಇಂದಿನ ಬದಲಾದ ಸಾಮಾಜಿಕ ಆರ್ಥಿಕ ಪರಿಸರದಲ್ಲಿ ಕನ್ನಡವು ಹೇಗೆ ಪರಿವರ್ತಿತಗೊಂಡು ಪಸರಿಸುತ್ತಿದೆ, ಜನ'ಪದ'ದ ಬಳಕೆಯಲ್ಲಿ ಕನ್ನಡವು ಯಾವ ಕಾರಣಕ್ಕಾಗಿ ಯಾವ ರೂಪದಲ್ಲಿ ಸಂಚರಿಸುತ್ತಿದೆ ಎನ್ನುವುದು

ಕನ್ನಡದ ಸಂಸ್ಕೃತಿಯು ಬದಲಾಗುತ್ತಿರುವ ಸಂಕೇತವೂ ಆಗಿರುತ್ತದೆಯಲ್ಲವೇ? ಹಾಗೆ ಅಂತರ್ಯಾಮಿಯಾಗಿ ಸಂಚರಿಸುತ್ತಲೇ ಭಾಷೆಯು ತನ್ನ ಅಸ್ತಿತ್ವವನ್ನು ವಿಸ್ತರಿಸಿಕೊಳ್ಳುತ್ತಲೂ ಇರುತ್ತದೆ.

ವೈಯಕ್ತಿವಾಗಿ ಹೇಳುವುದಾದರೆ ಶಿವಾಜಿನಗರದಂಥ ವಾತಾವರಣದಲ್ಲಿ ಬೆಳೆದು, ಸಂಪೂರ್ಣ ಆಂಗ್ಲಮಯವಾಗಿದ್ದ ವಾತಾವರಣದಲ್ಲಿ ಕಲಿತು, ಕನ್ನಡದ ಅನಿವಾರ್ಯತೆಯೇ ಇಲ್ಲದ ಪರಿಸರದಲ್ಲಿ ಉದ್ಯೋಗದಲ್ಲಿದ್ದು, ಹೊರನಾಡುಗಳಲ್ಲಿ ಬದುಕಿರುವಾಗಲೂ ಕನ್ನಡದಿಂದ ಬೇರ್ಪಟ್ಟ ಸಂದರ್ಭವೇ ನನ್ನ ಪಾಲಿಗೆ ಬಂದಿರಲಿಲ್ಲ. 'ಎದೆಗು ಎದೆಗು ನಡುವಿದೆ ಹಿರಿಗಡಲು' ಎಂದ ಅಡಿಗರೇ, 'ಅಮೃತವಾಹಿನಿಯೊಂದು ಹರಿಯುತಿದೆ ಮಾನವನ ಎದೆಯಿಂದಲೆದೆಗೆ ಸತತ...' ಎಂದು ಹಾಡಿದ್ದಾರೆ. ಎಲ್ಲ ಕಂದರಗಳ ನಡುವೆಯೂ ಎಲ್ಲ ವಲಯಗಳ ಒಳಗೂ ಬಹುಭಾಷಿಗರ ಮಧ್ಯೆಯೂ ಕನ್ನಡದ ಇಂಧನವು ನಿರಾಯಾಸವಾಗಿ ಸಂಚರಿಸುತ್ತಿದೆ. ನನ್ನೊಳಗೆ ಆದಂತೆ ಕನ್ನಡದ ಕಿಡಿ ಯಾರಲ್ಲಿಯೂ ಯಾವ ಸಮಯದಲ್ಲೂ ಝುಗ್ಗನೆ ಹೊತ್ತಿಕೊಳ್ಳಬಹುದು. ಯಾಕೆಂದರೆ ಮಾತೃಭಾಷೆಯೆನ್ನುವುದು ನಮ್ಮ ಜೈವಿಕ ಸಂರಚನೆಯ ಭಾಗವೇ ಅನ್ನುವಷ್ಟು ನಮ್ಮೊಳಗೆ ಸೇರಿಕೊಂಡಿರುತ್ತದೆ. ವ್ಯವಹಾರಕ್ಕಾಗಿ ನಾವು ಯಾವ ಭಾಷೆಯನ್ನು ಅಪ್ಪಿಕೊಂಡರೂ ಆವಾಹಿಸಿಕೊಂಡರೂ ಅದೊಂದು ಪರ್‌ಫಾರ್ಮೆನ್ಸ್ ಮಟ್ಟದಲ್ಲಿ ಮಾತ್ರ ನಮ್ಮೊಳಗೆ ಕೆಲಸ ಮಾಡುತ್ತಿರುತ್ತದೆ. ಭಾಷೆಯಿಂದ ನಮ್ಮ ಜೈವಿಕ ಸಂರಚನೆಯನ್ನು ಬಿಡಿಸಿಕೊಳ್ಳುವುದು ಅಷ್ಟು ಸುಲಭವಲ್ಲ. ಹಾಗೆ ತನ್ನ ಜೈವಿಕ ಸಂರಚನೆಯನ್ನು ಭಾಷೆಯಿಂದ ಬಿಡಿಸಿಕೊಳ್ಳುವುದಕ್ಕೆ ಸಾಧ್ಯವಾದರೆ ಆಗ ಆ ಮನುಷ್ಯನು ಪ್ರಪಂಚದ ಯಾವ ಭಾಷೆಯಲ್ಲೂ ಅನಾಯಾಸವಾಗಿ ಮಾತನಾಡಬಹುದು!

ನವೆಂಬರ್ 2015

ಅಂದ ನುಡಿ ಹುಸಿಯಾಗಬಾರದು

ನುಡಿ ಯಾವತ್ತೂ ಲೋಕಕ್ಕೆ ತಾಗಿಕೊಂಡಿರೋದಿಲ್ಲ
ಬಾಗಿಕೊಂಡಿರುತ್ತದೆ
– ಕೆ.ವಿ.ತಿರುಮಲೇಶ್

ಭಾಷೆಯ ಅವತಾರಗಳು ಎರಡು: ಮಾತು ಮತ್ತು ನುಡಿ. ದಿನನಿತ್ಯದ ಸಂವಹನ, ಚರ್ಚೆ, ವಾಗ್ವಾದ, ಸಂವಾದ, ಚಿಂತನೆ, ಭಾಷಣಗಳು ಮಾತಿನ ಸ್ವರೂಪಗಳಲ್ಲಿ ಸೇರಿಕೊಂಡಿವೆ. ಕಾವ್ಯ ಮತ್ತು ಮಂತ್ರಗಳು ಅಥವ ಇವುಗಳ ಹಾಗೆ ತನಗೆ ತಾನೇ ಆಡಿಕೊಂಡಂತೆ ಇರುವ ಮಾತಿನ ಸ್ವರೂಪಗಳೂ ನುಡಿಯ ಚಾವಡಿಯಲ್ಲಿದೆ. ಮಾತಿಗೆ ವ್ಯಾವಹಾರಿಕ ಅನಿವಾರ್ಯತೆಯು ಪ್ರೇರಣೆಯಾದರೆ, ನುಡಿಗೆ ಸ್ಫುರಣೆ ಹಾಗು ದರ್ಶನದ ಉನ್ಮಾದ. ಮಾತಿಗೆ ಲೋಕವನ್ನು ಮಣಿಸುವ ಹುನ್ನಾರ ಹವಣಿಕೆಗಳಿರುತ್ತದೆ. ನುಡಿಗೆ ತಾನು ಮಣಿದಿರುವ ಭಾವ.

ಮಾತು ಮತ್ತು ನುಡಿಗಳೆರಡನ್ನೂ ಜೋಡಿಸಿ ಗ್ರಹಿಸುವ ಒಂದು ಪದ್ಧತಿ ದಕ್ಷಿಣ ಕನ್ನಡದಲ್ಲಿದೆ. ಅಲ್ಲಿನ ನಾಗ-ದೈವಗಳ ದರ್ಶನದಲ್ಲಿ ಪಾತ್ರಿಯು ಕೊಡುವ ಉತ್ತರಕ್ಕೆ 'ನುಡಿ ಕೊಡುವುದು' ಎನ್ನುತ್ತಾರೆ. 'ಸ್ವರಸೇವೆ'ಯ ನಾದದ ಸ್ಫುರಣೆಯಲ್ಲಿ ಒದಗಿ ಬರುವ ಮಾತು ನುಡಿಯಾಗುತ್ತದೆ. ಅದನ್ನು ಜನರು ಸತ್ಯವಾಕ್ಯವೆಂದು ನಂಬುತ್ತಾರೆ. ಅಷ್ಟೇ ಅಲ್ಲದೆ, ಹಾಗೆ ಬಂದ ಉತ್ತರವನ್ನು ಕಾಲಾಂತರದಲ್ಲಿ ಅಲ್ಲಗಳೆಯುವ

ದಾರಿಯೂ ಇದೆ! 'ನುಡಿ ಸರಿಯಾಗಲಿಲ್ಲ' ಅಥವ 'ಸರಿ ನುಡಿ ಬರಲಿಲ್ಲ' ಎಂದು ಜನರು ಪಾತ್ರಿಯ ಮಾತನ್ನೇ ಕೆಡವಿ ಹಾಕುತ್ತಾರೆ! ದೈವದ ಮೇಲಿನ ನಂಬಿಕೆ ಮುಂದುವರೆಯುತ್ತದೆ!

'ಮಾತಿಗೆ ತಪ್ಪಬಾರದು', 'ಮಾತು ಬಿಡದ ಅಣ್ಣಪ್ಪ', 'ಮಾತೆಂಬುದು ಜ್ಯೋತಿರ್ಲಿಂಗ', 'ಮಾತಿನ ಮಲ್ಲ', 'ಉತ್ತಮ ವಾಗ್ಮಿ', 'ಅವನದ್ದು ಬರೀ ಮಾತು'....ಹೀಗೆ ಜನಮಾನಸದಲ್ಲಿ ಭಾಷೆ ಎನ್ನುವುದು ಮಾತು ಮತ್ತು ನುಡಿಯ ಮಧ್ಯದಲ್ಲಿ ತುಯ್ಯುತ್ತಲೇ ಇರುತ್ತದೆ. ಅಂಥ ಭಾಷೆಯು ಮನುಷ್ಯನ ಸಂಪರ್ಕಕ್ಕೆ ಬಂದು ಅದು ಅವನ ಅಸ್ತಿತ್ವದ ಭಾಗವಾಗುವುದು ಹೇಗೆ? ತನ್ನೆಲ್ಲ ಸಂವಹನಕ್ಕೂ ಯಾವುದೋ ಒಂದು ಭಾಷೆಯ ಅಗತ್ಯವಿದ್ದರೆ ಸಾಕೇ ಅಥವ ಬೇರೆ ಬೇರೆ ಭಾಷೆಗಳ ಅಗತ್ಯವಿದೆಯೇ? ತನ್ನ ಸಂವಹನಕ್ಕೆ ತಕ್ಕುದಾದ ಭಾಷೆಯನ್ನು ಆಯ್ದುಕೊಳ್ಳುವ ಸ್ವಾತಂತ್ರ್ಯ ಮನುಷ್ಯನಿಗಿದೆಯೇ? ಇನ್ನೂ ಸ್ಪಷ್ಟವಾಗಿ ಕೇಳಬೇಕೆಂದರೆ ಹತ್ತಾರು ಭಾಷೆಗಳಿರುವ ತನ್ನ ಪರಿಸರದಲ್ಲಿ ಮನುಷ್ಯ ಯಾವ ಭಾಷೆಯನ್ನು ಯಾಕೆ ಮತ್ತು ಹೇಗೆ ಕಲಿಯುತ್ತಾನೆ?

ಮೊದಲಿಗೆ ಭಾಷೆಯೊಂದನ್ನು ತನ್ನ ಮಾತಾಗಿಸಿಕೊಳ್ಳುವ ಸ್ವಾತಂತ್ರ್ಯ ಮನುಷ್ಯನಿಗಿರುವುದಿಲ್ಲ. ಮಾತೃಭಾಷೆಯಲ್ಲಿಯೇ ಮಾತನ್ನು ಮೊದಲು ಕಲಿಯಬೇಕಿರುವುದು ಅನಿವಾರ್ಯ. ನಮ್ಮ ಭಾಷಾ ವ್ಯವಹಾರವನ್ನೇ ಅವಲೋಕಿಸಿದರೆ, ಹಿಂದೆ ನಾವೇ ಬಳಸುತ್ತಿದ್ದ ಎಷ್ಟೋ ಪದಗಳನ್ನು ಈಗ ಬಳಸುತ್ತಲೇ ಇಲ್ಲವಲ್ಲ ಅನ್ನುವುದನ್ನು ಕಂಡು ಆಶ್ಚರ್ಯವಾಗುತ್ತದೆ. ಅಂದರೆ ನಮ್ಮ ಮಾತೃಭಾಷೆಯ ಒಳಗೂ ನಮಗೇ ತಿಳಿಯದಂತೆ ನಾವು ನಿತ್ಯವೂ ಪರಿವರ್ತನೆಗೆ ಒಳಗಾಗುತ್ತಲೇ ಇರುತ್ತೇವೆ. ಬೆಳೆಯುತ್ತ ಬೆಳೆಯುತ್ತ ನಾಲ್ಕಾರು ಭಾಷೆಗಳ ವಿನಿಯೋಗ ಕಂಡುಬರುತ್ತದೆ. ಈ ಹಂತದಲ್ಲೂ ಯಾವ ಭಾಷೆಯನ್ನು ತಾನು ಕಲಿತರೆ ಒಳಿತು ಎಂದು ಆಯ್ದುಕೊಂಡು ಕಲಿತ ಮಾತ್ರಕ್ಕೆ ಆ ಭಾಷೆ ಒಲಿಯುವುದಿಲ್ಲ. ನಾನು ಮೊದಲಿನಿಂದಲೂ ಇಂಗ್ಲೀಷು ಮೀಡಿಯಮ್ಮಿನಲ್ಲೇ ಕಲಿತಿದ್ದರೂ, ಇಂಜಿನಿಯರಿಂಗ್ ಕಾಲೇಜು ಸೇರುವವರೆಗೂ ಅಂದರೆ ಸುಮಾರು ಹತ್ತು-ಹನ್ನೆರಡು ವರ್ಷಗಳಷ್ಟು ಕಾಲ ನನಗೆ ಇಂಗ್ಲೀಷಿನಲ್ಲಿ ಸರಾಗವಾಗಿ ಮಾತಾಡಲು ಬೇಕಾದ ಆತ್ಮವಿಶ್ವಾಸವಿರಲಿಲ್ಲ. ಒಂದು ಬಗೆಯ ಹಿಂಜರಿಕೆ ಇದ್ದೇ ಇತ್ತು. ಯಾಕೆಂದರೆ ನಮ್ಮ ಶಾಲೆಯಲ್ಲಿ ಕಲಿಯುವುದಕ್ಕೆ ಮಾತ್ರ ಇಂಗ್ಲೀಷನ್ನು ಉಪಯೋಗಿಸುತ್ತಿದ್ದೆವು. ಮಿಕ್ಕಂತೆ ಸ್ನೇಹಿತರೊಂದಿಗೆ ಟೀಚರುಗಳೊಂದಿಗೆ ಕನ್ನಡ ತಮಿಳಿನಲ್ಲೇ ಮಾತಾಡುತ್ತಿದ್ದೆವು. ಹಾಗೆ ನೋಡಿದರೆ, ನಾನು ಶಾಲೆಯಲ್ಲಿ ಕಲಿತದ್ದಕ್ಕಿಂತ ಹೆಚ್ಚಿನ ಇಂಗ್ಲೀಷನ್ನು ಕ್ರಿಕೆಟ್ ಕಾಮೆಂಟರಿ ಕೇಳುತ್ತ ಕಲಿತೆ. ಆದ್ದರಿಂದ ಇಂಗ್ಲೀಷು ಮೀಡಿಯಮ್ಮಿನಲ್ಲಿ ಓದಿದ

ಮಾತ್ರಕ್ಕೆ ಇಂಗ್ಲೀಷು ಬರುತ್ತದೆ ಎನ್ನುವುದೊಂದು ಭ್ರಮೆ. ಇನ್ನು, ಮೂರನೆಯ ಭಾಷೆ ಎಂದು ಆಯ್ದುಕೊಂಡಿದ್ದ ಹಿಂದಿಯ ಪರಿಸ್ಥಿತಿಯು ಇದಕ್ಕಿಂತಲೂ ಕರುಣಾಜನಕವಾಗಿತ್ತು. ನಾನು ಮುಂಬೈಗೆ ಹೋಗುವವರೆಗೂ ನನ್ನ ಹಿಂದಿ ಮಾತು ತುಂಡರಿಸುತ್ತಲೇ ಇತ್ತು. ಈ ದೇಶದ ಜನರು ಶಾಲೆಯಲ್ಲಿ ಕಲಿತದ್ದಕ್ಕಿಂತ ಹೆಚ್ಚಿನ ಹಿಂದಿಯನ್ನು ಸಿನಿಮಾಗಳನ್ನು ನೋಡಿ ಕಲಿತಿರುತ್ತಾರೆ.

ನಾನು ಶಿವಾಜಿನಗರದಲ್ಲಿ ಬೆಳೆದವನಾದ್ದರಿಂದ ಮೂರ್ನಾಲ್ಕು ಭಾಷೆಗಳು ಕಲಿಯದೆಯೇ ಆಡುವುದಕ್ಕೆ ಒದಗಿತು. ನಮ್ಮ ಪಕ್ಕದ ಮನೆಯಲ್ಲಿ ತೆಲುಗು ಭಾಷಿಗರಿದ್ದರು. ಮೇಲಿನ ಮನೆಯವರು ಮರಾಠಿಗರು. ಎದುರು ಮನೆಯವರು ತಮಿಳರು. ಬೀದಿಯಲ್ಲಿ ನಿಂತರೆ ಹೆಚ್ಚೆಗೊಬ್ಬರು ಉರ್ದು ಮಾತನಾಡುವವರು. ಸ್ನೇಹಿತರ ವಲಯದಲ್ಲಿ ಎಲ್ಲ ಭಾಷಿಗರೂ ಇದ್ದರು. ಎಲ್ಲರಿಗೂ ಎಲ್ಲ ಭಾಷೆಯೂ ಅಲ್ಪಸ್ವಲ್ಪ ತಿಳಿದಿತ್ತು. ಅದು ಕಲಿತು ತಿಳಿದಿದ್ದಲ್ಲ; ಕೇಳಿ ತಿಳಿದಿದ್ದು. ತಮಾಷೆಯೆಂದರೆ, ನಾನು ಶಾಲೆಯಲ್ಲಿ ಕಲಿಯದ ತಮಿಳು ತೆಲುಗಿನಲ್ಲಿ ಯಾವುದೇ ಹಿಂಜರಿಕೆಯಿಲ್ಲದೆ ಮಾತನಾಡುತ್ತಿದ್ದೆ. ಆದರೆ ಕಲಿತ ಇಂಗ್ಲೀಷಿನಲ್ಲಿ ಮಾತಾಡುವುದಕ್ಕೆ ಹಿಂಜರಿಯುತ್ತಿದ್ದೆ. ಇಂಗ್ಲೀಷು ನಮಗೆ ಅರ್ಧ ತಿಳಿದ ಅರ್ಧ ಕಲಿತ ಭಾಷೆಯಾಗಿತ್ತು. ಕಲಿತಿದ್ದೆವು ಆದರೆ ಬಳಕೆಯಲ್ಲಿರಲಿಲ್ಲ. ಬಳಸುವಾಗ ಕಲಿತಿದ್ದರ ಎಚ್ಚರ. ತಪ್ಪಾಗಬಾರದೆನ್ನುವ ಎಚ್ಚರ. ಈ ಹಿಂಜರಿಕೆಯಿಂದ ತಪ್ಪಿಸಿಕೊಳ್ಳುವುದಕ್ಕೆ ಆ ಭಾಷೆಯ ಪರಿಸರಕ್ಕೆ ಒಗ್ಗಿಕೊಳ್ಳುವುದಕ್ಕೆ ಇಂಜಿನಿಯರಿಂಗ್ ಸೇರುವವರೆಗೂ ಕಾಯಬೇಕಾಯಿತು. ಇನ್ನೂ ತಮಾಷೆಯ ವಿಷಯವೆಂದರೆ, ಹಳ್ಳಿಗಳಲ್ಲಿ ಕನ್ನಡ ಮಾಧ್ಯಮದಲ್ಲಿ ಕಲಿತು ಬಂದು ಇಂಜಿನಿಯರಿಂಗ್ ಸೇರಿದ ಸ್ನೇಹಿತರು ನನ್ನಷ್ಟೇ ಸುಲಭವಾಗಿ ಸಿಡ್ನಿ ಶೆಲ್ಡನ್, ಜೆಫ್ರಿ ಆರ್ಚರ್‌ಗಳನ್ನು ಓದುತ್ತ, ಕ್ರಿಕೆಟ್ ಕಾಮೆಂಟರಿ ಕೇಳುತ್ತ, ಇಂಗ್ಲೀಷು ಸಿನಿಮಾಗಳನ್ನು ನೋಡುತ್ತ ಆ ಪರಿಸರಕ್ಕೆ ಒಗ್ಗಿಕೊಂಡರು.

ಹಾಗೆಂದು ಇದು ಕೇವಲ ಪರಿಸರದ ಪ್ರಭಾವವಲ್ಲ. ಸೋಂಕು ರೋಗದ ಹಾಗೆ ಪರಿಸರಕ್ಕೆ ತಕ್ಕಂತೆ ಭಾಷೆ ನಮ್ಮೊಳಗೆ ನುಸುಳುತ್ತದೆ ಎಂದುಕೊಳ್ಳುವ ಹಾಗೂ ಇಲ್ಲ. ಯಾಕೆಂದರೆ ಸುತ್ತಲೂ ತುಳುವಿನ ಪರಿಸರದಿಂದ ಕೂಡಿರುವ ಕುಂದಾಪುರ ತಾಲ್ಲೂಕಿನಲ್ಲಿ ಮಾತ್ರ ಎಲ್ಲೂ ತುಳುವಿನ ಪಸೆಯಿಲ್ಲ. ಅಲ್ಲಿ ಯಾರಿಗೂ ತುಳು ಭಾಷೆ ಬರುವುದಿಲ್ಲ. ಉಡುಪಿ ಬ್ರಹ್ಮಾವರ ದಾಟಿ ಬಿಟ್ಟರೆ ತುಳು ಮಾಯ. ತುಳುವಿನಲ್ಲೂ ಶೂದ್ರ ತುಳು ಬ್ರಾಹ್ಮಣರ ತುಳು ಅಂತಿದೆ. ಕುಂದಾಪುರ ಕನ್ನಡದಲ್ಲೂ ಶೂದ್ರ ಭಾಷೆ ಬ್ರಾಹ್ಮಣ ಭಾಷೆ ಇದೆ. ಒಂದೇ ಊರಿನ ಎದುರುಬದುರು ಮನೆಯವರು ಮಾತನಾಡುವ ಒಂದೇ ಬಗೆಯ ಕನ್ನಡ ಭಾಷೆಯಲ್ಲೂ ವ್ಯತ್ಯಾಸವಿದೆ! ಇಲ್ಲಿ ಭಾಷೆಯ ಸಂಕರವನ್ನು ತಡೆಹಿಡಿದಿರುವುದು ಕೇವಲ ಜಾತಿ ಅಥವ ಭೌಗೋಲಿಕ ವಿಭಜನೆ

ಅಂತ ಸುಲಭವಾಗಿ ಹೇಳುವಂತಿಲ್ಲ. ನಾಲ್ಕಾರು ಭಾಷೆಗಳು ಸುಲಭವಾಗಿ ನನ್ನೊಳಗೆ ನುಸುಳಿದ್ದರೂ ತುಳು ಭಾಷೆ ಮಾತ್ರ ಇಂದಿಗೂ ನನ್ನೊಳಗೆ ಸೇರಿಕೊಂಡಿಲ್ಲ. ಹಲವಾರು ಸ್ನೇಹಿತರು ಸಂಬಂಧಿಕರು ತುಳುವಿನಲ್ಲಿ ಮಾತಾಡುವುದನ್ನು ನಿತ್ಯ ಕೇಳುತ್ತಲಿದ್ದರೂ ಆ ಕಡೆ ಗಮನ ಹರಿದಿಲ್ಲ.

ಭಾಷೆಯನ್ನು ಆಯ್ದುಕೊಂಡು ಆಸಕ್ತಿಯಿಂದ ಕಲಿತು ಕಲಿಸುತ್ತಿರುವವರೂ ಇದ್ದಾರೆ. ನಾವು ಕೆಲಸಕ್ಕೆ ಸೇರಿದ ಹೊಸತರಲ್ಲಿ ಕಂಪನಿಯಲ್ಲಿ ನಮಗೆ ಫ್ರೆಂಚ್ ಕಲಿಸಿಕೊಡಲಾಯಿತು. ಅದನ್ನು ಕಲಿಸಿಕೊಡುತ್ತಿದ್ದವನ ಮಾತೃಭಾಷೆ ಬಂಗಾಳಿ. ಬಂಗಾಳಿಯ ಬಳುಕುವ ಲಯದಲ್ಲಿಯೇ ಫ್ರೆಂಚ್ ಭಾಷೆಯನ್ನು ಬಳುಕಿಸಿ ಆಡುತ್ತಿದ್ದ. ನಾವುಗಳು ಫ್ರೆಂಚಿನಲ್ಲಿ, 'ಬಾನ್ ನುಯಿ', 'ಬಾನ್ ಸುಯಿ' ಅಂತೆಲ್ಲ ಒಬ್ಬರಿಗೊಬ್ಬರು ಶುಭ ಸಂದೇಶಗಳನ್ನು ರವಾನಿಸುತ್ತ ನಗುತ್ತಿದ್ದೆವು. ಜಪಾನಿ, ಜರ್ಮನ್, ಫ್ರೆಂಚ್ ಭಾಷೆಗಳ ಪದಗಳನ್ನು ಶುರುವಿನಲ್ಲಿ ಆಡುವುದು ಹಾಸ್ಯದ ಸಂಗತಿಯೇ. ಸಂಗೀತ ಕಲಿಯುವವನ ರಾಗಾಲಾಪದ ಅಣಕದಂತೆ. ಆದರೆ, ಅದಕ್ಕಿಂತಲೂ ಹೆಚ್ಚಾಗಿ ನನಗೆ ಆಗ ಅನ್ನಿಸುತ್ತಿದ್ದದ್ದು ನಮಗೆಲ್ಲ ಫ್ರೆಂಚ್, ಜಪಾನಿ, ಜರ್ಮನ್ ಭಾಷೆಗಳನ್ನು ಕಲಿಸುತ್ತಿರುವವರು ಬೇರೆ ಯಾವ ವ್ಯವಹಾರದಲ್ಲಿ ಆಯಾ ಭಾಷೆಗಳನ್ನು ಬಳಸುತ್ತಿರಬಹುದು ಎಂದು. ಮನೆಯಲ್ಲಿ ಹೆಂಡತಿ ಮಕ್ಕಳೊಂದಿಗೂ ಫ್ರೆಂಚ್ ಭಾಷೆಯಲ್ಲಿ ಮಾತಾಡುವಷ್ಟು ಅಭಿಮಾನ ಇರಲಿಕ್ಕಿಲ್ಲ. ನಮ್ಮೊಂದಿಗೆ ಮತ್ತು ಇತರ ಸಹೋದ್ಯೋಗಿಗಳೊಂದಿಗೆ ಇಂಗ್ಲೀಷಿನಲ್ಲಿಯೇ ವ್ಯವಹರಿಸುತ್ತಿದ್ದರು. ಸಂಬಂಧಿಕರೊಂದಿಗೆ ಬಂಗಾಳಿಯಲ್ಲಿಯೇ ಮಾತಾಡಬೇಕು. ವರ್ಷಕ್ಕೊಮ್ಮೆಯೋ ಎರಡು ವರ್ಷಕ್ಕೊಮ್ಮೆಯೋ ಫ್ರಾನ್ಸಿಗೆ ಹೋದರೆ ಫ್ರೆಂಚಿನಲ್ಲಿ ಮಾತಾಡುತ್ತಿದ್ದಿರಬೇಕು. ಅಥವ ತರ್ಜುಮೆ ಕಾರ್ಯಗಳಲ್ಲಿ ಫ್ರೆಂಚ್ ಭಾಷೆ ಬಳಕೆಗೆ ಬರುತ್ತಿದ್ದಿರಬಹುದು. ಹೆಚ್ಚೆಂದರೆ, ಫ್ರೆಂಚ್ ಪುಸ್ತಕ, ಸಿನಿಮಾಗಳನ್ನು ನೋಡುತ್ತಿದ್ದಿರಬೇಕು. ಆದರೆ, ಕಲಿಸಿಕೊಡುವುದಕ್ಕಾಗಿ ಮಾತ್ರ ಆತ ತನ್ನ ದೈನಂದಿನದಲ್ಲಿ ಫ್ರೆಂಚ್ ಭಾಷೆ ಬಳಸುತ್ತಿದ್ದ. ಕ್ಲಾಸು ಮುಗಿದ ಮೇಲೆ ಆ ಭಾಷೆಯನ್ನು ಆ ಕ್ಲಾಸು ರೂಮಿನಲ್ಲಿಯೇ ಬಿಟ್ಟು ಹೋಗುತ್ತಿದ್ದ. ಇಲ್ಲಿ ಭಾಷೆ ಎನ್ನುವುದು ಕೇವಲ ಸಂವಹನ ಸಂವೇದನೆ ಜಿಜ್ಞಾಸೆ ಮಾತ್ರವಲ್ಲ, ವೃತ್ತಿಯೂ ಆಗಿದೆ. ಆ ಭಾಷೆಯನ್ನು ಕಲಿಯುತ್ತಿದ್ದ ನಮ್ಮ ಮುಂದೆ ಎರಡು ಆಯ್ಕೆಗಳಿದ್ದವು. ಒಂದು: ಭಾಷೆಯನ್ನು ಆಸಕ್ತಿಯ ನೆಲೆಯಿಂದ ನಮ್ಮದಾಗಿಸಿಕೊಳ್ಳುವುದು. ಎರಡು: ಭಾಷೆಯನ್ನು ವೃತ್ತಿಯಾಗಿಸಿಕೊಳ್ಳುವುದು. ನಮ್ಮಲ್ಲಿ ಬಹುತೇಕ ಮಂದಿ ಎರಡನ್ನೂ ಆಯ್ದುಕೊಳ್ಳಲಿಲ್ಲ. ನಮ್ಮ ದೇಶದ ಸಂಸ್ಕೃತ ಭಾಷೆಯ ಸ್ಥಿತಿಯೂ ಇದಕ್ಕಿಂತ ಭಿನ್ನವಾಗಿಲ್ಲ. ಹಾಗೆ ಫ್ರೆಂಚ್ ಭಾಷೆಯನ್ನು ಕಲಿತು ಮರೆತ ನನ್ನ ಸ್ನೇಹಿತನೊಬ್ಬ ಹಾಲೆಂಡಿಗೆ ಹೋಗಿ ನೆಲೆಸುವ ಸಂದರ್ಭ ಬಂದಾಗ ಡಚ್

ಭಾಷೆ ಕಲಿಯತೊಡಗಿದ. ಸಾಹಿತ್ಯಿಕ ಸುಖಕ್ಕಾಗಿ, ಜ್ಞಾನಾರ್ಜನೆಗಾಗಿ ಭಾಷೆಯನ್ನು ಕಲಿತು ಅಭ್ಯಾಸ ಮಾಡುವವರು ವಿರಳ. ಆ ಭಾಷೆಯ ವರ್ತುಲದಲ್ಲಿ ಅವರೊಬ್ಬರೇ ವಿಹರಿಸುತ್ತ ಅದರ ಕಾಣ್ಕೆಗಳನ್ನು ತನ್ನವರೊಂದಿಗೆ ಹಂಚಿಕೊಳ್ಳುವುದಕ್ಕೆ ಪುನಃ ತನ್ನ ಮಾತೃಭಾಷೆಗೆ ಅಥವ ಇಂಗ್ಲೀಷಿಗೆ ಮರಳುತ್ತಾರೆ. ಇದನ್ನೆಲ್ಲ ನೋಡುವಾಗ ಮನುಷ್ಯ ಭಾಷೆಯನ್ನು ಆಯ್ದುಕೊಳ್ಳುತ್ತಾನೋ ಅಥವ ಭಾಷೆಯೇ ಮನುಷ್ಯನನ್ನು ಆಯ್ದುಕೊಳ್ಳುತ್ತದೆಯೋ ಎನ್ನುವ ಅನುಮಾನ ಬರುತ್ತದೆ!

ಒಟ್ಟಿನಲ್ಲಿ ಬದುಕಿನ ಭಾಗವಾಗದ ಹೊರತು ಯಾವ ಭಾಷೆಯೂ ನಮ್ಮದಾಗುವುದಿಲ್ಲ. ಅಸ್ತಿತ್ವದ ಅವಶ್ಯಕತೆಗೆ ಬೇಕಾಗುವ ಭಾಷೆಯನ್ನು ಜೀವಿಯು ತಾನಾಗಿಯೇ ಎತ್ತಿಕೊಂಡು ಅದಕ್ಕೆ ಹೊಂದಿಕೊಳ್ಳುತ್ತದೆ. ಅದಕ್ಕೆ ಬೇಕಾಗುವ (ಬೇಕೇ ಬೇಕೆಂದಿಲ್ಲದ) ಪೂರ್ವಸಿದ್ಧತೆಯನ್ನಷ್ಟೇ ಕಲಿಕೆಗಳು ಒದಗಿಸುತ್ತವೆ. ಭಾಷೆಯನ್ನು ಬದುಕಿನ ಯಾವ ಹಂತದಲ್ಲೂ ಎತ್ತಿಕೊಂಡು ತನ್ನದಾಗಿಸಿಕೊಳ್ಳುವ ಚಾತುರ್ಯ ಮತ್ತು ಸಾಮರ್ಥ್ಯ ಮನುಷ್ಯನಿಗಿರುತ್ತದೆ. ಕಲಿತಿರುವ ಭಾಷೆಗಳ ನಡುವೆ ಒಂದರಿಂದ ಮತ್ತೊಂದಕ್ಕೆ ಯಾವಾಗ ಬೇಕಾದರೂ ಜಿಗಿಯುವ ನಮ್ರತೆಯೂ ನಾಲಿಗೆಗಿದೆ. ಕುಂದಾಪುರ, ಬಿಜಾಪುರ ಮೂಲದವರು ಬೆಂಗಳೂರಿನ ಕನ್ನಡ ಮಾತಾಡುತ್ತಲೂ ತಮ್ಮವರನ್ನು ಕಂಡ ಕೂಡಲೇ ನಾಲಿಗೆಯು ಆಯಾ ಊರಿನ ಸ್ಥಳೀಯ ಲಯಕ್ಕೆ ಹೊರಳಿಕೊಳ್ಳುತ್ತದೆ. ಬೆಂಗಳೂರಿನಂಥ ಊರಿನಲ್ಲಿ ತಮಿಳು, ತೆಲುಗು, ಇಂಗ್ಲೀಷು, ಹಿಂದಿ, ಮಾರ್ವಾಡಿ, ಕೊಂಕಣಿ, ಮರಾಠಿ, ತುಳು ಮುಂತಾದ ಭಾಷೆಗಳ ಆವರ್ತನದಲ್ಲಿ ಮನುಷ್ಯ ಸರಾಗವಾಗಿ ಸಂಚರಿಸುತ್ತಿರುತ್ತಾನೆ. ಸಿನಿಮಾ ನಟರು ಬೇರೆ ಬೇರೆ ಭಾಷೆಗಳ ಸಿನಿಮಾಗಳಲ್ಲಿ ಅಲ್ಲಿನ ಸ್ಥಳೀಯ ಭಾಷೆಯ ಲಯವನ್ನೂ ಹಿಡಿದು ಸಂಭಾಷಣೆ ಒಪ್ಪಿಸುವುದನ್ನು ಕಲಿತಿರುತ್ತಾರೆ. ಇದು ಆ ನಟರಿಗಷ್ಟೇ ಇರುವ ಕಲಾ ನೈಪುಣ್ಯ ಮಾತ್ರವಲ್ಲ. ನಮ್ಮೂರಿನ ಎಷ್ಟೋ ಮಂದಿ ಆಂಧ್ರ ತಮಿಳುನಾಡಿನ ಬೇರೆ ಬೇರೆ ಊರುಗಳಲ್ಲಿ ಹೋಟೆಲು ಮಾಡಿಕೊಂಡಿರುವವರು ಅಲ್ಲಿನ ಭಾಷೆಯನ್ನು ಅದರದೇ ಲಯದಲ್ಲಿ ಸರಾಗವಾಗಿ ಮಾತಾಡುವುದನ್ನು ಕೇಳಿದ್ದೇನೆ. ಎಷ್ಟೋ ಬೇರೆ ಬೇರೆ ಭಾಷೆಯ ನಟರು ತಮಿಳೇ ತಮ್ಮ ದೈವವೆಂದು ಕಲಿತು ಆಡುವುದನ್ನು ಕೇಳಿದ್ದೇವೆ. ಸಂಸ್ಕೃತವನ್ನು ಸರಾಗವಾಗಿ ಉದುರಿಸುತ್ತ ಮೇಲಾಡುವವರನ್ನು ಕೇಳಿದ್ದೇವೆ. ಇದೆಲ್ಲವೂ ಜೀವಿಗೆ ಭಾಷೆಯು ಬಂಡವಾಳವಾಗಿರುವ ಅನಿವಾರ್ಯ ಸ್ಥಿತಿ. ಅದೇ ರೀತಿಯಲ್ಲಿ ಇಂದು ಇಂಗ್ಲೀಷು ಎಲ್ಲರಿಗೂ ಬೇಕಿರುವ ಬಂಡವಾಳದ ಭಾಷೆಯಾಗಿದೆ.

ಒಂದು ಭಾಷೆಯ ಕುರಿತು ಸಹಜವಾಗಿ ಪ್ರೀತಿ ಹುಟ್ಟಿ ಅದರ ತೆಕ್ಕೆಗೆ ಬೀಳಬೇಕು. ಅದು ನಮ್ಮ ಬಾಲ್ಯದಲ್ಲಿ ಆಗಿರುತ್ತದೆ. ಭಾಷೆಯ ಮಾಧುರ್ಯಕ್ಕೆ

ಚೆಲುವಿಗೆ ಬಳುಕಿಗೆ ಮನಸೋತು ಪ್ರೀತಿಸಲು ಶುರುಮಾಡಿದಾಗ ಸಹಜವಾಗಿಯೇ ಆ ಭಾಷೆ ನಮ್ಮೊಳಗೆ ಸೇರಿಕೊಳ್ಳುತ್ತದೆ. ಅದನ್ನು ಆಡುತ್ತ ಆಡುತ್ತ ಆ ಪ್ರೀತಿ ಇಮ್ಮಡಿಗೊಳ್ಳುತ್ತದೆ. ಹಾಗಿಲ್ಲದೇ ಹೋಗಿದ್ದರೆ ಬೇಂದ್ರೆ, ಮಾಸ್ತಿ, ಪುತಿನ ಕನ್ನಡದಲ್ಲಿ ಬರೆಯುತ್ತಲೇ ಇರಲಿಲ್ಲ. ಈ ಮಾತು ಎಲ್ಲ ಭಾಷೆಗಳಿಗೂ ಅನ್ವಯಿಸುತ್ತದೆ. ನೀರು ಗಾಳಿ ಬಿಸಿಲಿಗೆ ತಕ್ಕಂತೆ ನಮಗೇ ಗೊತ್ತಿಲ್ಲದಂತೆ ನಮ್ಮ ದೇಹದ ಚರ್ಮದ ಬಣ್ಣ ಬದಲಾಗುವಂತೆ ಅಸ್ತಿತ್ವದ ಅನಿವಾರ್ಯತೆಗೆ ತಕ್ಕಂತೆ ಭಾಷೆಯ ಮಾತಿನ ಲಯಕ್ಕೆ ಮನುಷ್ಯ ಹೊಂದಿಕೊಳ್ಳುತ್ತಾನೆ. ಅಥವಾ ಅದರ ಪ್ರೀತಿಯ ತೆಕ್ಕೆಗೆ ಜಾರಿಕೊಳ್ಳುತ್ತಾನೆ.

ಜಗನ್ನಾಥ ದಾಸರ ಮಾತೊಂದಿದೆ – 'ಅಂದ ನುಡಿ ಹುಸಿಯಾಗಬಾರದು'. ಹುಸಿ ಆಡಬಾರದು, ಸತ್ಯವೇ ನಮ್ಮ ತಾಯಿ–ತಂದೆ ಅನ್ನುವುದು ಒಂದು ಬಗೆ. ಆದರೆ ಇಲ್ಲಿ ದಾಸರು ಹೇಳುತ್ತಿರುವುದು, ತನ್ನಿಂದ ಒಂದು ಮಾತು ಬಂತೆಂದರೆ ಅದು ಸುಳ್ಳಾಗಬಾರದು ಎಂದು. ಶಾಪಾನುಗ್ರಹ ಶಕ್ತಿ ಎನ್ನುವ ಬಳಕೆ ನಮ್ಮಲ್ಲಿದೆ. ಮನುಷ್ಯ ತನ್ನ ಶುದ್ಧ ಸಂಕಟದಲ್ಲಿ ನೊಂದು ಆಡಿದರೆ, ಅತೀವ ಆರ್ದ್ರತೆಯಲ್ಲಿ ಹಾರೈಸಿದರೆ ಅದು ಸತ್ಯವಾಗುತ್ತದೆ ಎನ್ನುವ ನಂಬಿಕೆ ಇದು. ತನ್ನ ಮಾತು ಮತ್ತೊಬ್ಬರನ್ನು ಮರುಳುಗೊಳಿಸುವ ಸಲುವಾಗಿ ಆಡುವ ಕೇವಲ ಅಂದವಾದ ನುಡಿಯಾಗಬಾರದು. ಆಡಿದ ನುಡಿ ಹುಸಿಯಾಗದಂತೆ ತನ್ನ ಅಂತಃಸತ್ವ ಪಕ್ವಗೊಳ್ಳಬೇಕೆನ್ನುವ ಹಂಬಲ ದಾಸರಲ್ಲಿದೆ. ಅದು ಎಲ್ಲ ವ್ಯಾವಹಾರಿಕ ಅನಿವಾರ್ಯತೆಗಳ ನಡುವೆಯೂ ಭಾಷೆಯ ಮಾತಿನ ಅವತಾರದ ಆತ್ಯಂತಿಕ ಸಫಲತೆ.

ಫೆಬ್ರವರಿ 2016

ತಂತ್ರಜ್ಞಾನದ 'ಕಲಿ'ಗಾಲ

ವಿಜ್ಞಾನ ಮತ್ತು ತಂತ್ರಜ್ಞಾನದ ನಡುವಿನ ವ್ಯತ್ಯಾಸವನ್ನು ಸಾಮಾನ್ಯವಾಗಿ ಎಲ್ಲರೂ ತಿಳಿದಿರುತ್ತಾರೆ. ಜಗತ್ತಿನ ಸತ್ಯಗಳನ್ನು, ಅಲಿಖಿತ ನಿಯಮಗಳನ್ನು ಸೂತ್ರಗಳಾಗಿ ಕಂಡುಕೊಳ್ಳುವುದು ವಿಜ್ಞಾನ. ಮೊದಲಿನಿಂದಲೂ ಭೂಮಿಗೆ ಗುರುತ್ವಾಕರ್ಷಣ ಶಕ್ತಿಯಿದ್ದರೂ, ಅದು ದೇಶ-ಕಾಲಗಳನ್ನು ಮೀರಿದ ಸತ್ಯವಾಗಿ ಗೋಚರಿಸಿ, ಅದಕ್ಕೊಂದು ಚೌಕಟ್ಟಿನ ಸ್ವರೂಪವನ್ನು ಕೊಡುವುದು ವಿಜ್ಞಾನ. ವಿಜ್ಞಾನದ ಅಳವಡಿಕೆಯ ಉಪಾಯಗಳು ತಂತ್ರಜ್ಞಾನ. ವಿಜ್ಞಾನದ ಬುನಾದಿಯ ಮೇಲೆ ತಂತ್ರಜ್ಞಾನವು ಬೆಳೆಯುತ್ತ ಸಾಗುತ್ತದೆ. ತಂತ್ರಜ್ಞಾನದ ಅಳವಡಿಕೆಯಿಂದಾಗಿ ಜೀವನ ಶೈಲಿಯು ಬದಲಾಗುತ್ತಿರುತ್ತದೆ. ಆದರೆ, ಅದರ ಅಡಿಪಾಯವಾದ ವಿಜ್ಞಾನವು ಬದಲಾಗುವುದಿಲ್ಲ. ಉದಾಹರಣೆಗೆ, ನ್ಯೂಟನ್ನಿನ ಮೊದಲ ನಿಯಮವು: 'ಯಾವುದೇ ವಸ್ತುವು, ಬಾಹ್ಯಶಕ್ತಿಯ ಸಂಪರ್ಕಕ್ಕೆ ಒಳಪಡುವವರೆಗೂ – ನಿರಂತರ ನಿಲುಗಡೆಯಲ್ಲಿರುತ್ತದೆ; ಚಲಿಸುತ್ತಿರುವ ವಸ್ತುವು ಅದೇ ವೇಗದಲ್ಲಿ ನಿರಂತರ ಚಲನೆಯಲ್ಲಿರುತ್ತದೆ' ಎನ್ನುತ್ತದೆ. ಈ ಸೂತ್ರದ ಆಧಾರದ ಮೇಲೆ ವಿಮಾನಗಳನ್ನು ವಿನ್ಯಾಸಗೊಳಿಸಲಾಗಿದೆ. ಕಾರುಗಳ ಸೀಟ್‌ಬೆಲ್ಟಿನ ವಿನ್ಯಾಸಕ್ಕೂ ಇದೇ ಆಧಾರ. ಒಂದು ವೇಳೆ ಎದುರಿಗೆ ಯಾವುದೇ ತಡೆಯಿಲ್ಲದಿದ್ದರೆ, ವೇಗವಾಗಿ ಚಲಿಸುತ್ತಿರುವ ಕಾರು ಗಕ್ಕನೆ ನಿಂತರೂ, ಅದರಲ್ಲಿ ಕೂತವರು ಸ್ಪ್ರಿಂಗಿನಿಂದ ಚಿಮ್ಮಿದಂತೆ ಮುಂದಕ್ಕೆ ಹಾರಿಹೋಗುತ್ತಾರೆ. ಇದು ವಾಸ್ತವ. ಇದನ್ನು ನ್ಯೂಟನ್ನಿನ ಸೂತ್ರವು ಮನಗಾಣುತ್ತದೆ. ಇದರ ಆಧಾರದ ಮೇಲೆ ಸೀಟ್‌ಬೆಲ್ಟಿನ ತಂತ್ರವನ್ನು ಉಪಯೋಗಿಸಲಾಗಿದೆ.

ಇಂಥ ತಂತ್ರಜ್ಞಾನವು ಮುಂದುವರಿದಂತೆ ನಮ್ಮ ಜೀವನಶೈಲಿ ಬದಲಾಗುತ್ತದೆ ಎನ್ನುವುದಕ್ಕೊಂದು ಸಣ್ಣ ಉದಾಹರಣೆ ನಾವು ಬಳಸುತ್ತಿರುವ ಫೋನುಗಳು. ಈಗಿನ ಸ್ಮಾರ್ಟ್‌ಫೋನುಗಳು ನಮ್ಮ ಜೀವನಕ್ಕೊಂದು ಕ್ಷಿಪ್ರತೆಯನ್ನೊದಗಿಸಿವೆ. ನಮ್ಮ ದೈನಂದಿನದ ಸಣ್ಣಪುಟ್ಟ ನಿರೀಕ್ಷೆಗಳೂ ಹೆಚ್ಚಿವೆ. ಕಳುಹಿಸಿದ ಮೆಸೇಜಿಗೆ ಕಣ್ತೆರೆಯುವುದರೊಳಗೆ ಉತ್ತರ ಬರಬೇಕು. ನಾಲ್ಕು ಜನರ ನಡುವೆ ಸಾಲಿನಲ್ಲಿ

ನಿಲ್ಲದೆ, ಮನೆಯೊಳಗೆ ಕೂತಲ್ಲಿಂದಲೇ ನೀರು, ವಿದ್ಯುತ್, ಟೆಲಿಫೋನು ಬಿಲ್ಲುಗಳ ಹಣ ಪಾವತಿಯಾಗಬೇಕು. ಬೆರಳ ತುದಿಯ ಆಣತಿಗೆ ಬಯಸಿದ ಸರಂಜಾಮುಗಳೆಲ್ಲ ಮನೆ ಬಾಗಿಲಿಗೆ ಬಂದು ಬೀಳಬೇಕೆಂದು ನಿರೀಕ್ಷಿಸುತ್ತೇವೆ. ಅರೆಕ್ಷಣ ಇಂಟರ್ನೆಟ್ಟು, ಮೊಬೈಲ್ ನೆಟ್‌ವರ್ಕ್ ಕೈಕೊಟ್ಟರೆ ಇನ್ನಿಲ್ಲದ ಧಾವಂತ. ಈ ಜಗತ್ತಿನೊಂದಿಗೆ ಸಂಪರ್ಕ ಕಡಿದುಕೊಂಡ ಸಿಡಿಮಿಡಿ. ಕೆಲಸವಿಲ್ಲದೆ ಸುಮ್ಮನೆ ಕೂತಿದ್ದಾಗಲೂ ಅಂಗೈಯಲ್ಲಿ ಪ್ರಪಂಚವೇ ಸ್ಕ್ರೋಲಾಗುತ್ತಿರಬೇಕು. ಅದರಲ್ಲಿಯೇ ತನ್ನ ಅಸ್ತಿತ್ವ. ಇಲ್ಲದಿದ್ದರೆ ತಾನು ಇಲ್ಲವಾಗಿಬಿಟ್ಟೆ ಎನ್ನುವ ಆತಂಕ. ಟೆಕ್ನಾಲಜಿಯು ಅನುಕೂಲತೆಗಳನ್ನು ಒದಗಿಸುವ ಜೊತೆಜೊತೆಯಲ್ಲೇ ನಮ್ಮ ನಿರೀಕ್ಷೆಗಳನ್ನು ಧಾವಂತಕ್ಕೆ ತಿರುಗಿಸುತ್ತ ಸಾಗುತ್ತದೆ. ಈ ನಿರೀಕ್ಷೆಗೆ ತಕ್ಕ ಹಾಗೆ ಬದಲಾಗದವರನ್ನು ನಿರುಪಯೋಗಿಗಳು ಎನ್ನುವ ಹಾಗೆ ಕಾಣಲು ಶುರುಮಾಡುತ್ತೇವೆ. ಅಂಥದ್ದೊಂದು ಬದಲಾವಣೆಯನ್ನು ಯಾರು ಬಹುಬೇಗ ಅಳವಡಿಸಿಕೊಳ್ಳುತ್ತಾರೋ ಅವರನ್ನು ತೀಕ್ಷ್ಣಮತಿಗಳು ಎನ್ನುತ್ತೇವೆ. ಬದಲಾಗ ಬಯಸದವರನ್ನು ಪ್ರತಿಗಾಮಿಗಳೆಂದು, ಬದಲಾಗಲು ಪ್ರಯತ್ನಿಸಿ ವಿಫಲರಾದವರನ್ನು ಅನರ್ಹರೆಂದು ಬಗೆಯುತ್ತೇವೆ. 'ಈಗಿನ ಮಕ್ಕಳು ಎಷ್ಟು ಚುರುಕೆಂದರೆ, ಅವು ಹುಟ್ಟುತ್ತಲೇ ಮೊಬೈಲ್ ಬಳಸುವುದನ್ನು ಕಲಿತಿರುತ್ತವೆ' ಎಂದು ಸುಮ್ಮನೇ ಬೀಗುತ್ತೇವೆ. ಇದೆಲ್ಲವೂ ಶುದ್ಧ ಸುಳ್ಳು. ತಂತ್ರಜ್ಞಾನದೊಂದಿಗಿನ ಹೊಂದಾಣಿಕೆಗೂ, ನಮ್ಮ ಪ್ರತಿಗಾಮಿತ್ವ–ಪುರೋಗಾಮಿತ್ವಕ್ಕೂ, ಬುದ್ಧಿವಂತಿಕೆ–ದಡ್ಡತನಕ್ಕೂ ಯಾವುದೇ ಸಂಬಂಧವಿಲ್ಲ. ತಂತ್ರಜ್ಞಾನದೊಂದಿಗೆ ಹೊಂದಾಣಿಕೆ ಮಾಡಿಕೊಳ್ಳಬೇಕಿರುವುದು ಈ ವ್ಯಾವಹಾರಿಕ ಜಗತ್ತಿನ ಆವೇಗದೊಂದಿಗೆ ನಾವು ಸರಿಸಮನಾಗಿ ಹೆಜ್ಜೆ ಹಾಕಬೇಕಿರುವುದಕ್ಕೆ, ಪ್ರಾಪಂಚಿಕ ಅನುಕೂಲತೆಗಳನ್ನು ಪಡೆದುಕೊಳ್ಳುವುದಕ್ಕೆ, ಅಷ್ಟೆ.

ಮುಂದಿನ ಕೆಲವು ದಶಕಗಳಲ್ಲಿ ತಂತ್ರಜ್ಞಾನದ ಸ್ವರೂಪವು ಯಾವೆಲ್ಲ ರೀತಿಯಲ್ಲಿ ಬದಲಾಗಬಹುದು? ನಮ್ಮ ಜೀವನಶೈಲಿಯ ಮೇಲೆ ಅದು ಯಾವ ರೀತಿಯ ಪರಿಣಾಮವನ್ನು ಬೀರಬಹುದು? ಇತ್ತೀಚೆಗೆ ಎಲ್ಲರೂ ಮಾತನಾಡುತ್ತಿರುವ 'ಆಟೋಮೇಷನ್' ಎಂದರೆ ಏನು? ಅದರಿಂದಾಗಿ ಜನರು ಕೆಲಸ ಕಳೆದುಕೊಳ್ಳಲಿದ್ದಾರೆ ಎಂದರೆ ಏನರ್ಥ? ಈ ಎಲ್ಲದರ ಬಗ್ಗೆ ತಂತ್ರಜ್ಞರ ಭವಿಷ್ಯವಾಣಿಯನ್ನು ತಿಳಿದುಕೊಂಡರೆ, ಕೆಲಸ ಕಳೆದುಕೊಳ್ಳುವುದೆಂದರೆ ಏನು ಎನ್ನುವುದು ಅರ್ಥವಾಗಬಹುದು.

ಕಳೆದ ಎರಡು ಸಾವಿರ ವರ್ಷಗಳಲ್ಲಿ ಆಗಿರುವ ಬೆಳವಣಿಗೆಗಿಂತ ಮೂವತ್ತು ಪಟ್ಟು ಹೆಚ್ಚಿನ ಆರ್ಥಿಕ ಬೆಳವಣಿಗೆ ಕಳೆದ ಮೂರ್ನಾಲ್ಕು ದಶಕಗಳಲ್ಲಿ ಆಗಿದೆಯೆನ್ನುವುದು ಒಂದು ವಾದ. ಇದರ ನಿಜವಾದ ಮುಖ ಏನೇ ಇರಲಿ. ಇದು ಆರ್ಥಿಕ ತಜ್ಞರ

ಅಂಕಿ-ಅಂಶ. ಇದಕ್ಕೆ ಮುಖ್ಯ ಕಾರಣ ಕಂಪ್ಯೂಟರ್ ಮತ್ತು ಇಂಟರ್ನೆಟ್. ಮುಂದಿನ ದಿನಗಳಲ್ಲಿ ಮನುಷ್ಯರ ನಡುವಿನ ಮತ್ತು ಯಂತ್ರಗಳ ನಡುವಿನ ಸಂಪರ್ಕವು ಹೆಚ್ಚಿದಂತೆಲ್ಲ ಆಟೋಮೇಷನ್ ಕೂಡ ಹೆಚ್ಚಲಿದೆ. ಆಟೋಮೇಷನ್ ಎಂದರೆ ಒಂದು ಕಾರ್ಯದಲ್ಲಿ ಮನುಷ್ಯರ ತೊಡಗುವಿಕೆಯ ಅವಶ್ಯಕತೆಯೇ ಇರದ ಸ್ಥಿತಿಯ ನಿರ್ಮಾಣ. ಅದು ಕೇವಲ ಕಂಪ್ಯೂಟರೀಕರಣವಲ್ಲ. ಬ್ಯಾಂಕಿನ ರಿಪೋರ್ಟ್ ತಯಾರು ಮಾಡಲು ಒಂದು ಸಾಫ್ಟ್‌ವೇರ್ ಇದೆ ಎಂದುಕೊಳ್ಳಿ. ಆದರೆ ಆ ರಿಪೋರ್ಟನ್ನು ಪರಾಮರ್ಶಿಸಲು ಒಂದು ಮನುಷ್ಯ ಪ್ರಜ್ಞೆಯ ಅವಶ್ಯಕತೆ ಇದ್ದೇ ಇದೆ. ಆ ಪರಾಮರ್ಶೆಯು ಪ್ರತೀ ದಿವಸ ಒಂದೇ ತೆರನಾದ ನಿಯಮಗಳನ್ನು ಅಳವಡಿಸಿ ಪರಾಮರ್ಶಿಸಬೇಕಾದ ಯಾಂತ್ರಿಕ ಕೆಲಸವಾಗಿದ್ದರೆ, ಅದನ್ನು ಮಾಡುವುದಕ್ಕೂ ಒಂದು ಸಾಫ್ಟ್‌ವೇರ್ ಪ್ರೊಗ್ರಾಮ್ ಬರೆಯಬಹುದು. ಇದು – ಎಲ್ಲಿ ಅನವಶ್ಯಕವಾಗಿ ಅತಿಹೆಚ್ಚು ಸಮಯ ವ್ಯಯಿಸಲಾಗುತ್ತಿತ್ತೋ ಅದನ್ನು ಕಡಿತಗೊಳಿಸಿ, ಇನ್ನಿತರ ಸಂಗತಿಗಳತ್ತ ಗಮನ ಹರಿಸಲು ಸಮಯ ಹೊಂದಿಸಿಕೊಡುತ್ತದೆ. ನಿಗದಿತ ನಿಯಮಗಳ ಯಾಂತ್ರಿಕ ಅಳವಡಿಕೆ ಇರುವಂಥ ಯಾವುದೇ ಕೆಲಸವನ್ನು ಕಂಪ್ಯೂಟರು ತಾನಾಗಿಯೇ ಮಾಡಿ, ನಮ್ಮ ಕೆಲಸವನ್ನು ಹಗುರ ಮಾಡುವುದಕ್ಕೆ 'ಆಟೋಮೇಶನ್' ಎನ್ನುತ್ತೇವೆ. ಇದುವರೆಗೆ ಸಂಪೂರ್ಣವಾಗಿ ಆಟೋಮೇಟ್ ಆಗಿರುವ ಪ್ರಕ್ರಿಯೆಗಳು ವಿರಳ. ಆಟೋಮೇಷನ್ ಎನ್ನುವುದೇ ಸದ್ಯದ ಸ್ಥಿತಿಯಲ್ಲಿ ಒಂದು ನಿರಂತರ ಪ್ರಕ್ರಿಯೆ.

ಡಾಟಾ ಸೈನ್ಸ್, ಜೀವವಿಜ್ಞಾನದ ಸಂಶೋಧನೆಗಳು, ಆರ್ಟಿಫಿಶಿಯಲ್ ಇಂಟಲಿಜೆನ್ಸ್ ಮತ್ತು ರೋಬೋಗಳು, ಸಾಮಾಜಿಕ ಜಾಲತಾಣಗಳು, ಸ್ಮಾರ್ಟ್ ಫೋನುಗಳು, ಮತ್ತಷ್ಟು ಚುರುಕಾದ ಕಂಪ್ಯೂಟರುಗಳು, ಈ ಎಲ್ಲ ತಂತ್ರಜ್ಞಾನಗಳು ಒಟ್ಟಾಗಿ ಆಟೋಮೇಟಡ್ ವಾತಾವರಣಕ್ಕೆ ಪೂರಕವಾಗಿರುತ್ತವೆ. ಇದರ ಬೆಳವಣಿಗೆಯಿಂದಾಗಿ, ಮುಂಬರುವ ದಿನಗಳಲ್ಲಿ ಆಗಲಿರುವ ಆಟೋಮೇಷನ್‌ನ ಪರಿಕಲ್ಪನೆ ದಿಗ್ಭ್ರಮೆ ಉಂಟುಮಾಡುತ್ತದೆ. ನಾವು ಈವರೆಗೆ ನೋಡಿರುವ ಹಾಗೆ, ಕೆಲವೇ ವರ್ಷಗಳ ಹಿಂದೆ ಟೆಲಿಫೋನ್ ಬೂತ್ ಎನ್ನುವುದು ಯಾರೂ ನಡೆಸಬಹುದಾದ ಸಣ್ಣ ಉದ್ದಿಮೆಯಾಗಿತ್ತು. ಬೇಕರಿ, ಮೆಡಿಕಲ್ ಸ್ಟೋರ್, ಸಣ್ಣಪುಟ್ಟ ಅಂಗಡಿಗಳ ಪಕ್ಕದಲ್ಲೂ, ದೇವಸ್ಥಾನದಲ್ಲಿ ಹುಂಡಿ ಇಟ್ಟಿರುವಂತೆ ಕಾಯಿನ್ ಬೂತ್‌ಗಳಿದ್ದವು, ಬಂದಷ್ಟು ಬರಲಿ ಎನ್ನುವ ಲೆಕ್ಕಾಚಾರದಲ್ಲಿ. ಈ ದೇಶದಲ್ಲಿ ಪ್ರತಿಯೊಬ್ಬರ ಕೈಗೂ ಮೊಬೈಲ್ ಫೋನು ಸಿಕ್ಕ ಮೇಲೆ, ಫೋನ್ ಬೂತ್‌ಗಳು ಮಾಯವಾದವು. ಇತ್ತೀಚೆಗೆ, ಸ್ಮಾರ್ಟ್ ಫೋನುಗಳು ಬಂದ ಮೇಲೆ ಜೆರಾಕ್ಸ್ ಅಂಗಡಿಗೆ ಹೋಗುವುದೂ ಕಡಿಮೆಯಾಗಿದೆ. ಒಂದೆರಡು ಡಾಕ್ಯುಮೆಂಟುಗಳಾದರೆ ಫೋಟೋ ತೆಗೆದು ಈಮೈಲ್ ಮೂಲಕ ಸುಲಭವಾಗಿ ರವಾನಿಸಬಹುದಾಗಿದೆ.

ಕೊರಿಯರ್, ಪೋಸ್ಟುಗಳ ವಹಿವಾಟಿಲ್ಲ. ರೀಲ್ ಹಾಕಿ ಫೋಟೋ ತೆಗೆಯುವ ಹಳೆಯ ಮಾದರಿ ಕ್ಯಾಮೆರಾಗಳಿದ್ದ ಕಾಲದಲ್ಲಿ, ಸಣ್ಣಪುಟ್ಟ ಪ್ರವಾಸದ ಫೋಟೋಗಳನ್ನು ನೋಡಬೇಕಿದ್ದರೂ ಸ್ಟುಡಿಯೋಗೆ ಕೊಟ್ಟು ಡೆವೆಲಪ್ ಮಾಡಿಸಬೇಕಿತ್ತು. ಈಗ ದೊಡ್ಡ ಸಮಾರಂಭಗಳಿಗೆ ಅಥವ ಕೆಲವು ಆಯ್ದ ಫೋಟೋಗಳನ್ನು ಡೆವೆಲಪ್ ಮಾಡಿಸಲು ಪ್ರಿಂಟ್ ಹಾಕಿಸಲು ಮಾತ್ರ ಸ್ಟುಡಿಯೋ ಅವಶ್ಯಕತೆಯಿದೆ. ಇದು ನಾವೇ ಗಮನಿಸಿದಂತೆ ಉಂಟಾಗಿರುವ ಸಣ್ಣ ಬದಲಾವಣೆಗಳು.

ಮುಂದಿನ ಬದಲಾವಣೆಗಳ ಬಗ್ಗೆ ಭಾರತದ ಐ.ಟಿ ಕ್ಷೇತ್ರದ ಪ್ರಮುಖರೊಬ್ಬರು ಹೀಗೆ ಹೇಳುತ್ತಾರೆ:

'ಜನರು ಸಮಾಜದಲ್ಲಿ ಕ್ರಿಯಾಶೀಲರೂ ಉತ್ಪನ್ನಶೀಲರೂ ಆಗಿ ಉಳಿಯಬೇಕಿದ್ದರೆ ಬಹುಬೇಗ ಮೇಧಾವಿ ಮೆಶೀನುಗಳ ಜೊತೆ ಹೊಂದಿಕೊಂಡು ಕೆಲಸ ಮಾಡುವುದನ್ನು ಕಲಿತುಕೊಳ್ಳಬೇಕು. ಸಾರಿಗೆ ವ್ಯವಸ್ಥೆ, ಬ್ಯಾಂಕಿಂಗ್, ಜೀವವಿಜ್ಞಾನ, ವೈದ್ಯಕೀಯ ಕ್ಷೇತ್ರ, ಸರ್ಕಾರೀ ಸೇವೆಗಳು, ಇನ್ನಿತರ ಎಲ್ಲಾ ಕ್ಷೇತ್ರಗಳಲ್ಲೂ ನಾವು ಊಹಿಸುವುದಕ್ಕಿಂತ ಹೆಚ್ಚಿನ ಬದಲಾವಣೆಗಳಾಗುತ್ತವೆ. ವರ್ಚ್ಯುಯಲ್ ರಿಯಾಲಿಟಿಯಿಂದಾಗಿ ಜನರು ತಮಗೆ ಬೇಕಾದ ಬಟ್ಟೆ-ಬರೆಗಳನ್ನು ತಮಗೆ ಬೇಕಾದ ರೀತಿಯಲ್ಲಿ ತಾವೇ ಡಿಸೈನ್ ಮಾಡಿ ಆರ್ಡರ್ ಮಾಡಬಹುದು. ಅದಕ್ಕೆ ತಕ್ಕ ಹಾಗೆ ಶೂ, ಬೆಲ್ಟು, ಕನ್ನಡಕ, ಬಟ್ಟೆ, ಇನ್ನಿತರೆ ಎಲ್ಲ ಉತ್ಪಾದನಾ ವಿಧಾನಗಳೂ ಬದಲಾಗಬೇಕು. ರಿಯಲ್ ಎಸ್ಟೇಟಿನ ಷೇರು ಮಾರುಕಟ್ಟೆ ಹುಟ್ಟಿಕೊಳ್ಳುತ್ತದೆ. ಇದರಿಂದಾಗಿ ಬ್ರೋಕರ್ ಹಾವಳಿ ತಪ್ಪುತ್ತದೆ. ಈಗ ಎಲ್ಲರಿಗೂ ಎಲ್ಲ ಸಂದರ್ಭಕ್ಕೂ ಒಂದೇ ಔಷಧ ಎನ್ನುವ ಪದ್ಧತಿಯಿದೆ. ಮುಂದೆ, ಆಯಾ ವ್ಯಕ್ತಿ-ಸಂದರ್ಭಕ್ಕೆ ತಕ್ಕ ಹಾಗೆ ಔಷಧೋಪಚಾರಗಳು ಬಳಕೆಗೆ ಬರುತ್ತವೆ. ಕೆಲವೊಂದು ಸಣ್ಣ ಉಪಕರಣಗಳಿಂದಾಗಿ ದೇಹದ ಸ್ಥಿತಿಗತಿಯನ್ನು ನಿರಂತರವಾಗಿ ಗಮನಿಸುವ, ಏನಾದರೂ ತೊಂದರೆ ಕಂಡಾಕ್ಷಣ ಎಚ್ಚರಿಸುವ ಅನುಕೂಲತೆಯಿರುತ್ತದೆ. ಸರ್ಕಾರೀ ಸಂಸ್ಥೆಗಳು ಯಾವುದೇ ಯೋಜನೆಯನ್ನು ಜಾರಿಗೆ ತರುವ ಮೊದಲೇ ಅದರ ಸಾಧಕ-ಬಾಧಕಗಳನ್ನು ಕಂಡುಕೊಳ್ಳುವ ಸೌಲಭ್ಯವಿರುತ್ತದೆ. ಇದರಿಂದಾಗಿ ಅವೈಜ್ಞಾನಿಕ ಯೋಜನೆಗಳನ್ನು ತಡೆಗಟ್ಟಬಹುದು. ಮುಂದೊಂದು ದಿನ ರಸ್ತೆಗಳಲ್ಲಿ ಬರೀ ಡ್ರೈವರ್‌ಲೆಸ್ ಕಾರುಗಳೇ ಸಾಗುತ್ತಿರುತ್ತವೆ. ಯಾವ ಜಾಗಕ್ಕೆ ತಲುಪಬೇಕೆಂದು ನಿರ್ದೇಶನ ಕೊಟ್ಟರೆ, ಅದು ಮ್ಯಾಪಿನ ಮೂಲಕ ದಾರಿ ಹುಡುಕಿಕೊಂಡು, ಇನ್ನಿತರ ಕಾರುಗಳ ಚಲನವಲನಗಳನ್ನು ಗ್ರಹಿಸಿ, ಬ್ರೇಕ್ ಹಾಕಬೇಕಾದ ಸಂದರ್ಭದಲ್ಲಿ ಬ್ರೇಕ್ ಹಾಕಿ, ತನ್ನ ಪಾಡಿಗೆ ತಾನು ಸಾಗುತ್ತ ನಿಮ್ಮನ್ನು ಸೇರಿಸಬೇಕಾದ ಜಾಗಕ್ಕೆ ಸೇರಿಸುತ್ತದೆ. ಇದರಿಂದಾಗಿ ರಸ್ತೆ ಅಪಘಾತಗಳು ಕಡಿಮೆಯಾಗುತ್ತವೆ. ಟ್ರಾಫಿಕ್ ಜಾಮ್ ಕಡಿಮೆಯಾಗುತ್ತದೆ'.

ಮೊದಲು ನಮ್ಮ ದೇಶದ ರಸ್ತೆಗಳು ಸರಿಹೋದರೆ ತಾನೆ ಇಂಥ ಕಾರುಗಳು ಇಲ್ಲಿ ಕಾಲಿಡುವುದಕ್ಕೆ ಸಾಧ್ಯ? ಎಂದು ನಾವಿದನ್ನು ವ್ಯಂಗ್ಯ ಮಾಡಬಹುದು. ಇದೆಲ್ಲ ಎಷ್ಟರ ಮಟ್ಟಿಗೆ ಜಾರಿಗೆ ಬರಬಹುದೆನ್ನುವುದು ಬೇರೆ ವಿಚಾರ. ಆದರೆ, ತಂತ್ರಜ್ಞಾನ ಕ್ಷೇತ್ರದಲ್ಲಿ ಈಗಾಗಲೇ ಇಂಥ ಕಲ್ಪನೆ ಮೂಡಿ ಅದನ್ನು ಕಾರ್ಯಗತಗೊಳಿಸುವ ಎಲ್ಲ ಪ್ರಯತ್ನಗಳು ಮುಂದುವರೆಯುತ್ತಿವೆ. ಆ ಪ್ರಯತ್ನದಲ್ಲಿ ಟೆಕ್ನಾಲಜಿಯ ಬೆಳವಣಿಗೆಗೆ ಎರಡು ಮುಖವಿದೆ. ಮೊದಲನೆಯದು – ಐ.ಟಿ ಕ್ಷೇತ್ರದಲ್ಲಿ ಸರ್ವೇಸಾಮಾನ್ಯವಾದ ಹೊಸ ಸಾಫ್ಟ್‌ವೇರುಗಳ ಬೆಳವಣಿಗೆ. ದಶಕದ ಹಿಂದೆ ಯಾವ ಸಾಫ್ಟ್‌ವೇರಿಗೆ ಬಹುಬೇಡಿಕೆ ಇತ್ತೋ, ಯಾವುದರಲ್ಲಿ ನಾವು ಪರಿಣತರು ಎನಿಸಿಕೊಂಡಿದ್ದೇವೋ, ಅದೇ ಸಾಫ್ಟ್‌ವೇರು ನಮ್ಮ ಕಣ್ಣೆದುರೇ ಬೇಡಿಕೆ ಕಳೆದುಕೊಂಡು ಮೂಲೆಗುಂಪಾಗಿರುವುದನ್ನು ನೋಡಿದ್ದೇವೆ. ಮತ್ತು, ಇದು ಎಲ್ಲರಿಗೂ ಗೊತ್ತಿರುವ ಸಂಗತಿಯೇ ಆಗಿರುವುದರಿಂದ ಕಾಲಕಾಲಕ್ಕೆ ನಾವು ಅಪ್‌ಡೇಟ್ ಆಗಬೇಕಾಗುತ್ತದೆ. ಇದು ನಿಜಕ್ಕೂ 'ಕಲಿ'ಯುಗ. ಅದೇ ಸಮಯಕ್ಕೆ ಇಲ್ಲಿ ಮತ್ತೊಂದು ಪವಾಡವು ನಡೆದಿದೆ. ಕಂಪ್ಯೂಟರ್ ಪ್ರೋಗ್ರಾಮಿಂಗಿನಲ್ಲಿ ಯಾವುದನ್ನು ಮೆಶೀನ್ ಲ್ಯಾಂಗ್ವೇಜ್ (ಕಂಪ್ಯೂಟರಿನ ತಳಮಟ್ಟದ ಭಾಷೆ) ಎನ್ನುತ್ತೇವೋ, ಅದನ್ನು ಹಿಂದಿನ ಕಾಲದಲ್ಲಿ ಬಳಸಲಾಗುತ್ತಿತ್ತು. ಕಾಲಕ್ರಮೇಣ ಅದಕ್ಕಿಂತ ಸುಲಭದ ಭಾಷೆಗಳು ಬಂದು ಅದರ ಬಳಕೆಯೇ ನಿಂತುಹೋಯಿತು. ಈಗ ಮತ್ತೆ ಮೆಶೀನ್ ಲ್ಯಾಂಗ್ವೇಜಿಗೆ ಬೇಡಿಕೆ ಬಂದಿದೆ. ಅದರ ಪುನರುತ್ಥಾನದಿಂದ ತಂತ್ರಜ್ಞಾನ ಕ್ಷೇತ್ರದಲ್ಲಿ ದೊಡ್ಡದೊಂದು ಕ್ರಾಂತಿಯೇ ಆಗಲಿದೆ ಎಂದು ನಂಬಲಾಗಿದೆ.

ತಂತ್ರಜ್ಞಾನದಿಂದ ಆಗಬಹುದಾದ ಕ್ರಾಂತಿಯಿಂದಾಗಿ ಮನುಷ್ಯ ಕೆಲಸ ಕಳೆದುಕೊಳ್ಳಲಿದ್ದಾನೆ ಅನ್ನುವುದು ಮೇಲ್ನೋಟ್ಟದಲ್ಲಿ ಸರಿ. ಆದರೆ, ನಾವು ಈಗಾಗಲೇ ನೋಡಿರುವ ಹಾಗೆ ತಂತ್ರಜ್ಞಾನದ ಬೆಳವಣಿಗೆಯ ಅಗಾಧತೆಯ ಹಿನ್ನೆಲೆಯಲ್ಲಿ, ಅದರ ಕ್ಷೇತ್ರವಿಸ್ತಾರವನ್ನು ಗಮನದಲ್ಲಿಟ್ಟುಕೊಂಡು 'ಕೆಲಸ ಕಳೆದುಕೊಳ್ಳುವ' ಮಾತನ್ನು ಗ್ರಹಿಸಬೇಕು. ವೈದ್ಯರೇ ಇರದ ಆಸ್ಪತ್ರೆಗಳು, ಶಿಕ್ಷಕರ ಅಗತ್ಯವಿರದ ಶಾಲೆಗಳು, ಡ್ರೈವರ್‌ಗಳು ಬೇಕಿರದ ವಾಹನಗಳು, ವರದಿಗಾರರೇ ಬೇಕಿರದ ಪತ್ರಿಕೆಗಳು, ಮುಂತಾದ ಅನೇಕ ಸಂಗತಿಗಳಿವೆ. ಆಗ ಶಾಲೆಗಳ ಡೊನೇಷನ್ ಭೂತದಿಂದ ಬಿಡುಗಡೆ ಸಿಗಲಿದೆ. ಭ್ರಷ್ಟಾಚಾರಕ್ಕೆ ಕಡಿವಾಣ ಬೀಳಲಿದೆ. ಮಧ್ಯವರ್ತಿಗಳ ಹಾವಳಿ ನಿಲ್ಲಲಿದೆ. ಆಗ ಯಾರೂ ಮಾಡಬಹುದಾದ ಕೆಲಸಗಳನ್ನು ಮಾಡುವುದಕ್ಕೆ ಮನುಷ್ಯರು ಬೇಕಿರುವುದಿಲ್ಲ. ವಿಶೇಷ ಪರಿಣತಿ ಹೊಂದಿದವರಿಗೆ ಮಾತ್ರ ಬೇಡಿಕೆ ಇರುತ್ತದೆ. ಮುಂದೆ ಅದೂ ಇರುವುದಿಲ್ಲ. ಒಂದು ವಾದದ ಪ್ರಕಾರ, ಮುಂದೊಂದು ದಿನ ಈ ಜಗತ್ತಿನಲ್ಲಿ ದವಸ–ಧಾನ್ಯ, ಹಣ್ಣು, ತರಕಾರಿ, ಹಣ, ವಾಹನ, ವಿದ್ಯುತ್,

ಎಲ್ಲವೂ ವಿಫುಲವಾಗಿರುತ್ತದೆ. ಯಾರಿಗೂ ಯಾವುದಕ್ಕೂ ಕೊರತೆಯಿರುವುದಿಲ್ಲ. ತಂತ್ರಜ್ಞಾನವೂ ಮುಂದುವರೆದಿರುತ್ತದೆ. ಶ್ರಮ ಪಡಬೇಕಾಗಿಯೂ ಇಲ್ಲ. ರೋಗ-ರುಜಿನಗಳು ಕಡಿಮೆಯಾಗಿ ಮನುಷ್ಯನ ಆಯಸ್ಸು ಹೆಚ್ಚಿದರೂ ಹೆಚ್ಚಬಹುದೆಂದು ನಂಬಲಾಗಿದೆ. ಅದರೆ, ಮನುಷ್ಯನಿಗೆ ಮಾಡುವುದಕ್ಕೆ ಕೆಲಸವೇ ಇರುವುದಿಲ್ಲ.

ಕೆಲಸವೇ ಇಲ್ಲದಿರುವಾಗ ಆಗುವ ಅನಾಹುತವೆಂದರೆ, ಮನುಷ್ಯ ತನ್ನ ಕೌಶಲವನ್ನೆಲ್ಲ ರೋಬೋಗಳಿಗೆ ವರ್ಗಾಯಿಸಿದ ಮೇಲೆ ಆ ಜ್ಞಾನವೇ ಹುದುಗಿಬಿಡುತ್ತದೆ. ಪುನಃ ಮನುಷ್ಯ ಆ ಪರಿಣತಿಯನ್ನು ಹೊಂದುವ ಮಾರ್ಗವೇ ಇಲ್ಲದಂತಾಗುತ್ತದೆ. ಮನುಷ್ಯ ನಿಷ್ಪ್ರಯೋಜಕನಾಗುತ್ತ ಹೋಗುತ್ತಾನೆ. ಆಗ ಸುಮ್ಮನೆ ಕೂತಿದ್ದರೂ ಸುಮ್ಮನಿರಲಾಗದ ಧಾವಂತ ಹೆಚ್ಚುತ್ತದೆ. ಮನುಷ್ಯ ವ್ಯಗ್ರನಾಗುತ್ತಾನೆ. ಮನುಷ್ಯನಿಗೆ ತನ್ನನ್ನು ತಾನು ಸ್ಥಾಪಿಸಿಕೊಳ್ಳುವ ತವಕ ಹೆಚ್ಚುತ್ತದೆ (ಈಗಿನ ಸಾಮಾಜಿಕ ಜಾಲತಾಣಗಳು ಇದರ ಸಣ್ಣ ತುಣುಕಷ್ಟೇ). ಜಗತ್ತಿನ ಎಲ್ಲ ಸಮಸ್ಯೆಗಳಿಗೂ ತನ್ನನ್ನು ತಾನು ಸ್ಥಾಪಿಸಿಕೊಳ್ಳುವ ಈ ಧಾವಂತವೇ ಮೂಲಕಾರಣ. ತನ್ನನ್ನು ತಾನೇ ನಾಶ ಮಾಡಿಕೊಳ್ಳುವ ಸುಂದರ ಬೆಳವಣಿಗೆ ಇದು.

ಇದೆಲ್ಲವೂ ಮುಂದೊಂದು ದಿನದ ಮಾತಾಯಿತು. ಆಗುವುದೋ ಇಲ್ಲವೋ. ಆದರೆ ನಮಗೆ ನಮ್ಮ ಬೆಳವಣಿಗೆಯ ಈಗಿನ ಸಮಸ್ಯೆಗಳೇ ಸರಿಯಾಗಿ ಅರ್ಥವಾದಂತಿಲ್ಲ. ಬೆಂಗಳೂರಿನ ಟ್ರಾಫಿಕ್ ಸಮಸ್ಯೆ ನಮಗೆಲ್ಲ ತಿಳಿದಿರುವುದೇ ಆಗಿದೆ. ಅದಕ್ಕಾಗಿ ಸರ್ಕಾರವನ್ನು, ಐ.ಟಿ-ಬಿ.ಟಿ ಬೆಳವಣಿಗೆಯನ್ನು ದೂರುತ್ತೇವೆ. ಬೆಂಗಳೂರು ಬಿಟ್ಟು ಹೊರಹೋಗುತ್ತೇವೆ ಅಂತ ಧಮಕಿ ಹಾಕುತ್ತಾರೆ. ದಿನವಿಡೀ ರಸ್ತೆಯಲ್ಲೇ ಕಳೆಯಬೇಕಾದ ಬಗ್ಗೆ ಜೋಕುಗಳು ಹರಿದಾಡುತ್ತವೆ. ಎಲ್ಲವೂ ಸರಿ. ಆದರೆ ಇವೆಲ್ಲವನ್ನೂ ಮೀರಿದ ಖೇದವೊಂದು ಇತ್ತೀಚೆಗೆ ನನ್ನನ್ನು ಆವರಿಸಿತು. ಸ್ನೇಹಿತರೊಬ್ಬರನ್ನು ಭೇಟಿ ಮಾಡಲು ನಿಗದಿಯಾದ ಸಮಯಕ್ಕೆ ಹತ್ತು ನಿಮಿಷ ಮುಂಚಿತವಾಗಿ ತಲುಪಬೇಕೆಂದು, ನಾನು ಬೇಗನೆ ಮನೆಯಿಂದ ಹೊರಟೆ. ಆದರೂ ಟ್ರಾಫಿಕ್ಕಿನಲ್ಲಿ ಸಿಲುಕಿ ಅಲ್ಲಿಗೆ ತಲುಪುವುದು ಹದಿನೈದು ನಿಮಿಷ ತಡವಾಯಿತು. ತಲುಪಿದ ಮೇಲೆ ತಡವಾಗಿದ್ದಕ್ಕೆ ಏನೆಂದು ಕ್ಷಮೆ ಕೇಳಬೇಕೆನ್ನುವುದು ಹೊಳೆಯಲಿಲ್ಲ. 'ಟ್ರಾಫಿಕ್ ಇದ್ದ ಕಾರಣ ತಡವಾಯಿತು, ಸಾರಿ' ಎನ್ನಬೇಕು. ಅವರು ಅದಕ್ಕೆ, 'ಇರಲಿ ಬಿಡಿ' ಎಂದುಬಿಡುವರು! ಅಥವ ನಾನು ಕೇಳುವ ಮುಂಚೆಯೇ 'ಏನು? ತುಂಬ ಟ್ರಾಫಿಕ್ ಇತ್ತಾ?' ಎಂದು ಸ್ವಾಗತಿಸಬಹುದು. ಇಲ್ಲಿ ಎಂಥ ದುರಂತವಿದೆಯೆಂದರೆ, ನಾನು ಸಮಯಕ್ಕೆ ಸರಿಯಾಗಿ ತಲುಪಲಾಗದೇ ಇರುವುದಕ್ಕೆ ಡ್ರೈವ್ ಮಾಡುತ್ತಿರುವಾಗ ನಿಜವಾಗಿ ಸಂಕಟಪಟ್ಟಿದ್ದರೂ, ಟ್ರಾಫಿಕ್ ಸಮಸ್ಯೆಯ ನೆಪವು ಈಗಾಗಲೇ ಒಪ್ಪಿತ ಸತ್ಯವೋ ಸುಳ್ಳೋ ಆಗಿರುವುದರಿಂದ ಆ ಸಂಕಟಕ್ಕೆ

ಬೆಲೆಯೇ ಇಲ್ಲದಂತಾಗಿದೆ. ಅಂದರೆ, ನಾವು ಟ್ರಾಫಿಕ್‌ನಿಂದಾಗಿ ತಡವಾಯಿತು ಎನ್ನುವ ಮಾತನ್ನು ಎಲ್ಲ ಸಂದರ್ಭಕ್ಕೂ ಉಪಯೋಗಿಸಿ ಎಷ್ಟು ಅಬ್ಯೂಸ್ ಮಾಡಿದ್ದೇವೆಂದರೆ, ಆ ಮಾತು ಸತ್ಯವೂ ಅಲ್ಲದ ಸುಳ್ಳೂ ಅಲ್ಲದ ನಿರುಪಯುಕ್ತ ಔಪಚಾರಿಕ ಮಾತಾಗಿ ಸತ್ತುಹೋಗಿದೆ. ಟ್ರಾಫಿಕ್ ಸಲುವಾಗಿ ರಸ್ತೆಯಲ್ಲಿ ಒಂದೂವರೆ ಗಂಟೆ ಪ್ರಯಾಣಿಸುವ ಯಾತನೆಗಿಂತ, ನಮ್ಮ ಪ್ರಾಮಾಣಿಕ ಸಂಕಟಗಳು ಮತ್ತು ಮಾತುಗಳು ಹೀಗೆ ಅರ್ಥಹೀನವಾಗುವ ಯಾತನೆ ದೊಡ್ಡದು.

ನಾವು ಇದುವರೆಗೆ ಸಾಧಿಸಿದ ಬೆಳವಣಿಗೆ ಮತ್ತು ಮುಂದೆ ಸಾಧಿಸಲಿರುವ ಬೆಳವಣಿಗೆಯ ಬಗ್ಗೆ ನಮ್ಮಲ್ಲಿ ಹಪ್ಪಳ ಮಾಡುವ ಕ್ರಿಯೆಯ ಬಗೆಗಿರುವ ಎರಡು ಧೋರಣೆಗಳನ್ನು ಗಮನಿಸುವುದರೊಂದಿಗೆ ಈ ಬರವಣಿಗೆಯನ್ನು ನಿಲ್ಲಿಸುತ್ತೇನೆ. ನಂದನ್ ನಿಲೇಕಣಿಯವರು ತಮ್ಮ 'ಇಮ್ಯಾಜಿನಿಂಗ್ ಇಂಡಿಯಾ' ಪುಸ್ತಕದಲ್ಲಿ ಒಂದು ಕಡೆ, 'ಹಿಂದಿನ ಕಾಲದಲ್ಲಿ ಹೆಂಗಸರು ಹಪ್ಪಳ-ಸಂಡಿಗೆ ಮಾಡುವುದಕ್ಕೆ ದಿನಗಟ್ಟಲೆ ವ್ಯಯಿಸುತ್ತಿದ್ದರು. ಈಗಿನ ಮಾರುಕಟ್ಟೆ ವ್ಯವಸ್ಥೆಯಿಂದಾಗಿ ಅವರು ಅದಕ್ಕಾಗಿ ಒದ್ದಾಡಬೇಕಿಲ್ಲ. ಸುಲಭವಾಗಿ ಅಂಗಡಿಗೆ ಹೋಗಿ ರೆಡಿಮೇಡ್ ಹಪ್ಪಳವನ್ನು ಖರೀದಿಸಬಹುದು. ಹಪ್ಪಳ-ಸಂಡಿಗೆ ಮಾಡುವ ಸಮಯವನ್ನು ಬೇರೆ ಉಪಯುಕ್ತ ಕೆಲಸಗಳಿಗೆ ದುಡಿಮೆಗೆ ಮೀಸಲಿಡಬಹುದು. ಇದು ದೇಶದ ಆರ್ಥಿಕ ಬೆಳವಣಿಗೆಗೆ ಸಹಾಯಕವಾಗಿದೆ' ಎಂದು ಬರೆಯುತ್ತಾರೆ. ಶಿವರಾಮ ಕಾರಂತರು ತಮ್ಮ 'ಮರಳಿ ಮಣ್ಣಿಗೆ' ಕಾದಂಬರಿಯಲ್ಲಿ, ಕರಾವಳಿ ಪ್ರದೇಶದ ಮನೆಗಳಲ್ಲಿ ಹಪ್ಪಳ ಮಾಡುವ ಸಂಗತಿಯನ್ನು ಸವಿಸ್ತಾರವಾಗಿ ಬರೆದಿದ್ದಾರೆ. ಆ ಕ್ರಿಯೆಯಲ್ಲಿ ಮನುಷ್ಯರ ನಡುವಿನ ಭಾವಗಳು ಬೆಸೆಯುವುದನ್ನು ಕಾಣಿಸುತ್ತಾರೆ. ಹಪ್ಪಳ-ಸಂಡಿಗೆ ಮಾಡುವುದಕ್ಕೆ ಮೂರು ದಿನ ಊರಿನ ಹೆಂಗಸರು, ಮನೆಯ ಹೆಂಗಸರು ಸೇರುವುದೇ ಬದುಕಿನ ಮನೋಲ್ಲಾಸಕಾರಿಯಾದ ಕ್ಷಣಗಳು ಎನ್ನುವ ಭಾವ ಕವಿಯಲ್ಲಿ ಸಾಹಿತಿಯಲ್ಲಿ ಭಾವುಕರಲ್ಲಿರುತ್ತದೆ. ಅದು ಇರುವವರೆಗೆ ಮಾತ್ರ ನಮ್ಮೊಳಗಿನ ತೇವ ನಮ್ಮನ್ನು ಕಾಪಾಡುತ್ತದೆ. ಎಲ್ಲವನ್ನೂ ಕೇವಲ ವ್ಯಾವಹಾರಿಕ ದೃಷ್ಟಿಕೋನದಿಂದ ನೋಡುತ್ತ, ಅತಿಬುದ್ಧಿವಂತರಾಗುತ್ತ, ಪ್ರತಿದಿನವೂ ತಂತ್ರಜ್ಞಾನ ಬದಲಾಗುತ್ತ, ನಿರಂತರ ಕಲಿಕೆಯ ಅನಿವಾರ್ಯತೆ ಹೆಚ್ಚುತ್ತ ಹೋಗುವುದೇ ಬಹುಶಃ 'ಕಲಿ'ಗಾಲ.

ಆಗಸ್ಟ್ 2016

ಆಧುನಿಕತೆ ಎಂಬ ವಿಪರ್ಯಾಸ

ಕಲೆ, ಸಾಹಿತ್ಯ, ಶಿಕ್ಷಣ, ಅಧ್ಯಾತ್ಮ, ಧಾರ್ಮಿಕ ನಂಬಿಕೆಗಳು, ತತ್ವಶಾಸ್ತ್ರ, ಇತ್ಯಾದಿಯಾಗಿ ಬದುಕಿನ ಎಲ್ಲ ಸಂಗತಿಗಳ ಆಧುನೀಕರಣಕ್ಕೊಂದು ಇತಿಹಾಸವಿದೆ. ಪ್ರಗತಿಶೀಲತೆಯಲ್ಲಿ ಬದುಕನ್ನು ಚೆಂದಗಾಣಿಸುವ, ಕಲೆಯ ಅಭಿವ್ಯಕ್ತಿಗೆ ಸಂಪೂರ್ಣ ಸ್ವಾತಂತ್ರ್ಯ ದೊರಕಿಸುವ ಹಂಬಲದ ಸಮರ್ಥನೆಯಿದೆ. ರಾಜಕೀಯ ಪ್ರೇರಣೆಗಳೂ ಇವೆ. ಆಧುನಿಕತೆಯ ಚರಿತ್ರೆಯ ಅವಲೋಕನಕ್ಕಿಳಿಯದೆ, ಸದ್ಯ ನಮ್ಮೆದುರಿನ ಬದುಕಿನಲ್ಲಿ ಸಾಹಿತ್ಯೇತರ ಸಂಗತಿಗಳ ಆಧುನಿಕತೆಯ ಗ್ರಹಿಕೆಗಳು ಹೇಗೆಲ್ಲ ಕೆಲಸ ಮಾಡುತ್ತಿವೆ ಎನ್ನುವುದನ್ನು ಶೋಧಿಸುವುದಷ್ಟೇ ಈ ಬರವಣಿಗೆಯ ಉದ್ದೇಶ.

ಆಧುನಿಕತೆ ಅಥವ ಆಧುನಿಕರು ಎಂದಾಕ್ಷಣ ಸಾಮಾನ್ಯವಾಗಿ ಎರಡು ಬಗೆಯ ರೂಢಿಗತ ಅಭಿಪ್ರಾಯಗಳು ನಮ್ಮೊಳಗೆ ಜಾಗೃತವಾಗುತ್ತವೆ. ಅಧುನಿಕತೆ ಎಂದರೆ ಪರಂಪರಾಗತ ಜಡ ಆಚರಣೆಗಳ ಸೋಂಕಿಲ್ಲದ ಮುಕ್ತತೆ ಎನ್ನುವುದು ಒಂದು ಅಭಿಪ್ರಾಯವಾದರೆ, ಅದು ಜೀವಿಸಲು ಯೋಗ್ಯವಲ್ಲದ ಕಲುಷಿತ ಪರಿಸರವನ್ನು ನಿರ್ಮಿಸುತ್ತಿರುವ ಮನುಷ್ಯನ ದುಸ್ಸಾಹಸ ಎನ್ನುವುದು ಮತ್ತೊಂದು ಅಭಿಪ್ರಾಯ. ಈ ಎರಡು ಗ್ರಹಿಕೆಗಳಲ್ಲಿ ಮೊದಲನೆಯದು ಆಧುನಿಕತೆಯ ಪ್ರಯೋಜನವೆಂದೂ ಎರಡನೆಯದು ಅದರ ದುಷ್ಪರಿಣಾಮವೆಂದು – ಅದು ಅಷ್ಟು ಸುಲಭವಲ್ಲದಿದ್ದರೂ ಸದ್ಯದ ಸೌಲಭ್ಯಕ್ಕಾಗಿ ವಿಂಗಡಿಸಬಹುದು. ಹಾಗೂ, ಮೊದಲನೆಯದು ವೈಯಕ್ತಿಕ

ನೆಲೆಯಲ್ಲಿ ಸಮ್ಮತವಾಗುವುದನ್ನು, ಎರಡನೆಯ ಅಭಿಪ್ರಾಯವು ಸಮಾಜದ ನೆಲೆಯಿಂದ ಮೂಡಿರುವ ಅಸಮ್ಮತ ಮನೋಭಾವ ಎನ್ನುವುದನ್ನು ಗಮನಿಸಬಹುದು. ನಮ್ಮೊಳಗೆ ಬಹಳಷ್ಟು ಸಲ ಈ ಎರಡೂ ಅಭಿಪ್ರಾಯಗಳು ಜೊತೆಜೊತೆಯಾಗಿಯೇ ಮೂಡುವುದರಿಂದ, ಮತ್ತು ಇವುಗಳೊಂದಿಗೆ ಇನ್ನೂ ಹಲವಾರು ವಿಚಾರಗಳು ಇದರ ಅಡಿಪಾಯದಲ್ಲಿ ಹುದುಗಿರುವುದರಿಂದ, ಒಟ್ಟಾರೆಯಾಗಿ ಆಧುನಿಕತೆ ಎನ್ನುವುದೇ ಅನಿಶ್ಚಿತ ಮತ್ತು ಅನುಮಾನಿತ ಪರಿಕಲ್ಪನೆಯಾಗಿ ಉಳಿಯುವ ಸಾಧ್ಯತೆಯಿದೆ. ಈ ಎರಡೂ ವಿಭಾಗಗಳಿಗೆ 'ಪರಿವರ್ತನೆ' ಎನ್ನುವುದು ಮೂಲವಾಗಿರುವುದರಿಂದ, ಮತ್ತು ಮನೋಧರ್ಮದ ದೃಷ್ಟಿಯಿಂದ ಬದಲಾವಣೆಯನ್ನು ಒಪ್ಪಿಕೊಳ್ಳುವುದೇ ಆಧುನಿಕತೆಯ ಲಕ್ಷಣ ಎನ್ನುವ ಪೂರ್ವಾಗ್ರಹದಿಂದ ಯಾವುದೋ ಒಂದು ಚೌಕಟ್ಟಿನ ಅರ್ಥ ವಿವರಣೆಗೆ ಜೋತು ಬೀಳುತ್ತೇವೆ. ಇದೆಲ್ಲವನ್ನು ಗಮನಿಸುವಾಗ ಒಮ್ಮೊಮ್ಮೆ ಆಧುನಿಕತೆ ಎನ್ನುವುದೇ ಕೇವಲ ಭ್ರಮೆಯೇನೋ ಅನ್ನಿಸಿಬಿಡುವುದು.

ಉದಾಹರಣೆಗೆ, ಇಟಾಲಿಯನ್, ಮೆಕ್ಸಿಕನ್ ತಿನಿಸುಗಳನ್ನು ಮೆಲ್ಲುವುದು, ಹಾಗೆ ಮೆಲ್ಲುವ ಮುಂಚೆ ನೀರಿನಲ್ಲಿ ಕೈತೊಳೆಯುವ ಬದಲು ಸ್ಯಾನಿಟೈಝರಿನಲ್ಲಿ ಕೈಒರೆಸಿಕೊಳ್ಳುವುದು, ಬರ್ಮುಡಾಸ್ ಗಾಗಲ್ಸ್ ಏರಿಸಿಕೊಂಡು ದೇವಸ್ಥಾನಕ್ಕೆ ಹೋಗುವುದು, ಗಿಟಾರ್ ಕೈಗೆತ್ತಿಕೊಂಡು ಹೆಡ್ ಬ್ಯಾಂಗಿನಲ್ಲಿ ತೊಡಗುವುದು, ಹೀಗೆ 'ಫ್ಯಾಶನಬಲ್' ಸಂಗತಿಗಳನ್ನು ಪರಿಪಾಲಿಸುವುದೇ ಆಧುನಿಕತೆಯೆಂದು ಬಗೆದಿರುವ ಲಕ್ಷಣಗಳನ್ನು ಕಾಣುತ್ತೇವೆ. ಇಂಥ ಆಧುನಿಕತೆಯು ಹೆಚ್ಚಾಗಿ ಆಕರ್ಷಣೆಯಿಂದ ರೂಪುಗೊಂಡಿರುವಂಥದು. ಮತ್ತು, ಕೆಲವು ಸಲ ಅಂತಸ್ತಿನ ಭ್ರಮೆಯಿಂದಲೂ ಮೂಡಿರುವಂಥದು. ಇಷ್ಟು ಮಾತ್ರಕ್ಕೆ ಆಧುನಿಕರೆಂದು ಹೇಳಲಾಗದು ಅಂತ ಪ್ರಜ್ಞಾವಂತರಾದವರು ಭಾವಿಸಿದರೂ, ಸಮಾಜದಲ್ಲಿ ಇವುಗಳನ್ನೇ ಆಧುನಿಕತೆಯೆಂದು ಭ್ರಮಿಸುವ ದೊಡ್ಡ ವರ್ಗವಿದೆ. ಮತ್ತು, ಇಂಥ ಭ್ರಮೆಗಳು ಸಾಕಷ್ಟು ಜಟಿಲವಾಗಿರುತ್ತವೆ. ದೇವಸ್ಥಾನಕ್ಕೆ ಬರ್ಮುಡಾಸ್ ಧರಿಸಿ ಹೋಗುವವ ಆಧುನಿಕನೇ? ಹೋಗಬಾರದು ಎನ್ನುವವ? ಹೋಗಬಹುದು ಎನ್ನುವವ? ಪಂಚೆ ಧರಿಸಿ ಹೋಗುವವ? ಇತ್ಯಾದಿ ಪ್ರಶ್ನೆಗಳಿಗೆ ನೇರವಾದ ಹೌದು ಅಥವ ಇಲ್ಲ ಎನ್ನುವ ಉತ್ತರ ನೀಡುವುದು ಕಷ್ಟ. ಹೋಗಬಾರದು ಎನ್ನುವವ ಹೋಗಬಹುದು ಎನ್ನುವವ ಇಬ್ಬರೂ ಆಧುನಿಕರಲ್ಲದಿರಬಹುದು.

ಇದನ್ನು ವಿರುದ್ಧ ದಿಕ್ಕಿನಿಂದ ನೋಡೋಣ. ಅಂದರೆ ಎಲ್ಲಿ ಆಧುನಿಕ ಉಡುಗೆ ಧರಿಸಬೇಕೋ ಅಲ್ಲಿ ಧಾರ್ಮಿಕತೆಯನ್ನು ಮೆರೆಸುವುದು. ಸಾಫ್ಟ್‌ವೇರ್ ಕಂಪನಿಗಳಲ್ಲಿ ಕೆಲಸ ಮಾಡುವ ಮುಸ್ಲಿಮ್ ಯುವತಿಯರು ಮನೆಯಿಂದ ಹೊರಟು ಆಫೀಸು ತಲುಪುವವರೆಗೆ, ಹಾಗೆ ಆಫೀಸಿನಿಂದ ಹೊರಟು ಮನೆ ತಲುಪುವವರೆಗೆ –

ಹೊರಗಿರುವಷ್ಟು ಹೊತ್ತು ಬುರ್ಖಾ ಧರಿಸುವುದು ಸಾಮಾನ್ಯ ಸಂಗತಿಯಾಗಿದೆ. ಆಫೀಸಿಗೆ ಬರುತ್ತಲೇ ಬುರ್ಖಾ ಕಳಚುತ್ತಾರೆ. ವಿಭೂತಿ ನಾಮಧಾರಿಗಳಿಗೂ ಕೊರತೆಯಿಲ್ಲ. ಕೆಲವರು ಶಿಖೆ ಬಿಡುವವರೂ ಇದ್ದಾರೆ. ಕೆಲವರು ತಿರುಪತಿ ತಿಮ್ಮಪ್ಪನಿಗೆ ಹಾಕಿರುವ ನಾಮಕ್ಕಿಂತಲೂ ದೊಡ್ಡದಾದ ನಾಮ – ಮುಖವೇ ಕಾಣಿಸದಂತೆ ನಾಮ ಹಾಕಿಕೊಳ್ಳುವವರನ್ನೂ ನೋಡಿದ್ದೇನೆ. ಹೀಗೆ ಹಿಂದಿನವರ ಪದ್ಧತಿಯನ್ನು ಆಚರಿಸುವವರು, ಕೆಲಸದಲ್ಲಿ ತೊಡಗುತ್ತಲೇ ಗೆಲ್ಲುವುದೇ ಮುಖ್ಯವೆಂದು ನಂಬಿರುವವರು. ಶಕ್ತಿಶಾಲಿಯಾದವರು, ಸುಲಭವಾಗಿ ಹೊಂದಾಣಿಕೆ ಮಾಡಿಕೊಳ್ಳುವವರು ಮಾತ್ರ ಗೆಲ್ಲುವುದಕ್ಕೆ ಸಾಧ್ಯ ಎಂದು ನಂಬಿರುವವರು. ಅಲ್ಲದೆ, ಜಾತಿ ಧರ್ಮಗಳನ್ನು ಮೀರಿ ಎಲ್ಲರೂ ಅಭಿವೃದ್ಧಿಯ ಪರ ವಾದಿಸುವವರು. ಪರಂಪರೆಯ ಮೌಲ್ಯಗಳಿಗೆ ಅನುಗುಣವಾಗಿ ತನ್ನ ಅಹಮಿಕೆಯಿಂದ ಕಳಚಿಕೊಳ್ಳುವ ಬದಲು, ತಮ್ಮನ್ನು ತಾವು ನಿರೂಪಿಸಿಕೊಳ್ಳುವ 'ಯು ಹ್ಯಾವ್ ಟು ಮಾರ್ಕೆಟ್ ಯುವರ್‌ಸೆಲ್ಫ್' ಎಂಬ ಹವಣಿಕೆವುಳ್ಳವರು. ಅಂದರೆ, ತಮ್ಮ ಪರಂಪರೆಯ ಪದ್ಧತಿಗಳನ್ನು ಬಾಹ್ಯದಲ್ಲಿ ಆಚರಿಸುತ್ತ ಆಂತರ್ಯದಲ್ಲಿ ಡಾರ್ವಿನ್ 'ಮಾದರಿ'ಯ ಪಾಶ್ಚಿಮಾತ್ಯ ಮನೋಭಾವ ಹೊಂದಿರುವವರು. ಇವರನ್ನು ನಾವು ಆಧುನಿಕತೆಯ ವರ್ತುಲದೊಳಗೆ ಎಲ್ಲಿ ನಿಲ್ಲಿಸಬಹುದು? ಯಾಕೆಂದರೆ – ಗೊತ್ತಿದ್ದೋ, ಅನೇಕ ಸಲ ಗೊತ್ತಿಲ್ಲದೆಯೋ – ಆಂತರಿಕವಾಗಿ ಇವರು ತನ್ನತನವನ್ನು ಸ್ಥಾಪಿಸಿಕೊಳ್ಳುವ ಪಂಥದವರು. ಇದೇ ಆಧುನಿಕತೆ ಎಂದು ನಂಬಿರುವವರು. ಇಂದು ನಮ್ಮ ಎಲ್ಲ ಧಾರ್ಮಿಕ ಸಂಸ್ಥೆಗಳೂ ಇದೇ ಮಾದರಿಯನ್ನು ಒಪ್ಪಿ ನಡೆಯುತ್ತಿವೆ. ತನ್ನ ಸಮುದಾಯದ ಅಸ್ತಿತ್ವಕ್ಕಾಗಿ ಆರ್ಥಿಕ, ಶೈಕ್ಷಣಿಕ ಮತ್ತು ರಾಜಕೀಯವಾಗಿ ಬಲಿಷ್ಠರಾಗಿರಬೇಕೆಂದು ದೃಢವಾಗಿ ನಂಬಿ ಆ ನಿಟ್ಟಿನಲ್ಲೇ ಕಾರ್ಯಪ್ರವೃತ್ತರಾಗಿವೆ. ಈ ಬದಲಾವಣೆಗಳು ಆಧುನಿಕತೆಯ ನೆಲೆಯಿಂದ ನೇತ್ಯಾತ್ಮಕ ಭಾವವನ್ನೇಕೆ ತುಂಬುತ್ತವೆ? ದೇವಸ್ಥಾನಕ್ಕೆ ಹೋಗುವಾಗಿನ ವೈಯಕ್ತಿಕ ಉಡುಗೆ ತೊಡುಗೆಯು ಆಧುನಿಕತೆಯ ಸ್ವಾತಂತ್ರ್ಯದ ವಿಚಾರವಾಗಿ ಕಂಡು, ಸಾಮಾಜಿಕ ಸಂಸ್ಥೆಯಾದ ಮಠದ ವ್ಯವಸ್ಥೆಯ ಬದಲಾವಣೆಗಳು ಅಧಃಪತನದ ಸಂಕೇತವಾಗಿ ಯಾಕೆ ಕಾಣುತ್ತವೆ? ಅಲ್ಲದೆ, ಪುರಾತನ ದೇವಸ್ಥಾನಗಳಿಗೆ ಹೋಗುವುದು ಗೊಡ್ಡುತನವೆಂದೂ, ಅಮೃತಶಿಲೆಯ ಸಾಯಿಬಾಬ ಮಂದಿರಕ್ಕೆ ಸ್ಲೀವ್ಲೆಸ್ ಧರಿಸಿ ಹೋಗುವುದು ಆಧುನಿಕವೆನ್ನುವ ವಿಚಿತ್ರ ಧೋರಣೆಯ ಹಿಂದಿನ ಮನೋಧರ್ಮವೇನು? ಇನ್ನು, ಓಶೋ ಇತ್ಯಾದಿ ವಿಚಾರಗಳು, ರೇಖಿ ಇತ್ಯಾದಿ ತಂತ್ರಗಳು, ದೀಪಕ್ ಚೋಪ್ರಾ ಮುಂತಾದ ಪ್ರವಚನಿಸ್ಟ್‌ಗಳು ಆಧುನಿಕ ಆಧ್ಯಾತ್ಮವಾದಿಗಳ ಜೀವನ್ಮುಕ್ತರ ನವವರ್ಗವೊಂದನ್ನೇ ಸೃಷ್ಟಿಸಿದೆ. ಇವೆಲ್ಲವು ಮತ್ತೆ 'ಫ್ಯಾಶನಬಲ್' ಸಂಗತಿಯೊಂದಿಗೆ ತಳುಕು ಹಾಕಿಕೊಂಡಿವೆಯೇ?

ಇಲ್ಲೊಂದು ಗಮನಿಸಬೇಕಾದ ಅಂಶವಿದೆ. ನಾವು ಸಾಧಾರಣವಾಗಿ ಇಂಥ ಆಧುನಿಕ ಮುಕ್ತ ಜೀವನಶೈಲಿಯು ಹಳೆಯದರ ನಿರಾಕರಣೆ ಅಥವ ವಿರೋಧವೇ ಆಗಿರಬೇಕೆಂದು ನಂಬಿರುತ್ತೇವೆ. ಆದರೆ, ಹಲವಾರು ಕುಟುಂಬಗಳಲ್ಲಿ ಕಾಲಾಂತರದಲ್ಲಿ ನಶಿಸಿಹೋಗಿರುವ ಆಚರಣೆಗಳ ಬಗ್ಗೆ ಅರಿವೇ ಇಲ್ಲದೆ ಆಧುನಿಕ ಎನ್ನಬಹುದಾದ ಜೀವನ ಶೈಲಿಗೆ ಒಗ್ಗಿಕೊಂಡಿರುತ್ತಾರೆ. ಅಂದರೆ, ಪರಂಪರೆ ಎನ್ನುವುದೊಂದು ಇದೆ/ಇತ್ತು ಎನ್ನುವುದೇ ತಿಳಿಯದೆ ಅದರಿಂದ ಪಾರಾಗಿ ಬದುಕುತ್ತಿರುತ್ತಾರೆ. ಕರಾವಳಿ ಸೀಮೆಯಿಂದ ಘಟ್ಟದ ಮೇಲಿನ ನಗರಗಳಿಗೆ ವಲಸೆ ಹೋಗಿರುವ ಕುಟುಂಬಗಳ ಮೂರನೇ ನಾಲ್ಕನೇ ತಲೆಮಾರಿನಲ್ಲಿ ಇಂಥ ಅನೇಕ ಆಧುನಿಕ ತರುಣ–ತರುಣಿಯರನ್ನು ಕಂಡಿದ್ದೇನೆ. ಸ್ವತಃ ನಾನೇ ಅಂಥವರಲ್ಲಿ ಒಬ್ಬನಾಗಿದ್ದೇನೆ ಎಂದರೂ ತಕ್ಕ ಮಟ್ಟಿಗೆ ಸರಿಯೇ.

ಜೊತೆಗೆ, ಆಧುನಿಕತೆಯ ಪರಿಕಲ್ಪನೆಗಳೂ ಬದಲಾಗುತ್ತಿರುತ್ತವೆ. ನನ್ನ ಅಜ್ಜ ಸಿಗರೇಟು ಸೇದುತ್ತಿದ್ದರು ಅಥವ ಹೋಟೆಲ್ಲಿನಲ್ಲಿ ಊಟ ಮಾಡುತ್ತಿದ್ದರು ಎನ್ನುವುದು ಅವರ ಪಾಲಿನ ಆಧುನಿಕತೆಯಾದರೆ, ನನ್ನ ತಂದೆಗೆ ಸಂಧ್ಯಾವಂದನೆಯನ್ನು ಮಾಡದಿರುವುದು ಆದರೆ ಪ್ರತಿದಿನವೂ ಶೇವಿಂಗ್ ಮಾಡಿಕೊಳ್ಳುವುದನ್ನು ತಪ್ಪಿಸದಿರುವುದೇ ಆಧುನಿಕತೆಯ ಲಕ್ಷಣವಾಗಿತ್ತೇನೋ. ನನ್ನಲ್ಲಿಗೆ ಬರುವಾಗ ದಿನದಿನಕ್ಕೂ ಬದಲಾಗುವ ತಂತ್ರಜ್ಞಾನದೊಂದಿಗೆ ದಾಪುಗಾಲು ಹಾಕುವ ಉಮೇದು ಆಧುನಿಕತೆ ಎನ್ನಿಸಿಕೊಳ್ಳುವುದು. ತಂತ್ರಜ್ಞಾನದ ವಿಷಯದಲ್ಲಿ 'ಅಪ್‌ಡೇಟೆಡ್' ಆಗಿರುವುದೇ ಆಧುನಿಕತೆಯ ಲಕ್ಷಣ ಎನ್ನುವ ಹೊಸ ವ್ಯಾಖ್ಯಾನವೊಂದು ಕಳೆದೆರಡು ದಶಕದಿಂದೀಚೆಗೆ ಪ್ರಬಲಗೊಳ್ಳುತ್ತಿದೆ. ಇತ್ತೀಚೆಗೆ ಕೇಂದ್ರ ಸರ್ಕಾರವು ನೋಟುಗಳ ರದ್ದತಿಯ ಬೆನ್ನಲ್ಲೇ 'ಪೇಟಿಎಮ್'ನಂಥ ಕಂಪನಿಯ ವಹಿವಾಟು ಶಿಖರದೆತ್ತರಕ್ಕೆ ಜಿಗಿದಿದ್ದು, ಜೊತೆಗೆ ಸ್ವತಃ ಪ್ರಧಾನಮಂತ್ರಿಯೇ ಎಲ್ಲೆಡೆಯೂ ನಗದು ರಹಿತ ವಹಿವಾಟನ್ನು ಉತ್ತೇಜಿಸುವ ಜಾಹೀರಾತಿನ ಮಾತುಗಳನ್ನಾಡುತ್ತಿರುವುದು, ಜನರ ಮೇಲೆ ತಂತ್ರಜ್ಞಾನವನ್ನು ಹೇರಿ ಅವರನ್ನು ಅಪ್‌ಡೇಟ್ ಆಗಿಸುವ ಆಲೋಚನೆಯೇ ಆಗಿದೆ. ಈ ಯೋಜನೆಯ ಆಲೋಚನೆಯ ಉದ್ದೇಶ ಪರಿಣಾಮಗಳು ಏನೇ ಇರಲಿ. ಆದರೆ, ಹೀಗೊಂದು ಆಧುನೀಕರಣವನ್ನು ಅನಿವಾರ್ಯವಾಗಿಸುವ ಚಿಂತನೆಯು ತಂತ್ರಜ್ಞಾನದೊಂದಿಗೆ ಅಪ್‌ಡೇಟೆಡ್ ಆಗಿರುವುದೇ ಆಧುನಿಕತೆಯ ಲಕ್ಷಣ ಎನ್ನುವ ಈ ಕಾಲದ ವ್ಯಾಖ್ಯಾನದ ಪರಿಣಾಮವೇ ಆಗಿದೆ.

ಈ ಸಂದರ್ಭದಲ್ಲಿ ಮೋದಿಯ ಅಂದರೆ ಅಭಿವೃದ್ಧಿಯ ಬೆಂಬಲಿಗರು, ನೋಟುಗಳ ರದ್ದತಿಯನ್ನು ಬಹಿರಂಗವಾಗಿ ಬೆಂಬಲಿಸದೆ ಇರಲಾಗದ, ಜೊತೆಗೆ ತಮ್ಮ ತಮ್ಮ ಕಪ್ಪು ಹಣವನ್ನು ಬಚಾವು ಮಾಡಿಕೊಳ್ಳುವ ಸಂಕಟವನ್ನು ಹೇಳಿಕೊಳ್ಳಲಾಗದ

ಪರಿಸ್ಥಿತಿಯಲ್ಲಿ ಒಂದು ಬಗೆಯ ಇಬ್ಬಂದಿತನವನ್ನು ಅನುಭವಿಸುತ್ತಿದ್ದಾರೆ. ಆದರೆ, ಒಂದು ಸಹಜವಾದ ಇಬ್ಬಂದಿತನವು ನಮ್ಮೊಳಗೆ ಹಲವು ಸಲ ನಮಗೇ ತಿಳಿಯದಂತೆ ಕೆಲಸ ಮಾಡುತ್ತಿರುತ್ತದೆ. ಸಾಮಾನ್ಯವಾಗಿ ವೈಯಕ್ತಿಕ ನೆಲೆಯಿಂದ ಆಧುನಿಕ ಚಿಂತನೆಗಳನ್ನು ಒಪ್ಪಿಕೊಳ್ಳುತ್ತ ಸಾಮಾಜಿಕವಾಗಿ ವಿರೋಧಿಸುತ್ತೇವೆ. ಈ ನಿಟ್ಟಿನಲ್ಲಿ ಧಾರ್ಮಿಕ ವಿಚಾರಗಳನ್ನು ನಾವು ಈಗಾಗಲೇ ನೋಡಿದ್ದೇವೆ. ಅತ್ಯಗಲದ ರಸ್ತೆಗಳನ್ನು ಹೊಗಳುತ್ತಲೇ ಅದಕ್ಕೆ ಬೆರಗಾಗುತ್ತಲೇ, ಮರ ಕಡಿಯುವುದನ್ನು ಖಂಡಿಸುವುದೂ, ಮೊಬೈಲ್ ಬಳಸುತ್ತಲೇ ಗುಬ್ಬಚ್ಚಿಗಳ ವಿನಾಶದ ಬಗ್ಗೆ ಕೊರಗುವುದೂ ಇದೇ ಬಗೆಯ ಇಬ್ಬಂದಿತನ. ವೈಯಕ್ತಿಕವಾಗಿ ಜೀವನ ಶೈಲಿಯನ್ನು ಫ್ಯಾಶನ್–ಪ್ರತಿಷ್ಠೆಯ ಸೋಂಕಿನ ಆಧುನಿಕತೆಯಿಂದ ಬದಲಿಸಲಾಗದ, ಆದರೆ ಸಾಮಾಜಿಕವಾಗಿ ಹಳೆಯ ಪರಿಸರದ ಆಕರ್ಷಣೆ ಹೊಂದಿರುವ ಇಬ್ಬಂದಿತನವಿದು. ನವಣೆ ಸಜ್ಜೆಗಳ ದುಬಾರಿತನಕ್ಕು, ಹೋಮ್‌ಸ್ಟೇ ಹಳ್ಳಿಮನೆಗಳ ದುಬಾರಿತನಕ್ಕು, ಹೀಗೆ ವೈಯಕ್ತಿಕ ಅನುಕೂಲತೆ ಸಾಮಾಜಿಕ ಅಸಮಧಾನತೆಯ ಇಬ್ಬಂದಿತನಕ್ಕು ನೇರವಾದ ನಂಟಿದೆ. ಇದೇ ಕಾರಣಕ್ಕಾಗಿ ಯಾವುದು ನಮ್ಮ ಜೀವನದ ಸಹಜ ಶೈಲಿಯಾಗಬೇಕಿತ್ತೋ ಅದು ವಾಣಿಜ್ಯೀಕರಣಗೊಂಡು ಆಧುನಿಕತೆಯ ದ್ಯೋತಕವಾಗಿ ಪ್ರತಿಷ್ಠೆ ತರುವ ಪದ್ಧತಿಯಾಗಿದೆ. ಕುಸಲಕ್ಕಿ ಊಟ ಮಾಡುವುದು ಹಳೆಯ ಪದ್ಧತಿ ಅಂತಲೋ ಅಥವ ಬಡತನವೆಂತಲೋ ಬಗೆಯುತ್ತೇವೆ. ಆದರೆ ನವಣೆ ಸಜ್ಜೆ ಉಪಯೋಗಿಸುವುದು ಆರೋಗ್ಯ ಪರಿಪಾಲನೆಗೆ ವಿವೇಕಯುತ ಹೆಜ್ಜೆ ಇಡುವ ಆಧುನಿಕ ಶೈಲಿ ಎಂದುಕೊಳ್ಳುತ್ತೇವೆ. ಇತ್ತೀಚೆಗೆ ವಾಟ್ಸಾಪಿನಲ್ಲಿ, ಒಂದು ಬಗೆಯ ಅಕ್ಕಿಯು ಆರೋಗ್ಯಕಾರಿ ಹೃದಯಕ್ಕೆ ಬಹಳ ಒಳ್ಳೆಯದೆಂದು ಮೆಸೇಜೊಂದು ಬಂದಿತ್ತು. ಅದರ ಬೆಲೆ ಒಂದು ಕೆಜಿಗೆ ಇನ್ನೂರೈವತ್ತು ರೂಪಾಯಿ. ಅದರ ಬೆಲೆ ಕೇಳಿದರೇ ಹೃದಯದ ಬಡಿತ ನಿಲ್ಲುವ ಹಾಗಿದೆ; ಅದೇನು ಒಳ್ಳೆಯದೋ ಎಂದುಕೊಂಡೆವು. ಈ ಅಕ್ಕಿಯನ್ನು ದೇಸೀ ಪದ್ಧತಿಯಲ್ಲಿ ಬೆಳೆದಿರುವುದು ಎನ್ನುವುದನ್ನು ಪ್ರತ್ಯೇಕವಾಗಿ ಹೇಳಬೇಕಾಗಿಲ್ಲ.

ಈ ಎಲ್ಲದರ ಹಿಂದೆ ಆಕರ್ಷಣೆ, ಫ್ಯಾಶನ್, ಪ್ರತಿಷ್ಠೆ, ಅಶ್ರದ್ಧೆ, ಅಲ್ಪಜ್ಞಾನಗಳು ಬೆಸೆದುಕೊಂಡಿವೆ. ಇವು ನಾವೀಗ ಸಮಾಜದಲ್ಲಿ ಕಾಣುತ್ತಿರುವ ಆಧುನಿಕತೆಯನ್ನು ಸಂಕೀರ್ಣಗೊಳಿಸುವ ಸಂಗತಿಗಳಾಗಿವೆ. ಇದೆಲ್ಲವೂ ಆಧುನಿಕತೆಯನ್ನು ನಾವು 'ಶೈಲಿ'ಯ ಸ್ತರದಲ್ಲಿ ಅಳವಡಿಸಿಕೊಳ್ಳುವ ಪರಿಯಾಗಿದೆ. ಹಾಗಿದ್ದರೆ ಈ ಎಲ್ಲ ಸೋಂಕಿನಿಂದ ಹೊರತಾದ, ಪಾಶ್ಚಿಮಾತ್ಯ ವ್ಯಾಖ್ಯಾನದ ಹೊರತಾದ, ಅನುಕೂಲ ಸಿಂಧು ಹೊಂದಾಣಿಕೆಯ ಹೊರತಾದ ಆಧುನಿಕತೆಯ ಪರಿಕಲ್ಪನೆಯೇನು?

ಬದಲಾಗುತ್ತಿರುವ ಮೌಲ್ಯ ವ್ಯವಸ್ಥೆಗೆ ತೆರೆದುಕೊಳ್ಳುತ್ತ ಜ್ವಲಂತವಾಗಿ ಆಲೋಚಿಸಬಲ್ಲ ಮನೋಧರ್ಮವೇ ಆಧುನಿಕತೆ ಎಂದು ಒಂದು ಅಂದಾಜಿನಲ್ಲಿ

ಹೇಳಬಹುದೇನೋ. ನಿತ್ಯದ ನಮ್ಮ ಮಾತಿನಲ್ಲಿ ಆಗಾಗ, 'ಈ ಕಾಲದಲ್ಲೂ...' ಎನ್ನುವ ಮಾತನ್ನು ಹೊಂದಿಸಿ ಮಾತಾಡುವುದನ್ನು ಕೇಳುತ್ತಿರುತ್ತೇವೆ. 'ಈಗಿನ ಕಾಲದಲ್ಲೂ ಲವ್ ಮ್ಯಾರೇಜ್ ವಿರೋಧಿಸುತ್ತೀರಲ್ಲ...', 'ಈಗಿನ ಕಾಲದಲ್ಲಿ ಎಂತೆಂಥ ಆಧುನಿಕ ಚಿಕಿತ್ಸಾ ಪದ್ಧತಿ ಬಂದಿದೆ...', 'ತಾವೇ ಮಾಡಿದ ಅಡುಗೆಯನ್ನಷ್ಟೇ ಊಟ ಮಾಡುವುದಂತೆ. ಈಗಿನ ಕಾಲದಲ್ಲೂ ಹೀಗಿರುವವರು ಇದ್ದಾರಲ್ಲ...', ಇತ್ಯಾದಿ, ಇತ್ಯಾದಿ. ಆಧುನಿಕತೆಯು ಹೀಗೆ ಕಾಲದ ಜೊತೆ ತಳುಕು ಹಾಕಿಕೊಂಡಿರುವುದನ್ನು, ಮತ್ತು ಈಗಿನ ಕಾಲದಲ್ಲಿ ಮಾರ್ಕೆಟಿಂಗ್ ಜಗತ್ತಿನಲ್ಲಿ ಎಂಥ ಆಧುನಿಕ ಪರಿಕಲ್ಪನೆಗಳೂ ಕೆಲವೇ ತಿಂಗಳಲ್ಲಿ ಹಳಸಿ ಹೋಗುತ್ತಿರುವುದನ್ನು ನೋಡುವಾಗ ಆಧುನಿಕತೆ ಎನ್ನುವುದು ಜೀವನಧರ್ಮ ಮನೋಧರ್ಮಕ್ಕಿಂತಲೂ ಹೆಚ್ಚಾಗಿ ಕಾಲಧರ್ಮವೇ ಆದಂತಿದೆ. ನಮ್ಮ ನಮ್ಮ ಮನೋಧರ್ಮವು ತನ್ನ ಅರಳುವಿಕೆಗೆ ಯಾವುದು ಸೂಕ್ತವೋ ಆಯಾ ಕಾಲಧರ್ಮವನ್ನು ಸಂದರ್ಭಕ್ಕೆ ತಕ್ಕ ಹಾಗೆ ಅನುಸರಿಸುತ್ತದೆ. ಅದು ಹಾಗೆ ಸಹಜವಾಗಿ ಔಚಿತ್ಯಪೂರ್ಣವಾಗಿ ಅನುಸರಿಸುವುದನ್ನು ಅನುಮೋದಿಸುವುದೂ, ಗೌರವಿಸುವುದೂ, ಆಧುನಿಕತೆಯ ಪರಿಕಲ್ಪನೆಯು ಒಳಗೊಂಡಿರಬೇಕು. ಅಂದರೆ, ಜಾಗತಿಕ ಚಿಂತನೆಗಳ ತತ್ವಶಾಸ್ತ್ರದ ಅರಿವಿರುವ, ತಂತ್ರಜ್ಞಾನದೊಂದಿಗೆ ಅಪ್‌ಡೇಟ್ ಆಗಿರುವ, ಹರಿದ ಜೀನ್ಸ್ ತೊಡುವ ಡಿಸ್ಕೋ ತೆಕ್ಕಿನ ಬೆಳಕಿನ ಚಿಣ್ಣಿಕೋಲಿನಲ್ಲಿ ಕುಣಿಯುವ ಫ್ಯಾಶನ್ ಪ್ರೇರಿತ ಮನುಷ್ಯನ ಒಳಗೆ ಕತ್ತಲೆಯ ಗುಹೆ ಬಯಸುವ ಶಿಲಾಯುಗದ ಮನುಷ್ಯನೊಬ್ಬ ಇರಲಿಕ್ಕೂ ಸಾಕು! ಇದನ್ನು ವೈರುಧ್ಯವೆಂದು ಆಧುನಿಕತೆಯು ಅಲ್ಲಗಳೆಯಲಾರದು. ಬಹುಶಃ ಆಧುನಿಕತೆಯ ಪರಿಕಲ್ಪನೆಯು ಕುಡಿಯೊಡೆದ ಕ್ಷಣದಿಂದಲೂ ಮನುಷ್ಯನು ಹೊಸತನ್ನು ಅಪ್ಪಿಕೊಳ್ಳುತ್ತಲೇ ಹಿಂದಿನದು ಯಾವುದೋ ಒಂದನ್ನು ಕಳೆದುಕೊಂಡ ಕೊರಗಿನಲ್ಲಿ ಒಂದು ಬಗೆಯ ವಿಪರ್ಯಾಸದಲ್ಲೇ ಬದುಕುತ್ತಿದ್ದಾನೆ ಅನ್ನಿಸುತ್ತದೆ.

ಡಿಸೆಂಬರ್ 2016

ಕನ್ನಡ ಕಾವ್ಯಕ್ಕೆ ಭಾವೋದ್ದೀಪ್ತ ಬೌದ್ಧಿಕ ಚೆಲುವು

'ಇಲ್ಲಿ ಯಾರೂ ಮುಖ್ಯರಲ್ಲ; ಯಾರೂ ಅಮುಖ್ಯರಲ್ಲ'

ಇತ್ತೀಚಿನ ದಿನಗಳಲ್ಲಿ ಅತ್ಯಂತ ಅಸಭ್ಯವಾಗಿ ಬಳಸಲ್ಪಡುತ್ತಿರುವ ಮಾತಿದು. ಅರ್ಹರನ್ನು ಕುರಿತು ಆಡುವಾಗ ಅವರನ್ನು ಅಮುಖ್ಯರನ್ನಾಗಿಸುವ, ಅನರ್ಹರನ್ನು ಕುರಿತು ಆಡುವಾಗ ಅವರನ್ನು ಅಗತ್ಯಕ್ಕಿಂತ ಹೆಚ್ಚಾಗಿ ಮುಖ್ಯರನ್ನಾಗಿಸುವ ಧ್ವನಿ ಈ ಮಾತಿನಲ್ಲಿದೆ. ಅಡಿಗರನ್ನು ನಾನು ಓದಲು ಶುರುಮಾಡಿದಾಗ ಈ ಮುಖ್ಯ-ಅಮುಖ್ಯಗಳ ಪೂರ್ವಾಗ್ರಹ ನನ್ನಲ್ಲಿರಲಿಲ್ಲ. ಅಡಿಗರನ್ನು; ಅವರ ಕಾವ್ಯವನ್ನು ನೆನೆಯಬೇಕಾದ ಈಗಿನ ಸಂದರ್ಭದಲ್ಲಿ, ಮುಖ್ಯ-ಅಮುಖ್ಯಗಳ ಹಂಗನ್ನು ತೊರೆದು (ಅಂದರೆ ಖಡ್ಗ ಝಳಪಿಸುವಂಥ ವಿಮರ್ಶೆಗಳನ್ನು ಮತ್ತು ಕುಹಕಗಳನ್ನು ಬಿಟ್ಟು), ಕವಿತೆಗಳು ಸ್ವಾಭಾವಿಕವಾಗಿ ಕಾಣಿಸಿದ ಕೆಲವು ಸಂಗತಿಗಳನ್ನು ಹಂಚಿಕೊಳ್ಳುತ್ತೇನೆ. ಭೂಮಿಗೀತ, ಭೂತ, ಶ್ರೀರಾಮ ನವಮಿಯ ದಿವಸ, ನನ್ನ ಅವತಾರ, ಪ್ರಾರ್ಥನೆ, ಹಿಮಗಿರಿಯ ಕಂದರ, ಮುಂತಾದ ಅನೇಕ ಕವನಗಳ ನಡುವೆ, ಅವುಗಳನ್ನೆಲ್ಲ ಒಳಗೊಂಡಂತೆ – ಅಡಿಗರ ಇಡಿಯ ಕಾವ್ಯಧರ್ಮದ ಪ್ರತಿಬಿಂಬವಾಗಿ ಈ ಎರಡು ಪದ್ಯಗಳ ಸಾಲುಗಳು ಇತ್ತೀಚೆಗೆ ಪದೇ ಪದೇ ನೆನಪಾಗುತ್ತಿರುತ್ತದೆ:

ಎದೆಗು ಎದೆಗು ನಡುವಿದೆ ಹಿರಿಗಡಲು;
ಮುಟ್ಟಲಾರೆವೇನೋ – ಸೇತುವೆ –
ಕಟ್ಟಲಾರೆವೇನೋ!
ನಡುವಿನ ತೆರೆಗಳ ಮೊರೆಹವೆ ಮಾನವ
ಜೀವಗಾನವೇನೋ – ದೇವನ –
ದಿವ್ಯದಾನವೇನೋ! (ಕವಿತೆ: ಎಂದು ಕೊನೆ)

ಹೀಗೆಂದು ಹಾಡಿದ ಕವಿಯೇ ಮತ್ತೊಂದು ಕಡೆ:

ಕೂಡಲಾರದೆದೆಯಾಳದಲ್ಲು ಕಂ
ಡೀತು ಏಕಸೂತ್ರ (ಕವಿತೆ: ಇದು ಬಾಳು!)
ಅಮೃತವಾಹಿನಿಯೊಂದು ಹರಿಯುತಿದೆ ಮಾನವನ
ಎದೆಯಿಂದಲೆದೆಗೆ ಸತತ (ಕವಿತೆ: ಮಹಾಪೂರ)

ಎಂದೂ ಹಾಡುತ್ತಾರೆ. ಅವರ ಬಹುತೇಕ ಕವಿತೆಗಳು ಇಂಥ 'ಅಮೃತ ವಾಹಿನಿಯ' ಭರತದ ಜೊತೆಗೆ 'ಸೇತುವೆ ಕಟ್ಟಲಾರದ' ವಾಸ್ತವ ಅಸಹಾಯಕತೆಯನ್ನು ಹೊತ್ತುಕೊಂಡಿವೆ. ಇದೊಂದು ವೈರುಧ್ಯ ಅಥವ ವಿಪರ್ಯಾಸ ಎನ್ನುವ ವಿಷಾದ ಎಷ್ಟು ದಟ್ಟವಾಗಿದೆಯೋ, ಅದನ್ನು ಅರಿಯುವ ಆ ಮೂಲಕ ಬಿಡುಗಡೆಯ ಮಾರ್ಗವನ್ನು ಶೋಧಿಸುವ ಹಂಬಲವೂ ಅಷ್ಟೇ ದಟ್ಟವಾಗಿದೆ. ಅವರ ಕಾವ್ಯದ ಮೂಲ ಕಾಳಜಿ ಮನುಷ್ಯನ ಅಂತರಂಗದ ವಿಕಸನ. ಈ ವಿಕಸನದ ಪಥ ಎಷ್ಟು ಮಹತ್ವದ್ದೋ ಅದನ್ನು ಸಾಧಿಸಲಾಗದ ಮನುಷ್ಯನ ದೌರ್ಬಲ್ಯವೂ ಅಷ್ಟೇ ಆಳವಾದುದು ಅನಾದಿಯಾದುದು ಮತ್ತು ಸಾರ್ವತ್ರಿಕವಾದುದು. ಅವರ ಕಾವ್ಯದಲ್ಲಿ ಇದಕ್ಕೆಲ್ಲ ಉತ್ತರ ಸಿಕ್ಕಿದೆ ಅಂತಲ್ಲ. ಆದರೆ, ದಾರಿ ಕಾಣಿಸುತ್ತಿಲ್ಲ ಎನ್ನುವುದನ್ನು ಯಾವುದೇ ಹಿಂಜರಿಕೆಯಿಲ್ಲದೆ ಒಪ್ಪಿಕೊಂಡಿದೆ. ಮತ್ತು ಕಳೆದುಹೋದ ಈ ದಾರಿಯ ಬಗ್ಗೆ ಪ್ರಾಮಾಣಿಕ ಚಡಪಡಿಕೆಯಿದೆ. ಅವರ ಎಷ್ಟೋ ಕವಿತೆಗಳು ಎಲ್ಲ ದೌರ್ಬಲ್ಯವನ್ನು ಇಲ್ಲಿನ ಕೊರತೆಗಳನ್ನು ಶೋಧಿಸುತ್ತ ಕೊನೆಗೆ ಮತ್ತೆ ವಿಷಾದದಲ್ಲಿಯೇ ಕೊನೆಯಾಗುತ್ತವೆ. ಎರಡು ಬೇರೆ ಬೇರೆ ಅನ್ನಿಸುವ ಕವನಗಳಲ್ಲಿ ಈ ಸಾಮಾನ್ಯ ಅಂಶವನ್ನು ಕಾಣಬಹುದು:

'ಹಿಮಗಿರಿಯ ಕಂದರ' ಎಲ್ಲರಿಗೂ ಗೊತ್ತಿರುವಂತೆ ಅತ್ಯಂತ ಭೀಷಣ ಪ್ರತಿಮೆಗಳಿಂದ ತುಂಬಿರುವ ಕವಿತೆ. 'ಮಿದುಳು – ಬಚ್ಚಲ ಹಂಡೆಯಲ್ಲಿ ಬೇಯುವ

ಆಮೆ', 'ಕಾಗೆ ಕುಕ್ಕಿದ ಕಪ್ಪೆ: ಹೊಟ್ಟೆ ಬಿಳಿ ಮೇಲಾಗಿ, ಚಾಚಿ ತಬ್ಬಲಿ ಕಾಲ, ಮಣ್ಣು ಮೆತ್ತಿದ ಮುಗ್ಧ ಕೈಯ ಆಗಸಕ್ಕೆತ್ತಿ ಕಾಯುತಿದೆ', ಮುಂತಾದ ಭೀಭತ್ಸ ಸಾಲುಗಳ ಜೊತೆಗೆ, ಜಗತ್ತಿನ ಕ್ರೌರ್ಯ, ವೈಯಕ್ತಿಕ ಪುಕ್ಕಲುತನ, ಯಾವುದೋ ಮಹತ್ತರದ ಕರೆ, ಅದಕ್ಕಾಗಿ ಹಾತೊರೆತ, ಲಂಘನದ ಬಯಕೆ, ಉತ್ಸುಕತೆ, ಆದರೆ ಕಳಚಿಕೊಳ್ಳಲಾರದ ಮಿತಿ, ದಾಟಲಾರದ ಅಸಹಾಯಕತೆ, ದಾರಿಕಾಣದ ವಿಹ್ವಲತೆ ಇದೆಲ್ಲವೂ ಮೂರ್ತಗೊಂಡಿವೆ.

"ರಿಪೇರಿ, ರಿಪೇರಿ, ಛತ್ರಿ ರಿಪೇರಿ..
ಬೀಗ ರಿಪೇರಿ
ಟ್ರಂಕು ರಿಪೇರಿ, ರಿಪೇರಿ, ರಿಪೇರಿ..."
ಮನೆ ಹುಡುಗರೆಲ್ಲ ಗೇಟಾಚೆ ಕಾದರು ಕೂಡ
ದಿನವೆಲ್ಲ ಆ ಅವನು ಬರಲೆ ಇಲ್ಲ:
"ತಲೆ ರಿಪೇರಿ?
ಮುರಿದ ಮನ ರಿಪೇರಿ?
ಉರಿದ ಎದೆ ರಿಪೇರಿ?"

ಎಂದು ನಡುವಿನಲ್ಲಿ ಹಂಬಲಿಸುತ್ತ, ಕೊನೆಗೆ:

ಭಗ್ನ ಸೇತುವೆಯಾಚೆ ರೈಲು ನಿಂತು
ಸೀಟಿ ಹಾಕಿತು ಮೂರು ಬಾರಿ: ಹೊರಟಿತು ಹಿಂದೆ;
ಎದ್ದ ಕೈಮರ ಬಿದ್ದು ಜೋಲುತ್ತಿತ್ತು;
ಮುಲುಕಿ ಗಾಲಿಯು ದೂರ ಕಿರಲುತಿತ್ತು;
"ಹಿಮಗಿರಿಯ ಕಂದರ...
ಗಿರಿಯ ಕಂದರ...
ಕಂ...ದ...ರ...
...ದ...ರ...
...ರ..."

ಎಂದು ಗಾಢ ಮೌನದ ವಿಷಾದದಲ್ಲಿ ಅದ್ದಿಬಿಡುತ್ತದೆ. ಭೀಷಣ ಪ್ರತಿಮೆಗಳಿಂದ ಕೂಡಿದ ಕವಿತೆ ಎಲ್ಲ ಏರಿಳಿತಗಳನ್ನು ಹಾದು ಕೊನೆಗೂ ತನ್ನ ಗರ್ಭದಲ್ಲಿ ಹೊತ್ತಿರುವುದು

‘ಭಗ್ನ ಸೇತುವೆ’ಯನ್ನು, ಅದರಾಚೆ ಹೊರಟ ರೈಲನ್ನು ಏರಲಾರದ ದುರಂತವನ್ನು. ‘ಎದೆಗು ಎದೆಗು ನಡುವಿದೆ ಹಿರಿಗಡಲು; ಸೇತುವೆ ಕಟ್ಟಲಾರೆವೇನೋ’ ಎನ್ನುವುದರ ಛಾಯೆಯೇ ಹಿಮಗಿರಿಯ ಕಂದರದವರೆಗೂ ಬೆಂಬಿಡದೆ ಹರಿದು ಬರುತ್ತಿದೆ! ಇದು ಕವಿತೆಯ ಕೊನೆಯಲ್ಲಿ ತೋರುವ ಪರಿಣಾಮ ನಮ್ಮನ್ನು ಸುಮ್ಮನಾಗಿಸುತ್ತದೆ. ಈ ಕವಿತೆಯೊಂದಿಗೆ ಅದರ ಎಲ್ಲ ಏರಿಳಿತಗಳ ಜೊತೆಗೆ ವ್ಯವಧಾನದಿಂದ ಪಯಣಿಸಿದಾಗ ಇದರ ಅನುಭವ ದಕ್ಕುತ್ತದೆ.

ಇದೇ ಬಗೆಯ ತೊಳಲಾಟ ಭೂಮಿಗೀತದಲ್ಲೂ ಅಡಗಿದೆ. ಹಿಮಗಿರಿಯ ಕಂದರದಲ್ಲಿ ಸಮಾಜದ ಓರೆಕೋರೆಗಳನ್ನು ವಿಶ್ಲೇಷಿಸುತ್ತ ವ್ಯಕ್ತಿಗತ ಘರ್ಷಣೆಗಳಿಗೆ ಇಳಿದರೆ, ಭೂಮಿಗೀತವು ಪ್ರಕೃತಿಯ ಅನಾದಿ ನಿರಂತರ ಜನನ–ಮರಣ–ಜೀವನದ ತಿರುಗಣೆಯನ್ನು ದರ್ಶನ ಮಾರ್ಗದಲ್ಲಿ ಕಾಣಿಸುತ್ತಲೇ, ಮನುಷ್ಯನ ದುರಂತ ಮಾರ್ಗವನ್ನು ಕಾಣಿಸುತ್ತಾರೆ:

ಈಡಿಪಸ್ಸಿನ ಗೂಢ ಪಾಪಲೇಪಿತ ನಾನು;
ಟ್ರ್ಯಾಕ್ಟರನ್ನೇರಿದೆನು; ಉತ್ತೆ, ಸಿಗಿದೆ.
ಬಿತ್ತಿದೆನು, ಬೆಳೆದೆ ಆಟಂಬಾಂಬು ಕಾಳುಗಳ;
ಮಾರಕಕ್ರಿಮಿಪೈರ ಗೋರಿ ನಲಿದೆ

ಆದರೆ ಈ ಕವಿತೆಯ ಭಿನ್ನತೆಯ ಚೆಲುವು ಏನೆಂದರೆ, ಎಲ್ಲ ದುರಂತಗಳ ನಡುವೆಯೂ ಭೂಮಿ ನಿಸ್ಪೃಹಳು. ಅದಕ್ಕಾಗಿಯೇ ನೆಲತಾಯಿ ಮಲತಾಯಿ. ಮಮಕಾರ ಕಳಚಿಕೊಂಡವಳು. ‘ಬಿದಿರುಮೇಣೆಯ ಮೇಲೆ ಕುಳಿತು ಸಾಗುವ ವೇಳೆ -- ಹೊರಬರಳು’ ಅವಳಿಗಿನ್ನೊಂದು ಹೆರಿಗೆ”

ಹೀಗೆ ಪ್ರಕೃತಿ ಕೇಂದ್ರಿತವಾಗಿ ಸಾಗುವ ಕವಿತೆ ಕೊನೆಗೆ:

‘ಕೆಲರು ಹೇಳುವರು ಸ್ವಿಚ್ಚೆಲ್ಲೋ ತಿಳಿಯದೆಂದು;
ಮೂಲದ ಕಛೇರಿಯ ವಿಳಾಸ ಮರೆತಿದೆ ಎಂದು;
ಇಲ್ಲೆ ಎಲ್ಲೋ ಇರುವುದೆನ್ನುವರು ಉಳಿದವರು.
ಕತ್ತಲಲ್ಲಿ, ಕಣ್ಣು ಕಾಣದ ಬೀದಿಯಿಕ್ಕಟ್ಟಿನಲಿ
ಗೋಡೆ ತಡಕುತ ಇನ್ನು ತೆವಳಬೇಕು.
ಹೆಳವನ ಹೆಗಲ ಮೇಲೆ ಕುರುಡ ಕೂತಿದ್ದಾನೆ;
ದಾರಿ ಸಾಗುವುದೆಂತೋ ನೋಡಬೇಕು’

ಎಂದು ಅಜ್ಞಾತ ವಿಷಾದ ಭಾವದೊಂದಿಗೆ ಕೊನೆಯಾಗುತ್ತದೆ. ಆದರೆ ಇದು ಭಗ್ನ ಸೇತುವೆಯ ಹಾಗಿನ ಪೂರ್ಣ ನಿರಾಶೆಯೂ ಅಲ್ಲ. ಸೇತುವೆ ಕಟ್ಟಲಾರದ ಜೊತೆಗೆ ಅಮೃತವಾಹಿನಿಯ ಸೆಳೆತವೂ ಇಲ್ಲಿದೆ!

ಈ ಎರಡೂ ಬಗೆಯ ಕವಿತೆಗಳಲ್ಲಿ ಸಮಾಜ ಮತ್ತು ಪ್ರಕೃತಿಯ ವರ್ತುಲದಲ್ಲಿ ಸುತ್ತುತ್ತ ವ್ಯಕ್ತಿಕೇಂದ್ರಕ್ಕೆ ಇಳಿಯುತ್ತಾರೆ. ಆದರೆ ಇದು ಕೇವಲ ವ್ಯಕ್ತಿಗತ ತೊಳಲಾಟಗಳಲ್ಲ; ವ್ಯಕ್ತಿ ಕೇಂದ್ರಿತ ವಿಷಣ್ಣತೆಯಲ್ಲ. ಹಳವಂಡ; ಸಿನಿಕತೆಯೂ ಅಲ್ಲ. ಅದು ಸಾಮಾಜಿಕತೆಯನ್ನು ವ್ಯಕ್ತಿಗತಗೊಳಿಸುವ ಮಾರ್ಗ. ಅದು ಎಷ್ಟು ಗಾಢವಾಗಿದೆಯೆಂದರೆ ಸಾಮಾಜಿಕ ಪಿಡುಗನ್ನು ವ್ಯಕ್ತಿಗತ ಕೊರತೆಗಳಿಂದ ಬೇರ್ಪಡಿಸಲಾಗದಷ್ಟು, ಅಂದರೆ ಈ ಸಮಾಜ, ಇಲ್ಲಿನ ಕೊಳಕು, ಕ್ರೌರ್ಯ, ವಂಚನೆ, ಕೊರತೆ, ಎಲ್ಲ ಓರೆಕೋರೆಗಳಿಗೂ ಕನ್ನಡಿ ಹಿಡಿಯುತ್ತ, ಅದು ಕೇವಲ ಸಮಾಜವನ್ನು ತನ್ನಿಂದ ಬೇರ್ಪಡಿಸಿ ಕನ್ನಡಿ ತೋರಿಸುವ ದೂಷಣೆಯಾಗದೆ, ಆ ಕನ್ನಡಿ ಸ್ವತಃ ನಾವೇ ಆಗಿದ್ದೇವೆ ಎನ್ನುವುದನ್ನು ತೋರಿಸುವುದಾಗಿದೆ. ಹೀಗೆ ಸಾಮಾಜಿಕ ಸಮಸ್ಯೆಯನ್ನು ಇಷ್ಟು ತೀವ್ರವಾಗಿ ಆತ್ಮಗತ ಸಮಸ್ಯೆಯನ್ನಾಗಿ ಮಾಡಿಕೊಂಡ ಕಾವ್ಯ ಸ್ವರೂಪ ಕನ್ನಡದಲ್ಲಿ ನನಗೆ ಕಂಡ ಹಾಗೆ ಮತ್ತೊಂದಿಲ್ಲ. ಹೀಗಾಗಿ 'ಚಂಡೆ ಮದ್ದಲೆ' ಎನ್ನುವುದು ಕೇವಲ ಅಡಿಗರ ಕಾವ್ಯದ ಬಾಹ್ಯ ಲಯ ಧ್ವನಿ ಭಾಷೆಗೆ ಸಂಬಂಧಪಟ್ಟ ರೂಪಕವಲ್ಲ. ಅದು ಪ್ರತಿಯೊಬ್ಬ ಮನುಷ್ಯನ ಅಂತರಂಗದ ಘರ್ಷಣೆಯ ಧ್ವನಿಯೂ ಹೌದು. ರಮ್ಯತೆ, ವರ್ಣನೆ, ಘೋಷಣೆ, ಕ್ಷಣಿಕ ವಿಸ್ಮಯಗಳಾಚೆ ಪ್ರಪಂಚದ ವಾಸ್ತವತೆಯ ಮೂಲಕ ಕಾವ್ಯದ ಧಾರಣಾ ಸಾಮರ್ಥ್ಯವನ್ನು ಹೆಚ್ಚಿಸಿದ, ಅದನ್ನು ಅನುಭವಕ್ಕೆ ತಂದುಕೊಡುವ ರೂಪಕವೂ ಹೌದು.

ಹೀಗೆ ತನ್ನ ಕೊರತೆಗಳನ್ನು ಅರಿತ; ಒಪ್ಪಿಕೊಂಡ ಮನುಷ್ಯನಿಗೆ ಮಾತ್ರ ಇತರರ ಕೊರತೆಗಳನ್ನು ಮನ್ನಿಸುವುದಕ್ಕೆ ಸಾಧ್ಯ. ಹಾಗೆ ಒಪ್ಪಿಕೊಳ್ಳದವ ಕವಿಯಲ್ಲ; ಜಗದ್ಗುರು ಆಗುವುದಕ್ಕೆ ಅರ್ಹ. ಈಗಿನ ಕಟೌಟ್ ಕವಿಗಳ ಭರಾಟೆಯಲ್ಲಿ ಅಡಿಗರ ಎಲ್ಲ ಕಾವ್ಯಧರ್ಮಗಳನ್ನು ಅಳವಡಿಸಿಕೊಳ್ಳದಿದ್ದರೂ ಕನಿಷ್ಠ ಈ ಆತ್ಮವಿಮರ್ಶನದ ಮಾರ್ಗ ಅವಶ್ಯವೆನಿಸುತ್ತದೆ.

ಮತ್ತೆ, ಇವೆಲ್ಲವೂ ಯಾವುದೋ ಕಾಲಘಟ್ಟದಲ್ಲಿ ಆಗಿಹೋದ ಸಂಗತಿಗಳಲ್ಲ. ಇಂದಿಗೂ ಕವಿ ಮತ್ತು ಕಾವ್ಯದ ಓದುಗ ಸಾಗಬೇಕಾದ ಪಥ. ಈ ಪಥದಲ್ಲಿ ಅಡಿಗರನ್ನು ಮುಟ್ಟದೆ ಸಾಗುವುದು ನನ್ನ ಮಟ್ಟಿಗೆ ಆತ್ಮವಂಚನೆ. ಅಡಿಗಪೂರ್ವ ಮತ್ತು ಅಡಿಗೋತ್ತರ ಅನ್ನುವಷ್ಟು ಢಾಳಾಗಿ ಗೆರೆ ಹೊಡೆದು, ಕನ್ನಡ ಕಾವ್ಯಕ್ಕೆ ಭಾವೋದ್ದೀಪ್ತ ಬೌದ್ಧಿಕ ಚೆಲುವನ್ನು ತಂದುಕೊಟ್ಟ ಅಡಿಗರ ನಡಿಗೆಗೆ – ನಮಃ!

ಅವರೇ ಅನುವಾದಿಸಿರುವ ವಾಲ್ಟ್ ವಿಟ್ಮನ್ನನ ಒಂದು ಸರಳ ಕವಿತೆಯೊಂದಿಗೆ ಈ ಬರವಣಿಗೆಯನ್ನು ಮುಗಿಸುತ್ತೇನೆ:

ಆ ಪುಸ್ತಕವ, ಆ ಸುಪ್ರಸಿದ್ಧ ಜೀವನ ಚರಿತ್ರೆಯನ್ನೋದಿ
ಹೀಗನ್ನಿಸಿತು ನನಗೆ; ಇದೇ ಏನು ಆ ಗ್ರಂಥಕರ್ತ ಕಂಡ ಮನುಜನ ಬಾಳು?
ಹೀಗೆಯೇ ಬರೆಯುವನೆ, ನಾನಳಿದ ಮೇಲೆ ಯಾವನೋ ಒಬ್ಬಾತ ನನ್ನ ಬದುಕ?
ನನ್ನ ಬದುಕಿನ ಬಗ್ಗೆ ನಿಜವಾಗಿ ಇನ್ನೊಬ್ಬ ಏನನ್ನು ಬಲ್ಲ?
ಎಷ್ಟೋ ಸಲ ಯೋಚಿಸುತ್ತೇನೆ; ನನ್ನ ಬದುಕಿನ ಬಗ್ಗೆ ನನಗೆ ತಿಳಿದಿದ್ದೇನೆ ಸೊನ್ನೆ
ಅಥವಾ ಏನೊ ಅಲ್ಪ ಸ್ವಲ್ಪ-
ಕೆಲವಾರು ಸೂಚನೆಗಳು, ಅಸ್ತವ್ಯಸ್ತ ಅಸ್ಪಷ್ಟ ಜಾಡುಗಳು, ಸುತ್ತುಸುಳಿವು –
ಅವುಗಳನ್ನೇ ರೇಖಿಸಲು ನಾನಿಲ್ಲಿ ಯತ್ನಿಸುವೆನು,

ಜನವರಿ 2018

ಬಂಜೆಯ ಹೂವು

ಓಹೋ ನೋವು ನೋವೋ ನೋವು
ಜೀವವೆ ಇಲ್ಲದ ಒಣಒಣ ಸಾವು;
ಕಾಯದ ಕಾಯದ ಬಂಜೆಯ ಹೂವು
ಪೊರೆಯಿದೆ; ಹೋಗಿದೆ ಎಲ್ಲೋ ಹಾವು.

ಬೇಂದ್ರೆಯವರ 'ನೋವೋ ನೋವು' ಕವಿತೆಯ ಮೊದಲ ನಾಲ್ಕು ಸಾಲುಗಳಿವು. ಮೊದಲ ಓದಿಗೆ 'ಕಾಯದ ಕಾಯದ ಬಂಜೆಯ ಹೂವು' ಎನ್ನುವುದು ಆಭಾಸದ ಹಾಗೆ ಕಾಣಿಸುವ, ತಡೆದು ನಿಲ್ಲಿಸುವ ಸಾಲು. 'ಪೊರೆಯಿದೆ; ಹೋಗಿದೆ ಎಲ್ಲೋ ಹಾವು' ಎನ್ನುವಾಗ ಏನೋ ಅರ್ಥವಾದಂತೆ ಅಥವ ಅರ್ಥವಿರುವಂತೆ ಅನ್ನಿಸುವುದಕ್ಕೆ ಕಾರಣ, 'ಪೊರೆ' ಎಂಬ ಜ್ವಲಂತ ಪ್ರತಿಮೆಗೆ ಹರಿದು ಹೋಗಿರುವ 'ಹಾವು' ಅವ್ಯಕ್ತದ ಧ್ವನಿಯನ್ನು ತುಂಬಿರುವುದು. 'ಗೊತ್ತಿದೆ' ಎನ್ನುವ 'ಗೊತ್ತಿಲ್ಲ'ವೆನ್ನುವ ಭಾವಗಳೆರಡೂ ಸನ್ನಿಕರ್ಷಗೊಂಡಿರುವುದು. ಪರಿಚಿತ ಪ್ರತಿಮಾಬಂಧಗಳು ರೂಪಕಗಳಾಗಿ ಮೂಡಿಸುವ ತತ್‌ಕ್ಷಣದ ಪ್ರಭಾವವೇ ಇದು.

'ಕಾಯದ ಕಾಯದ ಬಂಜೆಯ ಹೂವು' ಸಾಲಿನಲ್ಲಿ 'ಕಾಯದ ಕಾಯದ' ಎನ್ನುವ ದ್ವಿರುಕ್ತಿಯ ಧ್ವನಿಸಾಮರ್ಥ್ಯವು ಸೆಳೆಯುತ್ತದೆ. ಇದನ್ನು ದೇಹದ ದೇಹ, ಬೇಯದ ದೇಹ, ಯಾವುದಕ್ಕೂ ಕಾದು ಕುಳಿತಿರದ ದೇಹ, ಅಥವ ಕಾಯ್-ಅದ ಕಾಯ್-ಅದ ಎಂದೂ ವಿಂಗಡಿಸಬಹುದು. ಆದರೆ, 'ಬಂಜೆಯ ಹೂವು' ಅರ್ಥಹೀನವೆನ್ನಿಸುವುದು ಅರ್ಥವಾಗದ ಅಥವ ಇದೆಲ್ಲವನ್ನೂ ಹೊಂದಿಸಲಾಗದೆ ಅರ್ಥವಿಲ್ಲವೆನ್ನಿಸುವ ಬಿಕ್ಕಟ್ಟು ಈ ಸಾಲುಗಳನ್ನು ಸಾಮಾನ್ಯವಾಗಿ ಓದಿದಾಗ ಎದುರಾಗುತ್ತದೆ.

ಇಂಥದೇ 'ಬಂಜೆ'ತನದ ಸಾಲುಗಳು ಬೇಂದ್ರೆಯವರ ಇತರೆ ಕೆಲವು ಪದ್ಯಗಳಲ್ಲೂ ಕಾಣಿಸುತ್ತದೆ. ಬೇಂದ್ರೆಯವರ ಪದ್ಯಗಳನ್ನು ಓದುತ್ತಿರುವಾಗ ಅದೃಷ್ಟವಶಾತ್ ಅಲ್ಲಲ್ಲಿ ಇವೆಲ್ಲವೂ ಕಾಣಿಸಿ ಒಂದರ ಗಂಟನ್ನು ಮತ್ತೊಂದು ಬಿಡಿಸುತ್ತ ಹೋದವು. ಹುಟ್ಟಿದ ಪ್ರಶ್ನೆಗಳಿಗೆ ಅಲ್ಲಲ್ಲೆ ಉತ್ತರಗಳ ನೀಡುತ್ತ ಹೋದವು. ಓದುಗರು ಈ ಕವಿತೆಗಳನ್ನು (ಅರಳು-ಮರಳು ಸಂಕಲನದಲ್ಲಿ) ಪೂರ್ತಿಯಾಗಿ

ಓದಿಕೊಳ್ಳುವುದು ಅಪೇಕ್ಷಣೀಯ. ಆದರೂ, ಓದುಗರ ಅನುಕೂಲಕ್ಕಾಗಿ ಆ ಎಲ್ಲ ಸಾಲುಗಳನ್ನು ಒಟ್ಟಿಗೇ ಇಲ್ಲಿ ನೆನಪಿಸಿಕೊಳ್ಳುತ್ತೇನೆ:

ಬಸಿರು ಬಯಲು ಪೊಳ್ಳುಗುಂಭ
ಬಂಜೆಗಾಳಿ ಅದರ ತುಂಬ (ಜೋಂಪಿಸಿತ್ತು ಮಣ್ಣು)
ಬಂಜೆ ಸಂಜೆಯ ಸುತ್ತುಮುತ್ತು ಗುಲಬಾಕ್ಷಿ (ರಕ್ತಾಕ್ಷಿ)
ಬರಡು ಹಯನಾಗಿ ಕರುವ ಪಡೆದಿತ್ತು ಆವು (ಮಧುವಾತಾ ಋತಾಯತೇ)
ಬೆಳಕು ಕತ್ತಲೆಗೆ ಯಾವ ಗಂಟೋ? ಬಂಜೆಯಲಿ ಬೆಸಲ ನಂಟು (ಇಂದ್ರಜಾಲ)
ಅಹುದು ನೀನೆ 'ಸಮೃದ್ಧ' ಎಂಬೆ, ಅಬ್ಬಾ ಬಂಜೆ
ಬಯಲಲ್ಲಿ ತೂರುತಿದೆ ಉಸುಕು. ಕಣ್ಣೊಳು ಮಣ್ಣು-
ಅಂತರಿಕ್ಷಕ್ಕೆ ಸಾವಿರದ ಸಾವಿರ ಕಣ್ಣು
ನಿನ್ನ ನೆನವೇ ಬೆಳಕು ನನಗೆ ಮೂರೂ ಸಂಜೆ
ನಿನಗುಪಮೆಯೇ ತಾಯಿ, ನೀನು ಕಳಿಯದ ಹಣ್ಣು (ಸಮೃದ್ಧ)

ಪ್ರಾಸದ ಅನುಕೂಲಕ್ಕಾಗಿ ಯಾವುದೋ ಗುಂಗಿನ ಓಘದಲಿ ಅರ್ಥವಿಲ್ಲದ ಸಾಲುಗಳನ್ನು ಬರೆದಿದ್ದಾರೆ ಎನ್ನುವ ಓದುಗನ ಸೋಮಾರಿ ಮನಸ್ಸು ಕವಿಗೆ ತಿಳಿದಿದೆ. ಆದ್ದರಿಂದ ಇದರ ಹಿಂದಿರುವ ತತ್ವವನ್ನು ಹೇಳಲೇ ಬೇಕೆನ್ನುವ ಹಂಬಲದಲ್ಲಿ ಬೇಂದ್ರೆಯವರು ಬಂಜೆಯ ರೂಪಕವನ್ನು ಮತ್ತೆ ಮತ್ತೆ ಬಳಸಿದ್ದಾರೆ. ಬಂಜೆತನದ ಜೊತೆಜೊತೆಗೇ ಬಸಿರಿನ ನಂಟನ್ನೂ ಇರಿಸಿದ್ದಾರೆ, ಬಸಿರಿನ ಮೂಲಕ ಬಂಜೆತನವನ್ನು ಅರಿಯಲೆಂದೋ ಏನೋ.

ಬಯಲ ಬಸಿರು ಎನ್ನುವಾಗ ನಮಗೆ ಕಾಣುತ್ತಿರುವ ಬಯಲು, ಅದರ ನಿರಾಕಾರ ಧರ್ಮ, ಅದರ ಗರ್ಭದಿಂದ ಹಸಿರು, ಹಣ್ಣು, ಮಳೆ, ಮನೆ, ಮಂದಿರ, ಇತ್ಯಾದಿಗಳು ಉದ್ಭವಿಸುವ ಕಲ್ಪನೆ ಮೂಡುತ್ತದೆ. ಮನೆಯೆಂದರೆ ಆಲಯ, ಬಾಗಿಲು ತೆರೆದರೆ ಬಯಲು, ಬಯಲೆಂದರೆ ತೆರೆದ ಸ್ಥಿತಿ ಎನ್ನುವುದು ನಮ್ಮ ರೂಢಿಗತ ನಂಬಿಕೆ. ಆದರೆ ಬೇಂದ್ರೆಗೆ ಈ ಬಯಲೂ ಒಂದು ಹೊದಿಕೆ ಅಥವ ಅದು ನಮ್ಮ ಕಲ್ಪನೆಯ ಬಯಲಲ್ಲ. 'ಬಯಲ ಬಸಿರಿನ ಬಟ್ಟೆ' ಎನ್ನುತ್ತಾರೆ (ಕವಿತೆ – ಮಧ್ವ). ಎಲ್ಲವನ್ನೂ ತೆರೆದಿರುವಂತೆ ತೋರುವ ಬಯಲೂ ತನ್ನೊಳಗೆ ಸದಾ ಏನನ್ನಾದರು ಹುಟ್ಟಿಸುತ್ತಲೇ ಇರುತ್ತದೆ. ಬಯಲು ಎನ್ನುವಾಗಲೇ ಅಲ್ಲೊಂದು ಹುಟ್ಟಿಗೆ ಅವಕಾಶ. ಬಯಲೇ ಬಸಿರು!

ಇಂಥ ಬಯಲಿಗೆ ಸದಾ ಹಿಗ್ಗು. ಹಿಗ್ಗುತ್ತ ನಿರಂತರವಾಗಿ ಉಬ್ಬುತ್ತಲೇ ಇದೆ. ತನ್ನೊಳಗಿನದ್ದನ್ನೆಲ್ಲ ಉಬ್ಬಿಸುತ್ತಲೇ ಇದೆ. ಅದರ ಬಸಿರೊಳಗಿಂದ ನೀರು ಉರಿದೆದ್ದು

ನಾನಾ ಆಕಾರ ಪಡೆಯುತ್ತದೆ. ಜಗತ್ತನ್ನು ಬ್ರಹ್ಮಾಂಡವೆನ್ನುತ್ತಾರೆ. ಜಗತ್ತೆಂದರೆ ಭೂಮಿ, ಆಕಾಶ, ತಾರೆ, ಗ್ರಹಮಾಲೆ, ಗ್ಯಲಾಕ್ಸಿ, ಅದಕ್ಕೂ ಮೇಲೆ ನಮ್ಮೆಲ್ಲ ಕಲ್ಪನೆ ನಿಲುಕುವವರೆಗಿನ ತಾವು – ಇವೆಲ್ಲವನ್ನೂ ಒಳಗೊಂಡಿರುವುದು ಬ್ರಹ್ಮಾಂಡ. ಅಂಡಾಕಾರದಲ್ಲಿದೆ. ಬಸಿರಾಗಿದೆ. ಅಂದರೆ ನಾವು ಕಾಣುವ ನಮ್ಮ ಕಲ್ಪನೆಗೆ ಒದಗುತ್ತಿರುವ ಬಯಲೂ ಕೂಡ ಗರ್ಭಸ್ಥವಾಗಿದೆ. ಬಯಲು ಆಲಯಗಳೆಲ್ಲವೂ ಸೇರಿ ಅಂಡಾಶಯ! ಅದು ಬಿಡುವಿಲ್ಲದ ಬಸಿರು. ಅಲ್ಲಿ ನಿರಂತರ ಸೃಷ್ಟಿ. ಸೃಷ್ಟಿಯೆಂದರೆ ನಿರಂತರ ರೂಪಾಂತರ. ಒಂದು ಮತ್ತೊಂದಾಗುವುದು.

ಮಣ್ಣಿನಲ್ಲಿ ಗಿಡ ಹುಟ್ಟಿತು ಎನ್ನುತ್ತೇವೆ. ಮಣ್ಣೇ ಗಿಡವಾದದ್ದು. ಆದರೂ ಮಣ್ಣು ಹಾಗೇ ಇದೆ; ಗಿಡದ ಒಳಗೂ ಸೇರಿಕೊಂಡಿದೆ. ಗಿಡಕ್ಕೆ ಅವಕಾಶ ಒದಗಿಸಿದೆ. ಗಾಳಿ, ನೀರು, ಬೆಳಕು ಇವೆಲ್ಲವೂ ಗಿಡದೊಳಗೆ ಸೇರಿಕೊಂಡೇ ಇದೆ. ಸೇರಿಕೊಳ್ಳದ ಹಾಗೂ ಇದೆ. ರೂಪಾಂತರಗೊಳ್ಳದೆ ಹಾಗೆಯೇ ಇದೆ. ಮಣ್ಣಿನಲ್ಲಿ ಗಿಡ ಹುಟ್ಟಿತು ಎನ್ನುತ್ತೇವೆಯೇ ಹೊರತು ಮಣ್ಣು ಗಿಡವನ್ನು ಹುಟ್ಟಿಸಿತು ಎನ್ನುವುದಿಲ್ಲ. ಅದು ಏನನ್ನೂ ಹುಟ್ಟಿಸುವುದಿಲ್ಲ. ಮಣ್ಣು ಬಂಜೆ! ಬಂಜೆ ಗಾಳಿ! ಬಂಜೆ ಸಂಜೆ! ಗುಲಬಾಕ್ಷಿ ಹೂವುಗಳು ಅರಳುವುದಕ್ಕೆ ಸಂಜೆಯೊಂದು ಪ್ರೇರಣೆ. ಅಂಥದ್ದೊಂದು ಹೂ ಅರಳುವುದಕ್ಕೆ ಮಣ್ಣು, ಗಾಳಿ, ಸಂಜೆಗಳು ಒದಗಿಬರುತ್ತವೆ. ಅದಕ್ಕಾಗಿ ತನ್ನನ್ನು ತಾನು ಕೊಟ್ಟುಕೊಳ್ಳುತ್ತದೆ. 'ಪ್ರದ' ಎನ್ನುತ್ತೇವೆ. ವಿಶ್ವದ ಉದಯ, ಸ್ಥಿತಿ, ಲಯ, ನಿಯತಿಗಳನ್ನು ಪ್ರದಾನಿಸಿದವನು. ಜ್ಞಾನಪ್ರದ, ವರಪ್ರದ. ಕೊಡುವವನು; ಹುಟ್ಟಿಸುವವನಲ್ಲ. ಹುಟ್ಟೇ ಇರದವನು ಹುಟ್ಟಿಸುವುದು ಹೇಗೆ? ('ನಿರ್ಮಾತನಲ್ಲ; ನಿರ್ಮಾಣವಲ್ಲ. ಪೂರಾ ಅಜಾತ' – ಮಾನಸ ಆತ್ಮನಲ್ಲಿ). ಹಾಗಿದ್ದರೆ, ಗಿಡದ ಹುಟ್ಟಿಗೆ ರೂಪಾಂತರಗೊಳ್ಳದ ಮಣ್ಣು ತನ್ನನ್ನೇ ತಾನು 'ಕೊಟ್ಟುಕೊಂಡಿತು' ಅಂತಾಯಿತು. ಇಡಿಯ ಪ್ರಕೃತಿಯೇ ತನ್ನನ್ನು ತಾನು ಕೊಟ್ಟುಕೊಂಡಿರುವ ಸ್ಥಿತಿಯಲ್ಲಿರುವುದರಿಂದಲೇ ಇಲ್ಲಿ ನಿರಂತರ ರೂಪಾಂತರಗಳು ಸಂಭವಿಸುತ್ತಲೇ ಇದೆ.

ಹೀಗೆ ಸೃಷ್ಟಿಶೀಲವಾದ ಸಂಗತಿಯ ಹಿನ್ನೆಲೆಯಲ್ಲಿ ನಿಷ್ಫಲವಾದ ಅಥವ ತನ್ನನ್ನು ತಾನು ಕಳೆದುಕೊಳ್ಳದ ಸಂಗತಿಯೊಂದು ಸದಾ ಇರುತ್ತದೆ. ಸಂಖ್ಯೆ ಒಂಬತ್ತರ ಹಾಗೆ. ಯಾವ ಸಂಖ್ಯೆಯಿಂದ ಗುಣಿಸಿದರೂ, ಅದರ ಫಲಿತಾಂಶದ ಅಂಕಿಗಳನ್ನು ಸೇರಿಸಿದರೆ ಮತ್ತೆ ಅದು ಒಂಬತ್ತಕ್ಕೇ ಬಂದು ನಿಲ್ಲುತ್ತದೆ. ಅದಕ್ಕೇನೂ ಆಗಬೇಕಿಲ್ಲ. ಆದ್ದರಿಂದಲೇ ಯಾರನ್ನೂ ಓಲೈಸಬೇಕಿಲ್ಲ. ಆದರೂ ಎಲ್ಲರನ್ನೂ ಎಲ್ಲವನ್ನೂ ಸ್ವೀಕರಿಸುತ್ತದೆ. ಗುಣಿಸುತ್ತದೆ. ಏನೊಂದಕ್ಕು ತನ್ನನ್ನು ತಾನು ಕೊಟ್ಟುಕೊಂಡರೂ ಅದು ತನ್ನನ್ನು ತಾನು ಕಳೆದುಕೊಳ್ಳುವುದಿಲ್ಲ. ಉತ್ಸುಕತೆಯ ಹಿಂದೆಯೇ ತಟಸ್ಥ ಭಾವವೊಂದಿದೆ. ಮಾತು ಮೌನದೊಳಗಿಂದ ಉದಯಿಸಿದಂತೆ. ಹಾಗೆಯೇ ನಾವು

ಮಾತನಾಡುವುದೂ ಹಾಡುವುದೂ ಮೌನವನ್ನು ಅನುಭವಿಸಲೆಂದೇ. ಜನರೊಡನೆ ಬೆರೆಯುವುದೂ ಏಕಾಂತವನ್ನು ಅನುಭವಿಸಲೆಂದೇ. ಮೌನ, ಏಕಾಂತಗಳು ತನ್ನನ್ನು ತಾನು ಕಳೆದುಕೊಳ್ಳದೆ ಎಂದಿಗೂ ಇರುವಂಥವು. ಮಾತಿಗೆ ಲೋಕಾಂತಕ್ಕೆ ಅನುವು ಮಾಡಿಕೊಡುವಂಥವು. ಹಾಗಾಗಿ ಅದಕ್ಕೆ ಯಾವುದೇ ಅಳುಕಿಲ್ಲ, ಆತಂಕವಿಲ್ಲ, ಅಭದ್ರತೆಯಿಲ್ಲ, ಆಸೆಯೂ ಇಲ್ಲ, ಅಸೂಯೆಯೂ ಇಲ್ಲ. ಸಂಖ್ಯೆ ಒಂಬತ್ತರ ಹಾಗೆಯೇ. 'ಒಂಬತ್ತು ತನ್ನತನ ತಾನು ಬಿಡದು' (ಕವಿತೆ – ಸಂಖ್ಯಾಂಕಿತ).

ಹೀಗೆ ಏನೂ ಆಗಬೇಕಿಲ್ಲದ್ದಕ್ಕೆ ಏನನ್ನೂ ಮಾಡಬೇಕಿರುವುದಿಲ್ಲ. ಹಾಗೆ ಏನೂ ಮಾಡಬೇಕಾಗಿಲ್ಲದ್ದು ಹೆಚ್ಚು ಸ್ಪಂದನೀಯ. ತಿಳಿಗೊಳದ ನೀರಿನ ಪ್ರತಿಫಲನ ಎಷ್ಟು ಸ್ಫುಟ! ಓಟಕ್ಕೆ ನಿಂತವನಿಗೆ ಮಾತಿಗೂ ಬಿಡುವಿಲ್ಲ. ತನ್ನ ಗುರಿಯೊಂದನ್ನೇ ಕಾಣುವ ಆಕಾಂಕ್ಷೆಯು ಉಳಿದೆಲ್ಲದಕ್ಕೂ ಕುರುಡಾಗಿದೆ. ಗುರಿಯಿಲ್ಲದವನಿಗೆ ಎಲ್ಲವೂ ಗುರಿ! ಏನೂ ಆಗಬೇಕಿಲ್ಲದ, ಏನನ್ನೂ ಮಾಡದ, ಏನನ್ನೂ ಹುಟ್ಟಿಸದ ಆದರೂ ಎಲ್ಲದಕ್ಕೂ ಪ್ರೇರಿಸುವ, ತನ್ನನ್ನು ತಾನು ಕೊಟ್ಟುಕೊಂಡಿರುವ ಇಂಥ ಬಂಜೆತನ ತುಂಬಿರುವುದರಿಂದಲೇ ಬಯಲು ಸದಾ ಕ್ರಿಯಾಶೀಲವಾಗಿರುವುದು. ಇದೊಂದು ವಿಚಿತ್ರ ಸಂಯೋಗ ಎನ್ನುವುದು ಬೇಂದ್ರೆಯವರ ಕಾಣ್ಕೆ. 'ಬೆಳಕು ಕತ್ತಲೆಗೆ ಯಾವ ಗಂಟೋ, ಬಂಜೆಯಲಿ ಬೆಸಲ ನಂಟು' ಎನ್ನುತ್ತಾರೆ.

ಈಗ ಹೊರಳಿ ಅವೇ ನಾಲ್ಕು ಸಾಲುಗಳನ್ನು ನೋಡಿದರೆ, ಪೊರೆ ಎನ್ನುವುದೇ ಕಾಯದ ಕಾಯ. ದೇಹದ ದೇಹ. ಅದು ಯಾವುದನ್ನೂ ಹುಟ್ಟಿಸದ ಬಂಜೆ. ಅದರ ಒಳಗಿಂದ ಹೊರನಡೆದ ಹಾವೇ ಬಂಜೆಯ ಹೂವು. ಈ ಎರಡು ಸಾಲುಗಳು ಒಂದಕ್ಕೊಂದು ಉಪಮೆಯಂತೆ ತೋರುತ್ತವೆ. ಆದರೂ, 'ಬಂಜೆಯ ಹೂವು' ಎನ್ನುವುದು ಸರಿಯಾಗಿ ಹೊಂದಿಕೊಂಡಿದ್ದು, 'ಗೆಳತಿ' ಪದ್ಯದ 'ಮಾವು ಹೂವಾಗಿತ್ತು' ಎನ್ನುವ ಸಾಲು ಕಾಣಿಸಿದಾಗ. ಹಣ್ಣು ಬಿಡದ ಮರ – ನಿಷ್ಫಲ ಮರ – ಬಂಜೆ. ಕಾಯಿಲ್ಲ, ಒಗರಿಲ್ಲ, ಹುಳಿಯಿಲ್ಲ, ಸಿಹಿಯಿಲ್ಲ. ಬರಿಯ ಹೂವು. ರೂಪಾಂತರಗೊಳ್ಳದ ಹೂವು! ಅದು ಬಂಜೆಯ ಹೂವು. ಇದು ಸೃಷ್ಟಿಯ ಮೂಲವನ್ನು ಹೊರಳಿ ನೋಡುವ ಕ್ರಮ. ಬಂಜೆಯ ಹೂವು ಅಥವ ಮಾವು ಹೂವಾಗಿತ್ತು ಎನ್ನುವಾಗ ಕವಿಯ ಕಣ್ಣು ಫಲದ ಮೇಲಿಲ್ಲ. ಅದರ ಹೂವಿನ ಮೇಲಿದೆ. ಕವಿಗೆ ಫಲದ ಬಗ್ಗೆ ಎಂದಿಗೂ ಆಸಕ್ತಿಯಿಲ್ಲ. ಅದು ನಿಷ್ಫಲ. ಫಲವಾಗುವುದಕ್ಕೆ ತನ್ನನ್ನು ತಾನು ಕೊಟ್ಟುಕೊಂಡ ಹೂವಿನಲ್ಲಿ ಕವಿಯ ಕಣ್ಣೂ–ಹುಬ್ಬೂ ಕೂಡಿಕೊಂಡು ಕುಣಿಯುತ್ತದೆ. ಕವಿಯ 'ಪ್ರಕಾಶ'ದಲ್ಲಿ 'ವಿಮರ್ಶೆ'ಯು ಬೆರೆತುಕೊಂಡೇ ಇರುವ ಬಗೆಯಿದು.

ಜುಲೈ 2015

ನೀ ಮಾಯೆಯೊಳಗೋ...

ಬೇಂದ್ರೆಯವರ ಪದ್ಯಗಳನ್ನು ಓದುವಾಗ ನಾನು ಬಾಲ್ಯದಲ್ಲಿ ಕೇಳಿದ್ದ ಕನಕದಾಸರ ಹಾಡು ನೆನಪಾಗಿ ಅದರ ಕುರಿತು ಇನ್ನಷ್ಟು ಚಿಂತಿಸುವುದಕ್ಕೆ ಪ್ರೇರೇಪಿಸಿತು. ಆ ಹಾಡನ್ನು ಕೇಳಿದ ಬಾಲ್ಯದ ಸಂದರ್ಭದ ನೆನಪಿನ ಮೂಲಕ ಈ ಬರವಣಿಗೆಯನ್ನು ಪ್ರಾರಂಭಿಸುತ್ತೇನೆ.

ನಾನಾಗ ಬೇಸಿಗೆ ರಜೆಗೆಂದು ತೀರ್ಥಹಳ್ಳಿಯಲ್ಲಿರುವ ನಮ್ಮ ದೊಡ್ಡಮ್ಮನ ಮನೆಗೆ ಹೋಗಿದ್ದೆ. ದೊಡ್ಡಮ್ಮನ ಮಗ ಸಂಜೆಯ ಹೊತ್ತು ಭಕ್ತಿಗೀತೆಗಳ ಕ್ಯಾಸೆಟ್ ಹಾಕಿದ್ದ. ನಾವು ಮಕ್ಕಳೆಲ್ಲ ಯಾವುದೋ ಆಟದಲ್ಲಿ ಮುಳುಗಿ ಗಲಾಟೆ ಎಬ್ಬಿಸಿಕೊಂಡು ಜಗಳವಾಡುತ್ತಿದ್ದೆವು. 'ಸಾಕು, ಎಲ್ಲರೂ ಬಾಯಿ ಮುಚ್ಚಿ. ಈಗ ಒಂದು ಒಳ್ಳೆಯ ಹಾಡು ಬರುತ್ತದೆ. ಎಲ್ಲರೂ ಸುಮ್ಮನಿರಿ' ಎಂದು ದೊಡ್ಡಮ್ಮನ ಮಗ ಗದರಿದ. ಅದೇ ಹೊತ್ತಿಗೆ ಹಿಂದಿನ ಹಾಡು ಮುಗಿದು ಟೇಪ್ ರೆಕಾರ್ಡರು ಮೌನವಾಗಿತ್ತು. ಮುಂದಿನ ಹಾಡು ಶುರುವಾಗುವ ಮುಂಚಿನ ಮೌನಕ್ಕೆ ನಮ್ಮೆಲ್ಲರ ಮೌನವೂ ಬೆರೆತುಕೊಂಡಿತ್ತು. ಆ ಹಾಡಿನ ಸಂಗೀತ ಶುರುವಾಗಿ, ಅರೆಕ್ಷಣದ ಮೌನ ಮಧ್ಯಂತರದಿಂದ ವಿದ್ಯಾಭೂಷಣರ ಗಂಭೀರ ಸ್ವರದಲ್ಲಿ ಕನಕದಾಸರ ಪದಗಳು ಹೊಮ್ಮಿ ನನ್ನನ್ನು ತಾಕಿದ್ದು ಮಾತ್ರ ನನಗೆ ನೆನಪಿದೆ. ಬೇರೆ ಯಾವ ಮಾತುಗಳಾಗಲೀ, ಬೇರೆ ಮಕ್ಕಳೆಲ್ಲ ಏನೇನು ಮಾಡಿದರೋ ಎಲ್ಲಿ ಹೋದರೋ ಎನ್ನುವುದ್ಯಾವುದೂ ನೆನಪಿಲ್ಲ. ಅದೇನು ತಲ್ಲಣವೋ ಬೆರಗೋ ವಿಸ್ಮಯವೋ ಸ್ಫುರಣೆಯೋ ಪರವಶತೆಯೋ – ಏನೆಂದು ಆ ಸಂದರ್ಭದಲ್ಲಿ ಅರಿವಿಗೆ ಬಂದಿರಲಿಲ್ಲ. ಆದರೆ, ಅದು ನನ್ನನ್ನು ತಡೆದು ನಿಲ್ಲಿಸಿದ್ದು ನಿಜ. ಆ ಕ್ಷಣದ ಅನುಭೂತಿಯೊಂದನ್ನು ಇದುವರೆಗೆ ನನ್ನಲ್ಲಿ ಸ್ಥಾಯಿಯಾಗಿ ಉಳಿಸಿದ ಕನಕದಾಸರ ಹಾಡು ಇದು:

ನೀ ಮಾಯೆಯೊಳಗೋ, ನಿನ್ನೊಳು ಮಾಯೆಯೋ...
ನೀ ದೇಹದೊಳಗೋ ನಿನ್ನೊಳು ದೇಹವೋ...

ಅದುವರೆಗು ಯಾವ ದಾಸರ ಹಾಡನ್ನೂ ನಾನು ಗಮನಕೊಟ್ಟು ಕೇಳಿದ್ದಿಲ್ಲ. ಈ ಹಾಡು ನನ್ನಲ್ಲಿ ದಾಸರ ಪದಗಳ ಬಗ್ಗೆ ಆಸಕ್ತಿಯನ್ನು ಹುಟ್ಟಿಸಿತು. ಹಲವು ದಾಸರ ಹಾಡುಗಳೊಂದಿಗೆ 'ನೀ ಮಾಯೆಯೊಳಗೋ...' ಹಾಡನ್ನು ಮತ್ತೆ ಮತ್ತೆ ಕೇಳಿಸಿಕೊಳ್ಳುತ್ತ ಅನುಸಂಧಾನಕ್ಕೆ ಒದಗಿಬರುವುದನ್ನು ಗಮನಿಸುತ್ತ ಬಂದಿದ್ದೇನೆ. ಬೇಂದ್ರೆಯವರ ಪದ್ಯಗಳಲ್ಲಿ ಬರುವ 'ಬಯಲ ಬಸಿರು' ಎನ್ನುವ ಕಲ್ಪನೆಯ ಬಗ್ಗೆ ಅವಲೋಕಿಸುತ್ತಿರುವಾಗ ಈ ಹಾಡು ಮತ್ತೆ ನೆನಪಾಗಿ, ಇದರ ಅರ್ಥವಿಸ್ತಾರ ನನ್ನ ಆಲೋಚನೆಯನ್ನು ಬೇರೆಯದೇ ಜಾಡಿನಲ್ಲಿ ಎಳೆದೊಯ್ಯಿತು.

ಈ ಹಾಡಿನ ಮೊದಲ ಚರಣ ಹೀಗಿದೆ:

ಬಯಲು ಆಲಯದೊಳಗೋ, ಆಲಯವು ಬಯಲೊಳಗೋ,
ಬಯಲು ಆಲಯವೆರಡು ನಯನದೊಳಗೋ,
ನಯನ ಬುದ್ಧಿಯ ಒಳಗೋ, ಬುದ್ಧಿ ನಯನದ ಒಳಗೋ,
ನಯನ ಬುದ್ಧಿಗಳೆರಡು ನಿನ್ನೊಳಗೋ...

'ಬಯಲು ಆಲಯದೊಳಗೋ, ಆಲಯವು ಬಯಲೊಳಗೋ' ಎನ್ನುವ ಮಾತಿಗೆ 'ಘಟಾಕಾಶ' ಮತ್ತು 'ಪಟಾಕಾಶ' ಎನ್ನುವ ಪ್ರಸಿದ್ಧವಾದ ವಿವರಣೆಯಿದೆ. ಮಡಕೆಯ ಹೊರಗೆ ಆಕಾಶವಿದೆ. ಮಡಕೆಯ ಒಳಗಿರುವುದೂ ಅದೇ ಆಕಾಶ. ಹೊರಗಿನ ಆಕಾಶಕ್ಕೂ ಒಳಗಿನ ಆಕಾಶಕ್ಕೂ ಪ್ರತಿಬಂಧಕದ ರೀತಿಯಲ್ಲಿ ಮಡಕೆ ಇದೆ. ಮಡಕೆ ಒಡೆದರೆ ಒಳಗಿನ ಆಕಾಶ ಯಾವುದು ಹೊರಗಿನದ್ದು ಯಾವುದು ಎನ್ನುವ ಭೇದವೇ ಇರುವುದಿಲ್ಲ. ಇರುವುದೆಲ್ಲ ಒಂದೇ ಆಕಾಶ.

ಆಕಾಶ ಎಂದರೆ ಏನು? ಮೇಲೆ ಕಾಣುವುದಷ್ಟೇ ಆಕಾಶವಲ್ಲ. ಅದು ಅವಕಾಶ ಅಥವ ಸ್ಪೇಸ್. ಘಟ ಅಥವ ಮಡಕೆ ಇದೆ. ಹೊರಗಿನ ಆಕಾಶವು ಮಡಕೆಯ ಅಸ್ತಿತ್ವಕ್ಕೆ ಅವಕಾಶ ಮಾಡಿಕೊಟ್ಟಿತು. ಅದೇ ರೀತಿ ಮಡಕೆಯ ಒಳಗಿರುವ ಆಕಾಶದಲ್ಲೂ ಆಸ್ಪದವಿದೆ. ಅಲ್ಲಿ ಮತ್ತೊಂದು ಮಡಕೆಯನ್ನು ಹುಟ್ಟಿಸುವುದಕ್ಕೆ ಸಾಧ್ಯವಿಲ್ಲ. ಆದರೆ ಅದು ಅನ್ನ ಬೇಯುವುದಕ್ಕೆ ಅವಕಾಶ ಮಾಡಿಕೊಟ್ಟಿತು. ಮಡಕೆಯೊಳಗೆ ಆಕಾಶ ಇದ್ದುದರಿಂದಲೇ ಅದು ಅನ್ನಕ್ಕೆ ನೆಲೆಯಾಯಿತು. ಮತ್ತು ಮಡಕೆಯೊಳಗಿನ ಆಕಾಶದಲ್ಲಷ್ಟೇ ಅನ್ನವಾಗಬಹುದು. ಆಕಾಶ ತನ್ನ ಅವಕಾಶದ

ಗುಣವನ್ನು ಕಳೆದುಕೊಳ್ಳಲಿಲ್ಲ. ಅದು ಮತ್ತೊಂದು ರೀತಿಯಲ್ಲಿ ಪ್ರಕಟಗೊಂಡಿತು. ತನ್ನ ಅವಕಾಶದ ವಿಸ್ತಾರವನ್ನು ತೋರಿತು. ಈಗ ಮಡಕೆಯು ಪ್ರತಿಬಂಧಕವಲ್ಲ. ಬದಲಿಗೆ, ಆಕಾಶದ ಗುಣವಿಸ್ತಾರಕ್ಕೆ ಆಕಾಶವೇ ಆಸ್ಪದ ನೀಡಿದ ನಿರ್ಮಿತಿ ಎಂದಾಯಿತು.

ಆದರೆ, ಕನಕದಾಸರು ಬಯಲು ಆಲಯದೊಳಗೋ ಎನ್ನುವಾಗ ಇದಕ್ಕಿಂತಲೂ ಬೇರೆಯಾದುದೇನನ್ನೋ ಹೇಳುತ್ತಿರುವಂತಿದೆ. ಒಳಗೂ ಇದೆ ಹೊರಗೂ ಇದೆ ಎನ್ನುವ ಭೌತಿಕ ವಾಸ್ತವ ಅಥವ 'ಮೂರು ಜಗವು ನಿನ್ನೊಳಗೆ, ನೀನು ಎನ್ನೊಳಗೆ. ಕರಿಯು ಕನ್ನಡಿಯೊಳಗೆ ಅಡಗಿಪ್ಪ ತೆರನಂತೆ' ಎನ್ನುವ ಪುರಂದರ ದಾಸರ ವಾಸ್ತವದ ಬೆರಗಿಗಿಂತಲೂ ಹೆಚ್ಚಾಗಿ, ಬಯಲು ಮತ್ತು ಆಲಯಗಳ ಪರಸ್ಪರ ಅನುಬಂಧವನ್ನೂ ಅದು ಸೂಚಿಸುತ್ತಿರುವಂತಿದೆ. ಅದರೊಳಗೆ ಇದೋ; ಇದರೊಳಗೆ ಅದೋ ಎಂದಾಗ, ಅದರಿಂದಾಗಿ ಇದೋ; ಇದರಿಂದಾಗಿ ಅದೋ ಎನ್ನುವ ಧ್ವನಿಯೂ ಇದೆ. ಬಯಲು ಆಲಯದೊಳಗೋ ಎನ್ನುವಾಗ ಈ ಆಲಂಬನದ ಅರ್ಥವೂ ಉಂಟಾಗುತ್ತದೆ. ಬಯಲಿದ್ದರಷ್ಟೇ ಆಲಯಕ್ಕೆ ಆಸ್ಪದವೆಂದಾದರೆ, ಆಲಯವಿದ್ದರಷ್ಟೇ ಬಯಲಿಗೆ ಆಸ್ಪದ! ಆಲಯಕ್ಕೆ ಬಯಲಿನ ಹಂಗಿದ್ದರೆ, ಬಯಲಿಗೆ ಆಲಯದ ಹಂಬಲ. ನಿಜಕ್ಕಾದರೆ ಬಯಲು ಆಲಯಗಳೆರಡು ಒಂದನ್ನೊಂದು ಹುಟ್ಟಿಸುತ್ತಲೇ ಇರುವುದರಿಂದ ನಮ್ಮ ಗೋಚರಕ್ಕೆ ನಿಲುಕುತ್ತವೆ. ಆಲಯವೇ ಇಲ್ಲದಿದ್ದರೆ ಬಯಲೂ ಇಲ್ಲ. ಮುಚ್ಚಿದ್ದು ಇಲ್ಲದಿರುವಾಗ ತೆರವೂ ಇಲ್ಲ.

ಇದೇನಿದ್ದರೂ ನಮ್ಮ ನಮ್ಮ ಕಣ್ಣಿಗೆ ಬುದ್ಧಿಗೆ ನಿಲುಕುವ ಬಯಲು ಆಲಯದ ಕಲ್ಪನೆ. ನಮ್ಮ ಕಣ್ಣಿಗೆ ಕಾಣುವ ಆಲಯ, ಕಲ್ಪನೆಗೆ ಒದಗುವ ಬಯಲು – ಇವೆರಡೂ ಆಕಾರ ಸಹಿತವೇ. ರೂಪಾತ್ಮಕವಾದದ್ದೇ ನಯನದೊಳಗಿರುವುದು. ಅದೂ ನಮ್ಮ ಬುದ್ಧಿ ತಿಳಿದಿರುವ ತಿಳಿಯಲಾಗುವ ನೋಟ. ಕಲಿತಿದ್ದನ್ನೇ ಕಾಣುವುದು. ಅಂಥ ಆಲಯವೂ ಇಲ್ಲದ, ಬಯಲೂ ಇಲ್ಲದ ಸ್ಥಿತಿ ನಯನಕ್ಕೂ ಬುದ್ಧಿಗೂ ಒಗ್ಗುವುದಿಲ್ಲ. ಕಂಡಿದ್ದೆಲ್ಲ ರೂಪಾತ್ಮಕವೇ ಎಂದಾದರೆ ಹುಟ್ಟಿದ್ದೆಲ್ಲವೂ ರೂಪಾಂತರವೇ. ಸೃಷ್ಟಿ ಎಂದರೆ ಅಲ್ಲಿವರೆಗೆ ಕಾಣದಿರುವ ರೂಪವು ಕಾಣಿಸುವುದು. ಈ ನೋಟ ಬುದ್ಧಿಗಳೂ ಪರಸ್ಪರ ಅವಲಂಬಿತ. ನಮ್ಮ ನಮ್ಮ ತಿಳಿವಿನಂತೆ ನಮ್ಮ ನಮ್ಮ ನೋಟ. ನೋಟದಂತೆ ತಿಳಿವು. ಇದುವರೆಗೆ ನೋಡದೇ ಇರುವುದನ್ನು ಅರಿಯುವುದಾಗಲೀ, ಅರಿಯದೇ ಇರುವುದನ್ನು ನೋಡುವುದಾಗಲೀ ನಮ್ಮಿಂದ ಸಾಧ್ಯವೇ ಇಲ್ಲ ಎನ್ನುವುದನ್ನು ಕನಕದಾಸರು ಸೂಚಿಸುತ್ತಿದ್ದಾರೆಯೇ? ಹೀಗೆ ಆಲಯ ಬಯಲು ನೋಟ ಬುದ್ಧಿಗಳ ಪರಸ್ಪರ ಅವಲಂಬಿತ ಅಂತಃಸಂಬಂಧದಲ್ಲಿ ರೂಪಾತ್ಮಕ ಜಗತ್ತಿನ ಕುರಿತು ಹೇಳಿದರೆ, ಎರಡನೆಯ ಚರಣದಲ್ಲಿ ರಸಾತ್ಮಕ ಜಗತ್ತಿನ ಕುರಿತು ಹೇಳುತ್ತಾರೆ:

ಸವಿಯು ಸಕ್ಕರೆಯೊಳಗೋ, ಸಕ್ಕರೆಯು ಸವಿಯೊಳಗೋ
ಸವಿಯು ಸಕ್ಕರೆ ಎರಡು ಜಿಹ್ವೆಯೊಳಗೋ
ಜಿಹ್ವೆ ಮನಸಿನ ಒಳಗೋ, ಮನಸು ಜಿಹ್ವೆಯ ಒಳಗೋ
ಜಿಹ್ವೆ ಮನಸುಗಳೆರಡು ನಿನ್ನೊಳಗೋ...

ಕಬ್ಬು, ಬೆಲ್ಲ, ಸಕ್ಕರೆ, ಜೇನು, ಎಲ್ಲವನ್ನೂ ಸಿಹಿ ಎನ್ನುತ್ತೇವೆ. ಆದರೂ ಅದೆಲ್ಲದರ ಸಿಹಿಯೂ ಬೇರೆ. ಸಿಹಿ ಎನ್ನುವ ಸಾಮಾನ್ಯ ಗುಣವು ವಿಶಿಷ್ಟವಾಗಿ ಸಕ್ಕರೆಯ ಒಳಗಿದೆ, ಬಯಲು ಆಲಯದೊಳಗೆ ಸೇರಿಕೊಂಡಂತೆ. ಆದರೆ, ಸಕ್ಕರೆಗೆ ಸಿಹಿಯ ಹೊರತಾದ ಅಸ್ತಿತ್ವವಿಲ್ಲ. ಅದು ಸಿಹಿಯ ಒಳಗಿದ್ದರಷ್ಟೇ ಅದು ಸಕ್ಕರೆ. ಸಿಹಿಯ ಅಂಶ ತೆಗೆದರೆ ಅದು ಸಕ್ಕರೆ ಅಲ್ಲ! ನಮಗೆ ಇದೆಲ್ಲವೂ ತಿಳಿಯುವುದು ನಾಲಿಗೆ ಮೇಲೆ ಬಿದ್ದಾಗ ಮಾತ್ರ. ರಸದ ಅಸ್ತಿತ್ವವಿರುವುದು ಆಸ್ವಾದದಲ್ಲಿ. ಸಕ್ಕರೆ ಸಿಹಿಗಳಿಗೆ ನಮ್ಮ ನಮ್ಮ ನಾಲಗೆಯೇ ನೆಲೆ. ನಾಲಗೆಗೆ ಮನಸ್ಸು. ಮನಸ್ಸಿಲ್ಲದೆ ಊಟ ಮಾಡಿದರೆ ಯಾವ ರುಚಿಯೂ ಹತ್ತುವುದಿಲ್ಲ. ಮನಸ್ಸಿನಿಂದಲೇ ನಾಲಗೆ. ಅಷ್ಟೇ ಅಲ್ಲ, ನಾಲಗೆಯಿಂದಲೇ ಮನಸ್ಸು! ಇದು ವಿಶೇಷ. ನೋಡುವ ನೋಟದಂತೆ ಬುದ್ಧಿ ಎಂದರೆ, ತಿನ್ನುವ ಅನ್ನದಂತೆ ಮನಸ್ಸು ಎನ್ನುತ್ತಾರೆ. ಜಿಹ್ವೆ ಮನಸ್ಸುಗಳ ಸಂಬಂಧ ಮಾತಿನಲ್ಲಿಯೂ ಇದೆ. ಮಾತಿನಲ್ಲಿ ಅವರ ಮನಸ್ಸು ತಿಳಿಯುತ್ತದೆ ಎನ್ನುತ್ತೇವೆ. ಅಲ್ಲದೆ, ಮನೋವೃತ್ತಿಯಾದ ಕಲಾಮಾಧ್ಯಮದಲ್ಲಿ ಅಭಿರುಚಿಯ ಕುರಿತು ಮಾತಾಡುತ್ತೇವೆ. ಅವರ 'ಟೇಸ್ಟ್' ಏನೆಂದು ತಿಳಿಯುತ್ತದೆ ಎನ್ನುತ್ತೇವೆ. ಇದು ಜಿಹ್ವೆ ಮನಸ್ಸುಗಳ ಸಂಬಂಧದ ನಿಕಟತೆಯನ್ನು ಸೂಚಿಸುತ್ತದೆ. ಅದೇ ರೀತಿ, 'ಕುಸುಮದಲಿ ಗಂಧವೋ, ಗಂಧದಲಿ ಕುಸುಮವೋ. ಕುಸುಮ ಗಂಧಗಳು ಆಘ್ರಾಣದೊಳಗೋ'.

ಈ ಎಲ್ಲದರಲ್ಲಿಯೂ ಅನುಭವದ ಮೂಲ ಯಾವುದು ಎನ್ನುವ ಬಿಕ್ಕಟ್ಟು ಉದ್ದಕ್ಕೂ ಹಬ್ಬಿಕೊಂಡಿದೆ. ಅದಕ್ಕೆ ಉತ್ತರ ಹುಡುಕುವಲ್ಲಿ ವಿಜ್ಞಾನವೂ ಸತತ ಪ್ರಯತ್ನದಲ್ಲಿದೆ (ಇತ್ತೀಚೆಗೆ ಬಂದ The Origin of Experience ಎನ್ನುವ ಪುಸ್ತಕವನ್ನು ಗಮನಿಸಬಹುದು). ಇಲ್ಲಿ ಮುಖ್ಯವಾಗಿ ಗಮನಿಸಬೇಕಾದದ್ದು ಯಾವುದಕ್ಕೂ ಪ್ರತ್ಯೇಕವಾದ ಸ್ವತಂತ್ರವಾದ ಅಸ್ತಿತ್ವವಿಲ್ಲ ಎನ್ನುವುದು. ಎಲ್ಲವೂ ಪರಸ್ಪರ ಅವಲಂಬಿತ. ಆಲಯ ಬುದ್ಧಿಗಳ ಅಸ್ತಿತ್ವ ನೋಟದಲ್ಲಿ, ನೋಟವು ಬುದ್ಧಿಯಲ್ಲಿ, ಬುದ್ಧಿಯು ಮತ್ತೆ ನೋಟದಲ್ಲಿ. ಹೀಗೆ ಒಂದರೊಳಗೊಂದು ಹೆಣಿಗೆ ಸುತ್ತಿಕೊಂಡಿರುವ ನಮ್ಮ ರೂಪ, ರಸ, ಗಂಧಗಳ ಅನುಭವ ಜಗತ್ತು ಎಷ್ಟು ಸಂಕೀರ್ಣವಾಗಿರುವ ಸಂಗತಿ! ಇದು ನಿಜವಾಗಿಯೂ ನಮ್ಮ ಅನುಭವವೇ ಹೌದೇ ಎನ್ನುವ ಅನುಮಾನ ಬರಿಸಲಿಕ್ಕಾಗಿಯೇ ಇದು ಇಷ್ಟು ಜಟಿಲವಾಗಿದೆಯೇನೋ!

ಈ ಪದ್ಯದ ಕೊನೆಯಲ್ಲಿ, 'ಅಸಮಭವ ಕಾಗಿನೆಲೆಯಾದಿ ಕೇಶವರಾಯ, ಉಸುರಲೆನ್ನೊಳವೆಲ್ಲ ಎಲ್ಲ ನಿನ್ನೊಳಗೋ...' ಎಂದು ಮುಗಿಸುತ್ತಾರೆ. ಇಲ್ಲಿ 'ಅಸಮಭವ' ಎನ್ನುವ ವಿಶೇಷಣವು ಸ್ವಾರಸ್ಯಕರವಾಗಿದೆ. ಅದು ಏಕಕಾಲಕ್ಕೆ ಆದಿಕೇಶವನಿಗು ಕಾಗಿನೆಲೆಗೂ ವಿಶೇಷಣವಾಗಿದೆ. ಆದಿ ಕೇಶವನಿಗೆ ಸಮನಾದವರು ಈ ಸೃಷ್ಟಿಯಲ್ಲಿಲ್ಲ ಎನ್ನುತ್ತಲೇ, ಕಾಗಿನೆಲೆಗೆ ಸಮನಾದ ಊರು ಈ ಭೂಮಿಯಲ್ಲಿಲ್ಲ ಎನ್ನುವುದನ್ನೂ ಅದು ತಿಳಿಸುತ್ತದೆ. ಯಾವುದೇ ಊರಿನ ಬಗ್ಗೆಯೂ ಈ ಕ್ಷೇತ್ರಕ್ಕಿಂತ ಮಿಗಿಲಾದ ಕ್ಷೇತ್ರವಿಲ್ಲ ಎನ್ನುವ ಸ್ಥಳಮಹಾತ್ಮೆಯು ನಮ್ಮ ದೇಶದಲ್ಲಿ ಸಹಜವಾದ ಸಾಮಾನ್ಯವಾದ ಸಂಗತಿ. ಸ್ಥಳೀಯತೆಯೇ ಮಹತ್ವವಾದುದು. ಅದರ ಆಶಯವೇ ಇದರ ಹಿಂದಿರುವ ಕಾಳಜಿ. ಅದಕ್ಕಾಗಿಯೇ ಕನಕದಾಸರು ಕೊನೆಗೆ ಎಲ್ಲವನ್ನೂ ತಂದು ನಿಲ್ಲಿಸುವುದು ಕಾಗಿನೆಲೆಯ ಗರ್ಭಗುಡಿಯ ಒಳಗೇ. ಕರಿಯು ಕನ್ನಡಿಯೊಳಗೆ ಬಂದಂತೆ.

ಜೊತೆಗೇ ಈ ಪದ್ಯದ ಸಂದರ್ಭದಲ್ಲಿ 'ಅಸಮಭವ' ಎನ್ನುವಾಗ ಮತ್ತೊಂದು ಆಯಾಮವೂ ಇದೆ. ಇಲ್ಲಿವರೆಗೆ ನಮ್ಮ ಭೌತಿಕ ಅನುಭವದ ಜಟಿಲತೆಯ ಬಗ್ಗೆ ಹೇಳಿದ್ದೆಲ್ಲವೂ ಕೊನೆಗೆ 'ಅಸಮಭವ' ಎನ್ನುವಲ್ಲಿ ಕೇಂದ್ರವಾಗುತ್ತದೆ. ಎಲ್ಲವೂ 'ಭವ'ದೊಳಗೆ ಬಂದು ನಿಂತು, ಎಲ್ಲದರಿಂದಲೂ ಹೊರತಾದ 'ಅಸಮಭವ' ಕಲ್ಪನೆಯನ್ನು ಒದಗಿಸುತ್ತಾರೆ. ಹೇಳುವುದನ್ನೆಲ್ಲ ಹೇಳಿ ಇದ್ಯಾವುದೂ ಅಲ್ಲ ಎನ್ನುವಂತೆ. ಅದು ತಕ್ಕಡಿಯ ಒಂದು ಬದಿಯಲ್ಲಿ ಚಿನ್ನ, ಮುತ್ತು, ರತ್ನಗಳ ರಾಶಿಯನ್ನೇ ಇಟ್ಟರೂ ತೂಗದ ತೂಕಕ್ಕೆ ಒಂದು ತುಳಸಿದಳವನ್ನು ಸೇರಿಸಿ ತೂಗಿದಂತೆ. ಹೇರಳವಾದದ್ದನ್ನು ಅಲ್ಪದಿಂದ ಹೊಡೆದುಹಾಕುವ ಕುಬ್ಜಗೊಳಿಸುವ ಕಾವ್ಯದ ಚಮತ್ಕಾರ ಇದು. ನೀ ಮಾಯೆಯೊಳಗೋ ನಿನ್ನೊಳು ಮಾಯೆಯೋ ಎಂದಿರುವುದು ಇಂಥದ್ದೇ ಚಮತ್ಕಾರಕ್ಕಿರಬೇಕು. ಅದು ತಾಯಿ ಮರೆ ಸರಿಸಿ ತೋರಿ, ಇಲ್ಲೇ ಇದ್ದಳಲ್ಲ ಎಂದು ಮಗುವಿನಲ್ಲಿ ಮೂಡಿಸಿದ ಚಮತ್ಕಾರದ ಸಂತಸದಂತೆ. ತಾಯಿ ಪರದೆಯೊಳಗೆ ಅವಿತಿದ್ದಾಳೆ; ಅದೇ ಸಮಯದಲ್ಲಿ ಯಾವ ಕ್ಷಣಕ್ಕೂ ಮಗುವಿಗೆ ತೋರಲು ಪರದೆಯನ್ನು ಹಿಡಿದೇ ನಿಂತಿದ್ದಾಳೆ. ಪರದೆಯೊಳಗೆ ತಾಯಿ; ತಾಯಿಯ ಕೈಯೊಳಗೆ ಪರದೆ. ಆಗಾಗ ಸರಿಸಿ ತೋರುವ ಚಮತ್ಕಾರ ಕಾಲಕಾಲಕ್ಕೆ ಕಾವ್ಯದಲ್ಲಿ ಜರುಗುತ್ತಲೇ ಇರುತ್ತದೆ.

ಜುಲೈ 2015

ಬಳ್ಳಿಗಳಿಲ್ಲದ ಕಾಲದಲ್ಲಿ ಮಲ್ಲಿಗೆಮಾಲೆ

ಆಫೀಸಿನ ಗೆಳತಿಯೊಂದಿಗೆ ಹರಟುತ್ತಿರುವಾಗ ಮಾತಿನ ನಡುವೆ ಹೇಳಿದಳು – 'ನನ್ನ ಗಂಡ ಮೊದಲ ಸಲ ನನ್ನನ್ನು ಬಿಟ್ಟು ಅಮೇರಿಕಕ್ಕೆ ಹೊರಟಾಗ, ಏರ್ಪೋರ್ಟಿನವರೆಗೆ ಹೋಗಿ ತಬ್ಬಿ, ಅತ್ತು ಬೀಳ್ಕೊಟ್ಟಿದ್ದೆ. ಎರಡನೆಯ ಬಾರಿ ಹೊರಟಾಗ, ಮೆಟ್ಟಿಲಿಳಿದು ಟ್ಯಾಕ್ಸಿಯ ಬಾಗಿಲವರೆಗೆ ಬಂದು ಕೈ ಬೀಸಿ ಮನೆಗೆ ಮರಳಿದ್ದೆ. ಮೂರನೆಯ ಬಾರಿ ಹೊರಟಾಗ, ಅದೆಷ್ಟು ಒಗ್ಗಿಹೋಗಿದ್ದೆನೆಂದರೆ, ಅಡುಗೆಮನೆ ಒಳಗಿಂದಲೇ ಬೈ ಹೇಳಿ...ಬಾಗಿಲು ಸರಿಯಾಗಿ ಹಾಕಿಕೊಂಡು ಹೋಗು ಅಂದಿದ್ದೆ' ಎಂದಳು. ನನಗಾಗ ಥಟ್ಟನೆ ನೆನಪಾದದ್ದು ನರಸಿಂಹ ಸ್ವಾಮಿಯವರ 'ತಿಂಗಳಾಯಿತೆ?' ಪದ್ಯ.

ಅದೊಂದು ಸರಳ ಕವಿತೆ. ದೂರದೂರಿಗೆ ಹೋಗುತ್ತಿದ್ದೇನೆ, ಒಂದು ತಿಂಗಳ ನಂತರ ಮರಳುತ್ತೇನೆಂದು ಕವಿ ಮನೆಯಿಂದ ಹೊರಡುತ್ತಾನೆ. ಹೆಜ್ಜೆ ಮುಂದಿಡಲಾರದೆ, ಹೆಂಡತಿಯನ್ನು ಬಿಟ್ಟು ಹೋಗಲು ಮನಸ್ಸು ಬಾರದೆ, ಅಲ್ಲಲ್ಲಿ ನಿಂತು ಹಿಂದಿರುಗಿ ಹೆಂಡತಿಯ ಮುಖ ನೋಡುತ್ತ ವಿರಹ ತಾಪದಲ್ಲಿ ರೇಲ್ವೇ ನಿಲ್ದಾಣದ ಕಡೆ ಹೆಜ್ಜೆ ಹಾಕುತ್ತಾನೆ. ದಾರಿಯಲ್ಲಿ ಕಂಡ ಒಬ್ಬ ಹಣ್ಣು ಮಾರುವವನು, 'ಬಂಡಿ ಆಗಲೇ ಹೊರಟುಹೋಯಿತು' ಎಂದಾಗ ಅವನ ಸಂತೋಷ ಹೇಳತೀರದು. ಉಲ್ಲಾಸದಿಂದ ಮನೆಗೆ ಮರಳುತ್ತಾನೆ. ಮನೆ ಬಾಗಿಲು ತೆರೆದ ಹೆಂಡತಿ, 'ತಿಂಗಳಾಯಿತೆ?' ಎಂದು ರತಿಕುಹಕದಲ್ಲಿ ಕೇಳುವಲ್ಲಿಗೆ ಕವಿತೆ ಮುಗಿಯುತ್ತದೆ.

ಗಳಿಗೆಗಳು ಉರುಳುವುದರೊಳಗೆ ಗಂಡ–ಹೆಂಡಿರ ಊರುಗಳು ಬದಲಾಗುವುದು ಸಾಮಾನ್ಯವಾಗಿರುವ ಕಾಲದಲ್ಲಿ ನರಸಿಂಹ ಸ್ವಾಮಿಯವರ 'ತಿಂಗಳಾಯಿತೆ?'ಯಂಥ ಸರಳ ಸಾಂಸಾರಿಕ ಕವಿತೆಗಳು ಹೇಗೆ ಸಲ್ಲುತ್ತವೆ? ಸಂಸ್ಕೃತಿ, ಜೀವನಧರ್ಮ, ಸಂಬಂಧಗಳ ಸ್ವರೂಪ, ಸಾಮಾಜಿಕ ಮೌಲ್ಯಗಳು ಬದಲಾಗುತ್ತಿರುವ ಕಾಲಕ್ಕೆ ಒಂದು ಕವಿತೆ, ಒಬ್ಬ ಕವಿ ಹೇಗೆ ಸಲ್ಲುತ್ತಾನೆ? ಬಳ್ಳಿಗಳೇ ಇಲ್ಲದ ಕಾಲದಲ್ಲಿ ಮಲ್ಲಿಗೆಮಾಲೆಯನ್ನು ಔಟ್‌ಡೇಟೆಡ್ ಎಂದು ಸಾರಾಸಗಟಾಗಿ ತಿರಸ್ಕರಿಸಬಹುದೇ? ಸಂಜೆಯಾಗುವ ಮುನ್ನ ಕತ್ತಲಾಗುವ ಕಾಲದಲ್ಲಿ ಸಂಜೆಗೆಂಪಿಗೆ ಮುನ್ನಡೆಯದೆ ನಿಂತವರೆಷ್ಟು? ಮಲ್ಲಿಗೆಯ ಕಂಪಿಗೆ ಮನಸೋತವರೆಷ್ಟು? ಗೆಜ್ಜೆಯಿಂಪನ್ನು ಹಿಂಬಾಲಿಸಿದವರೆಷ್ಟು? ಇಬ್ಬರು ದುಡಿದರೂ ಕೋಟಿ ಸಂಪಾದಿಸಲಾಗದ ಕಾಲದಲ್ಲಿ ಕೆಲಸಕ್ಕೆ ಹೋಗದೆ ಮನೆಯೊಳಗಿರುವ ಹೆಂಡತಿಯನ್ನು ಬಯಸುವವರೆಷ್ಟು? ಮತ್ತೊಬ್ಬರು ಬರೆದಿದ್ದೆಲ್ಲವೂ ನಮ್ಮ ಅನುಭವದ ಪರಿಧಿಯೊಳಗೇ ದಕ್ಕಬೇಕು; ನಮ್ಮದೆನ್ನಿಸಬೇಕು ಅನ್ನುವ ಅಹಂಕಾರ ನರಸಿಂಹ ಸ್ವಾಮಿಯವರಂಥ ಕವಿಗಳನ್ನು ಸುಲಭವಾಗಿ ಔಟ್‌ಡೇಟೆಡ್ ಕವಿಯಾಗಿಸಬಹುದು. ಆದರೂ, ಕನ್ನಡ ಸಾಹಿತ್ಯದ ಬಗೆಗೆ ಹೊಸತಾಗಿ ಆಕರ್ಷಿತರಾಗಿರುವ ಯುವ ಓದುಗರನ್ನು, ಬರಹಗಾರರನ್ನು (ಪದ್ಯಗಳನ್ನು ಓದದೇ ಕೇವಲ ಭಾವಗೀತೆಗಳನ್ನಷ್ಟೇ ಕೇಳಿ ಗೊತ್ತಿರುವವರನ್ನೂ), 'ನಿಮ್ಮ ನೆಚ್ಚಿನ ಕವಿ ಯಾರು?' ಅಂತ ಕೇಳಿದರೆ, ನೂರಕ್ಕೆ ಎಂಭತ್ತು ಮಂದಿ ಇಂದಿಗೂ ಹೇಳುವ ಹೆಸರು – ಕೆ.ಎಸ್.ಎನ್.

ನರಸಿಂಹ ಸ್ವಾಮಿಯವರ ಕವಿತೆಗಳು ಅದರಲ್ಲಿನ ವಿವರಗಳು ನಮ್ಮನ್ನು ಇಂದಿಗೂ ಸೆಳೆಯುವುದಕ್ಕೆ ಕಾರಣ ಅದು ಬದಲಾದ ಭಾವಗಳಿಗೆ ಒದಗಿಸುವ ಭಿನ್ನಭಾವ (ಕಾಂಟ್ರಾಸ್ಟ್ ಎಮೋಶನ್ಸ್; ಕಾಂಟ್ರಡಿಕ್ಟಿಂಗ್ ಅಲ್ಲ). ಅಂಥ ಭಿನ್ನಭಾವಗಳನ್ನು ಒದಗಿಸುತ್ತಲೇ, ನಮ್ಮೊಳಗಿನ್ನೂ ಜೀವಂತವಾಗಿರುವ ಬಯಕೆಗಳನ್ನು, ಕೆಲವೊಂದು ಮೂಲಭೂತ ಸಂವೇದನೆಗಳನ್ನು ಅವರ ಕವಿತೆಗಳು ಉದ್ದೀಪಿಸುತ್ತವೆ. ಹೆಂಡತಿಯೊಬ್ಬಳು ಮನೆಯೊಳಗಿದ್ದರೆ ಕೋಟಿ ರೂಪಾಯಿ ಅನ್ನುವುದನ್ನು ಯಾರೂ ವಾಚ್ಯಾರ್ಥದಲ್ಲಿ ಅನುಭವಿಸದೆ, ಸಹಬಾಳ್ವೆಯು ಹುಟ್ಟಿಸುವ ಧೈರ್ಯ ವಿಶ್ವಾಸ ಹರ್ಷವನ್ನಷ್ಟೇ ಅನುಭವಿಸುತ್ತಿರುತ್ತಾರೆ. ಅದರ ಜೊತೆಗೇ ವಿಪರೀತ ವಿಚ್ಛೇದನೆಗಳ ಕಾಲದಲ್ಲಿ ಹೆಂಡತಿ ಮನೆಯೊಳಗಿಲ್ಲದ ವಾಸ್ತವವು ಹೆಂಡತಿ ಮನೆಯೊಳಗಿದ್ದರೆ ಕೋಟಿ ರೂಪಾಯಿ ಎನ್ನುವ ವ್ಯತಿರಿಕ್ತ ಭಾವಕ್ಕೆ ಇದಿರಾಗಿ ಅದರ ಪರಿಣಾಮವನ್ನು ಇಮ್ಮಡಿಗೊಳಿಸುತ್ತದೆ. ಇರುವುದರ ಇಲ್ಲದಿರುವುದರ ಅಥವ ಇದ್ದಿರಬಹುದಾದ ಸಂಗತಿಗಳನ್ನು ಮನಸ್ಸು ಏಕಕಾಲಕ್ಕೆ ಗ್ರಹಿಸಿ ಇಲ್ಲದಿರುವುದರ ಬಗ್ಗೆ ನವಿರಾಗುತ್ತದೆ. ಗಂಡ ಮೂರನೇ ಸಲ ಅಮೇರಿಕಕ್ಕೆ ಹೊರಟಾಗ ನನ್ನ ಗೆಳತಿ

ಮನೆಯೊಳಗಿಂದಲೇ ಬೈ ಹೇಳಿ ಕಳಿಸಿಕೊಟ್ಟಿದ್ದು ಎಷ್ಟು ನಿಜವೋ, ಮೊದಲ ಸಲ ಏರ್ಪೋರ್ಟಿನವರೆಗೂ ಹೋಗಿ ಅತ್ತು ಬಂದಿರುವುದೂ ಅಷ್ಟೇ ನಿಜ. ಮನೋವೃತ್ತಿ (attitude) ಬದಲಾದರೂ ಕೆಲವು ಮೂಲಭೂತ ಸಂವೇದನೆಗಳು ಮನುಷ್ಯನಲ್ಲಿ ಉಳಿದುಬಿಟ್ಟಿರುತ್ತವೆ. ನರಸಿಂಹ ಸ್ವಾಮಿಯವರ ಕವಿತೆಗಳು ಗೆಲ್ಲುವುದು ಇಲ್ಲಿ. ವಿವರಗಳು ಕವಿತೆಗೆ ನೆಪವಷ್ಟೇ.

(ಒಂದು ಅಪವ್ಯಾಖ್ಯೆ: ಹೆಂಡತಿ ಮನೆಯೊಳಗಿದ್ದರೆ ಕೋಟಿ ರೂಪಾಯಿ ಎಂದು ಹೆಣ್ಣನ್ನು ಹೊಗಳಿ ಹೊಗಳಿ ಮರುಳು ಮಾಡುತ್ತ ಮನೆಯೊಳಗೇ ಕೂಡಿ ಹಾಕುವ ಹುನ್ನಾರದ ಮನಃಸ್ಥಿತಿಯನ್ನೂ ಕವಿಯ ಮೇಲೆ ಸುಲಭವಾಗಿ ಆರೋಪಿಸಬಹುದು)

ನರಸಿಂಹ ಸ್ವಾಮಿಯವರ ಸುಲಲಿತ (ನಸುಲಲಿತ?!) ಭಾವ ಸೂಸುವ ಕವಿತೆಗಳಿಂದ ಒಂಚೂರು ಅತ್ತಿತ್ತ ಸುಳಿದಾಡಿದರೆ ಗೊತ್ತಾಗಬಹುದು – ಅಕ್ಕಿ ಆರಿಸುವ ಹೆಣ್ಣಿನ ವಿಷಾದವು ಬಂಗಾರವಿಲ್ಲದ ಬೆರಳಿಗಾಗಿ ಅಲ್ಲವೆಂದು. ಅವಳ ನೋವು ವಿಷಾದ ಕಾತರ ಇವೆಲ್ಲವೂ ಯಾರಿಗೂ – ಸ್ವತಃ ಅವಳಿಗೂ ತಿಳಿಯದ ಕಾರಣಗಳಿಗಾಗಿ ಅವಳನ್ನು ಕಾಡುತ್ತಿವೆ. ಜೀವದಲಿ ಜಾತ್ರೆ ಮುಗಿದಿದೆ. ಅವಳ ಕಿರುಮುತ್ತಿನ ಸದ್ದು ಅಕ್ಕಿ ನುಚ್ಚಿನಲಿ ಮುಚ್ಚಿಹೋಗಿರಬಹುದೆಂದು ಬೆರಳುಗಳು ಹುಡುಕಿ ಹುಡುಕಿ ಸೋತಿವೆ. ನಗುವಿಲ್ಲ, ಅಳುವಿಲ್ಲ, ಸಿಟ್ಟಿಲ್ಲ, ಸಮ್ಮತಿಯಿಲ್ಲ. ಅವಳಿರುವುದೇ ಹಾಗೇ – ಏನನ್ನೋ ಮರೆತಂತೆ; ಸದಾ ಏನನ್ನೋ ನೆನೆಯುತಿರುವಂತೆ.

ಇಂಥವಳ ಹಿಂದೆ ಒಬ್ಬ ಗಂಡನಿದ್ದಾನೆ. ನಗೆ ಕೊಲ್ಲುವಂತೆ ಹಗೆ ಕೊಲ್ಲಲಾರದು ಎಂದವನೇ – ಯಾವ ಕಾಲದಲಿ ಯಾರು ನಕ್ಕರೋ ನೀನು ನಕ್ಕ ಹಾಗೆ! ಎಷ್ಟು ನೋವುಗಳ ನುಂಗಿಕೊಂಡರೋ ನಕ್ಕು ಒಂದು ಗಳಿಗೆ! ಎಂದೂ ಕೇಳಿದವನು. ತಪ್ಪಿ ಆಡಿದ ಯಾವುದೋ ಮಾತಿಗೆ, ಕಾರಣವಿಲ್ಲದ ಕ್ಷುಲ್ಲಕ ಮುನಿಸಿಗೆ ಖೇದದಿಂದ ತಲೆತಗ್ಗಿಸಿ ನಿಂತವನು. ಹೆಣ್ಣಿಂದ ನಿರೂಪಿಸುವ ಬಹುತೇಕ ಕವಿತೆಗಳ ಹಿಂದೆ ಹೀಗೆ ತಲೆ ತಗ್ಗಿಸಿ ನಿಂತ ಗಂಡನ ಚಿತ್ರವಿದೆ. ಅವನು ಸಂಬಳದ ಸಂಜೆ ಒಂದೊಂದೇ ಖರ್ಚಿನ ಬಾಬತ್ತಿಗೆ ಹಣವೆಲ್ಲ ಖಾಲಿಯಾಗುತ್ತ ಬರುವಾಗಲೂ:

‘ಬಳೆಗಾರ ಬಂದ – ತಾಯೀ! – ಎಂದ – (ಅವಳಿಲ್ಲ)
ಕೆಮ್ಮುವುದು ಪಾಪ! ಪ್ರಾಣಿ;
ಇವನದು ಕೊಟ್ಟು ಬಿಡುವೆನು ಚರ್ಚೆ ಬೇಕಿಲ್ಲ;

ನೊಂದಾಳು ನನ್ನ ರಾಣಿ’ ಎಂದು ಹೆಂಡತಿಯ ಮನಸ್ಸಿಗೆ ನೋವು ತರಬಾರದೆನ್ನುವ ಎಚ್ಚರದವನು. ಹಬ್ಬದೂಟದ ನಡುವೆ ಕಣ್ಣೀರು ಸುರಿಸದಿರೆಂದು

ಮಾವನನು ಸುಮ್ಮನಿರಿಸುವ ಕರುಣೆಯ ಜೊತೆಜೊತೆಗೇ 'ಅಳಿಯನೇ ಬೇಡ ನಿಮಗೆ' ಎಂದು ಮಾವನೊಂದಿಗೆ ಸದಾ ಮುನಿಸಿಕೊಂಡಿರುವವನು. ಅದಕ್ಕಾಗಿ ಹೆಂಡತಿಗೆ ಮೊನೆಯಾದ ಮಾತನೆಸೆದು ಚುಚ್ಚುವವನು. ಇವನ ಸಿಟ್ಟಿಗೆ ನಲುಗಿದ ಹೆಂಡತಿ, 'ತಂದೆಯವರೇ ಬಂದು ತಪ್ಪಾಯಿತೆನ್ನುವರು ಹೆಣ್ಣು ಹೆತ್ತವರನ್ನು ದೂರಬೇಡಿ' ಎಂದು ಬೇಡಿಕೊಳ್ಳುವಂತೆ ಮಾಡಿದವನು. ಇದೆಲ್ಲವನ್ನೂ ತಿಳಿಗೊಳಿಸಲು ನವಿಲೂರಿನಿಂದ ಬಳೆಗಾರ ಚೆನ್ನಯ್ಯನನ್ನು ಕರೆಸಿ ಹಾಡಿಸುವವನೂ ಅವನೇ!

ಈ ಗಂಡ–ಹೆಂಡಿರ ಬಗ್ಗೆ ಇಷ್ಟು ಹೇಳಲು ಕಾರಣವೆಂದರೆ – 'ತೊಟ್ಟಿಲನು ಕಟ್ಟಿದರೆ ಮಂಚಕ್ಕೆ ಸ್ಥಳವಿಲ್ಲ'ದಂಥ ಸ್ಥಿತಿಯಲ್ಲೂ 'ನೊಂದ ನೋವನ್ನಷ್ಟೆ ಹಾಡಲೇಬೇಕೇನು? ಬೇಡವೇ ಯಾರಿಗೂ ಸಿರಿಮಲ್ಲಿಗೆ?' ಎನ್ನುವ, ಬಡತನವೋ ಸಿರಿತನವೋ, ಯಾರಿರಲಿ ಎಲ್ಲಿರಲಿ ದೊರೆಯಾಗಿ ಮೆರೆದು, ಕೈಹಿಡಿದವಳು ಮಾಡಿದಡಿಗೆಯೇ ಚೆಂದವೆಂದು ಬಾಳಪಯಣದಲಿ ಜೊತೆಯಾಗಿ ಸಾಗುವ ಈ ಗಂಡ–ಹೆಂಡಿರ ಚಹರೆಗಳು ನಾವಂದುಕೊಂಡಷ್ಟು ಸರಳವಾಗಿಲ್ಲ. ಒಬ್ಬರೆದುರಿಗೆ ನಿಂತು ತಲೆಯೆತ್ತಿ ನೋಡದ ಹುಡುಗಿ, ಗಂಡ ಮುತ್ತಿಟ್ಟಾಗ ಚಂದಿರನ ತನಕ ಕಣ್ಣೆತ್ತಿ ನೋಡಿದ್ದು ವಿಷಾದದಿಂದಲೋ, ಆಸೆಯಿಂದಲೋ, ಸಿಟ್ಟಿನಿಂದಲೋ, ಹರುಷದಿಂದಲೋ ಅನ್ನುವುದು ಕೊನೆಗೂ ನಿಗೂಢವಾಗಿಯೇ ಉಳಿಯುತ್ತದೆ. ಬೆಂಕಿಯಲಿ ನಿಂತು ಬೆಳದಿಂಗಳಾದ ಅವಳ ನಿಟ್ಟುಸಿರು ನಮ್ಮೆದೆಯ ತನಕ ಹಾದು ಕಲಕಿದ್ದು ಮಾತ್ರ ಸತ್ಯ.

ಸಾಂಸಾರಿಕ ಪದ್ಯಗಳ ಪರಿಧಿಯಿಂದ ಹೊರಬಂದರೆ ನರಸಿಂಹ ಸ್ವಾಮಿಯವರ ಕವಿತೆಗಳು ಸಾವಿರ ಕಣ್ಣು ತೆರೆದು ಕುಣಿಯುವ ನವಿಲೂರಿನ ಗರಿಗಳು. ಅಲ್ಲಿ ಹೊರಟ ಮೆರವಣಿಗೆಯಲ್ಲಿ ದೊರೆತನಕ್ಕೆ ಯಾವುದೇ ಮನ್ನಣೆಯಿಲ್ಲ. ಅಲ್ಲಿನ ಕಾವಲುಗಾರನೂ ನಿತ್ಯಸುಖಿ. ಇದ್ದವರಿಗೊಂದು ಮನೆ; ಇಲ್ಲದವರಿಗೆ ನೂರು. ಕುಂಕುಮ ಭೂಮಿಯಲ್ಲಿ ತುಂಬುರಕ್ತದ ಹಾಡು ಕೇಳುತ್ತದೆ. ಆ ಊರಿನ ಮೋಡಗಳು ಚೆಲ್ಲಿದ್ದು ಹತ್ತು ಹನಿಯನ್ನಷ್ಟೇ; ಬೊಗಸೆ ತುಂಬಿದ್ದು ಕರ್ತೃತ್ವ ಶಕ್ತಿಯ ಬೆವರಿನಿಂದ. ಗಡಿಯಾರದಂಗಡಿಯ ಮುಂದೆ ಬದುಕಿನ ಕೆನ್ನಾಲಿಗೆ ಚಾಚಿರುವಾಗ ಎಲ್ಲವನ್ನೂ ಬದಲಿಸುವಾಸೆ ಚಿಗುರಿದರೂ ಕಾಲದ ಹೊಳೆಯಲ್ಲಿ ಬಂಡೆಯೂ ಬದಲಾಗುವುದನ್ನು ಕಾಣಬಹುದು. ಆ ಊರಿನ ಜನರು ಸೋತ ಬದುಕನ್ನು ಪ್ರೀತಿಯಲ್ಲಿ ಕಟ್ಟಿಕೊಳ್ಳುತ್ತಾರೆ. ದುಃಖದೊಳಗೆಲ್ಲ ಯಾವುದೋ ಹಿಗ್ಗು ಇವರೆಲ್ಲರನ್ನೂ ಹಿಡಿದಿಟ್ಟಿರುತ್ತದೆ. ಅಲ್ಲಿ ಧೃತಿಗೆಟ್ಟ ಮಾತುಗಳು ಹುಟ್ಟುವುದಿಲ್ಲ. ಆಳದನುಭವವನ್ನು ಮಾತು ಕೈಹಿಡಿದಾಗ, ಕಾವು ಬೆಳಕಾದಾಗ ಒಂದು ಕವನ.

ಕೊನೆಯ ಟಿಪ್ಪಣಿ:

ಆಶ್ಚರ್ಯವೆಂದರೆ, ಅಡಿಗರು ಯಾವುದನ್ನು 'ಹೊನ್ನ ಕಾಯಿಸಿ ಹಿಡಿದು ಬಡಿದಿಷ್ಟದೇವತಾ ವಿಗ್ರಹಕ್ಕೊಗ್ಗಿಸುವ ಅಸಲು ಕಸಬು' ಅನ್ನುತ್ತಾರೋ ಅದನ್ನೇ ನರಸಿಂಹ ಸ್ವಾಮಿಯವರು, 'ಅಶರೀರ ಭಾವಕ್ಕೆ ಇಷ್ಟ ರೂಪವ ತೊಡಿಸಿ' ಎನ್ನುತ್ತಾರೆ. ಪುಷ್ಪಕವಿ ದಿಟ್ಟಕವಿಗಳ ಧ್ರುವಗಳು ಖಂಡಿತವಾಗಿಯೂ ಎಲ್ಲಿಯೋ ಒಂದನ್ನೊಂದು ಸಂಧಿಸಿವೆ. ಇಲ್ಲದಿದ್ದರೆ ಪುಷ್ಪಕವಿ ಎನ್ನುವ ಬದಲು ಶುಷ್ಕಕವಿ ಎನ್ನಬಹುದಿತ್ತು. ಇಲ್ಲದಿದ್ದರೆ ನರಸಿಂಹ ಸ್ವಾಮಿಯವರೂ ಕುಂಕುಮ ಭೂಮಿ, ಗಡಿಯಾರದ ಮುಂದೆ, ತೆರೆದ ಬಾಗಿಲು, ಉತ್ತರವ ಹುಡುಕುತ್ತ, ಮುಂತಾದ ಕವನಗಳನ್ನು ಬರೆಯುತ್ತಿರಲಿಲ್ಲ. ಭಾವಪ್ರಧಾನ ಕವಿ ಪ್ರತಿಮೆಗಳ ಮೂಲಕ ಕವಿತೆ ಕಟ್ಟಲು ತೊಡಗಿದ್ದೇ ಅವರ ಕಾಲವಿಧೇಯಕ ಕಾವ್ಯವಿಧೇಯಕ ಗುಣಕ್ಕೆ ಸಾಕ್ಷಿ. ಕವಿಯಾದವನು ತಾನು ಇಂಥವನು ಎಂದು ಎಲ್ಲಿಯೂ ಟಿಪ್ಪಣಿ ಮಾಡುವುದಿಲ್ಲ. ಕವಿಯ ಮನೋಧರ್ಮಗಳ ತುಣುಕುಗಳು ಅವನ ಕವಿತೆಗಳಲ್ಲಿ ಅಲ್ಲಲ್ಲಿ ಚೆಲ್ಲಿಕೊಂಡಿರುತ್ತವೆ. ಅದನ್ನು ಕವಿತೆಗಳ ಮೂಲಕ ತಲುಪಲು ಅರೆಪಾವಿನಷ್ಟು ಸಹನೆ ಗೌರವ ಪ್ರೀತಿ ಓದುಗರಿಗೆ ಇರುವವರೆಗೂ ನರಸಿಂಹ ಸ್ವಾಮಿಯಂಥ ಕವಿಗಳು ಎಲ್ಲ ಕಾಲಕ್ಕೂ ಸಲ್ಲುತ್ತಲೇ ಇರುತ್ತಾರೆ. ಓದುಗರಿಗೇನು ಉಪಯೋಗ ಅಂತ ಕೇಳಿದರೆ – ಗೋಡೆಯಲ್ಲೊಂದು ಗೆರೆ ನದಿಯಾಗಿ ಕಾಣಿಸುವುದು ಕಿಟಕಿ ಕರುಣಿಸಿದಷ್ಟು ಬೆಳಕಿನಲ್ಲಿ!

ಜನವರಿ 2015

ಇಷ್ಟೊಂದು ನಿಬಿಡತೆಯಲ್ಲು ಯಾಕಿಷ್ಟು ಏಕಾಂತ

'ಅರಬ್ಬಿ' ಎಂದ ಕೂಡಲೇ ಕನ್ನಡದ ಆಡುನುಡಿಯಲ್ಲಿ ಅರಬ್ಬಿ ಸಮುದ್ರವೆಂದು, ಅರಬ್ಬಿ ಭಾಷೆಯೆಂದು ಮತ್ತು 'ಕನ್ನಡಿಗ' ಎನ್ನುವ ಹಾಗೆ – ಅರಬ್ ದೇಶದವ – ಎಂದು ವ್ಯಕ್ತಿಸೂಚಕವಾಗಿಯೂ ಧ್ವನಿಗೂಡುತ್ತದೆ. ಕನ್ನಡದ ಪದವೊಂದು ಸಮುದ್ರಕ್ಕೂ ವ್ಯಕ್ತಿಗೂ ಭಾಷೆಗೂ ಏಕಕಾಲಕ್ಕೆ ಅನ್ವಯವಾಗಿದೆ. ಸಮುದ್ರವು ಸಮುದಾಯದ ರೂಪಕವಾದರೆ, ಭಾಷೆಯು ಸಂಸ್ಕೃತಿಯ ವಕ್ತಾರಿಕೆಯಾಗಿದೆ. ಭಾಷೆಯ ಇಂಥ ವಿರಳಾತಿವಿರಳ ಸಂಯೋಜನೆಯು ಕನ್ನಡದ 'ಅರಬ್ಬಿ' ಎಂಬ ಪದದಲ್ಲಿ ಸಂಭವಿಸಿದೆ. ತಿರುಮಲೇಶರ 'ಅರಬ್ಬಿ' ಸಂಕಲನದಲ್ಲಿ ಇನ್ನೂರೈವತ್ತಕ್ಕೂ ಹೆಚ್ಚಿನ ಕವಿತೆಗಳಿವೆ. ಅವುಗಳನ್ನು – ಆಗತ ಕವಿತೆಗಳು, ಯೆಮನ್ ಕಲ್ಯಾಣಿ, ಸನಾ'ದ ಡೈರಿ, ಬೆಳಗಿನ ರಾಣಿ, ಮತ್ತು ಅಸರ್ ಬೆಟ್ಟದ ಕಡೆಗೆ – ಎಂದು ಐದು ವಿಭಾಗಗಳಲ್ಲಿ ವಿಂಗಡಿಸಲಾಗಿದೆ. ಇಲ್ಲಿನ ಎಲ್ಲಾ ಪದ್ಯಗಳನ್ನು ಕವಿಯು ಯೆಮನ್ ನಗರದಲ್ಲಿ ವಾಸವಿದ್ದ ಪರಿಸರ ಮತ್ತು ಕಾಲದಲ್ಲಿ ಬರೆದಂಥವು. ಯೆಮನ್ ನಗರದಲ್ಲಿನ ಆಗುಹೋಗುಗಳ ಜೊತೆಜೊತೆಗೇ ತನ್ನೊಳಗಿನ ಆಗುವಿಕೆಯನ್ನೂ ಚಿತ್ರಿಸುವಂಥವು.

ಮನಸ್ಸು, ವಿಚಾರ, ಮತ್ತು ಪ್ರಜ್ಞೆಗಳ ಬಗ್ಗೆ ಮನುಷ್ಯನ ಜಿಜ್ಞಾಸೆ ಬಹಳ ಹಿಂದಿನಿಂದಲೂ ಮುಂದುವರೆಯುತ್ತ ಬಂದಿದೆ. ಮನಸ್ಸನ್ನು ಸಿಗ್ಮಂಡ್ ಫ್ರಾಯ್ಡ್ ಕಾನ್‌ಶಿಯಸ್ (ಬಾಹ್ಯ?), ಪ್ರೀ–ಕಾನ್‌ಷಿಯಸ್(ಆಂತರ್ಯ?), ಮತ್ತು

ಅನ್‌ಕಾನ್‌ಶಿಯಸ್ (ಸುಷುಪ್ತಿ?) ಎಂದು ಮೂರು ವಿವಿಧ ಸ್ತರಗಳಲ್ಲಿ ವಿಂಗಡಿಸಿ ವಿಶ್ಲೇಷಿಸುತ್ತಾನೆ. ಪೌರಾತ್ಯ ಕಲ್ಪನೆಯಲ್ಲಿ ಪ್ರಜ್ಞೆಗೆ ನಾಲ್ಕು ಅವಸ್ಥೆಗಳನ್ನು ಹೇಳಲಾಗಿದೆ. ಯಾವ ಪ್ರಜ್ಞೆ ಜಗತ್ತನ್ನು ಕಾಣುತ್ತಿದೆಯೋ ಜಗತ್ತಿಗೆ ಕಾಣಿಸುವಂತಿದೆಯೋ ಅದು ವಿಶ್ವ, ಕನಸಿನ ಅವಸ್ಥೆಯಲ್ಲಿ ಯಾವುದು ಕಾಣುವುದೋ ಅದು ತೈಜಸ (ಕನಸಿನಲ್ಲಿ ಪ್ರಜ್ವಲಿತ ಮನಸ್ಸು!), ನಿದ್ರಾವಸ್ಥೆಯಲ್ಲಿರುವುದು ಪ್ರಾಜ್ಞ! ಇದು ನಮ್ಮ ವ್ಯವಹಾರಕ್ಕಿಂತ ವಿಭಿನ್ನ. ಎಲ್ಲದರಲ್ಲೂ ತೊಡಗಿರುವುದಲ್ಲ; ಎಲ್ಲವನ್ನೂ ನೋಡುತ್ತಿರುವುದಲ್ಲ; ಸುಮ್ಮನಿರುವುದು ಪ್ರಾಜ್ಞ, ನಮಗೆ ಪರಿಚಿತವಿರುವ ಈ ಮೂರೂ ಅಲ್ಲದ ಮತ್ತೊಂದು ಅವಸ್ಥೆ ತುರೀಯ. ಮನಸ್ಸು, ಬುದ್ಧಿ, ಅಹಂಕಾರ, ಚಿತ್ತ, ಚೇತನ ಎಂದು ಮನಸ್ಸಿನ ಕಾರ್ಯವೈಖರಿಯ ಆಧಾರದ ಮೇಲೆ ವಿಂಗಡಿಸುವುದು ಮತ್ತೊಂದು ವಿಧ. ಈ ಎಲ್ಲವೂ ಮನಸ್ಸನ್ನು ಬೇರೆಬೇರೆ ಖಚಿತ ಸ್ಥರಗಳಲ್ಲಿ ನಿಲ್ಲಿಸಿ ನೋಡುವುದು. ಆದರೆ ಕವಿಗೆ ಮನಸ್ಸಿನ ವಿಂಗಡನೆಯನ್ನು ಶೋಧಿಸುವುದಕ್ಕಿಂತಲೂ ಅದರ ವಿಸ್ತಾರದಲ್ಲಿ ವಿಹರಿಸುವುದು ಮುಖ್ಯ. ಕಾಣದಿರುವುದನ್ನು ಹುಡುಕಿ ನಿರ್ದಿಷ್ಟಗೊಳ್ಳುವುದಕ್ಕಿಂತಲೂ ಕಾಣುತ್ತಿರುವ ಅನಿಶ್ಚಿತತೆಯನ್ನು ನಿರ್ದುಷ್ಟವಾಗಿ ಅನುಭವಿಸುವುದು ಮುಖ್ಯ. ಖಚಿತವಾದುದರಲ್ಲಿ ಕಲ್ಪನೆಗೆ ಆಸ್ಪದವಿಲ್ಲ. ಮತ್ತು ಮನಸ್ಸಿನ ಬೇರೆ ಬೇರೆ ಮುಖಗಳು ಒಂದಕ್ಕೊಂದು ಅಪರಿಚಿತ ಎನ್ನುವ ಹಾಗಿದೆ. ಮನುಷ್ಯ ಇದರ ಒಳಗಿರುವವನೋ ಹೊರಗಿರುವವನೋ ಒಮ್ಮೊಮ್ಮೆ ಇದ್ದಾನೋ ಇಲ್ಲವೋ ಅನ್ನುವುದೂ ತಿಳಿಯದು.

ಈ ನೂಕುನುಗ್ಗಲಲ್ಲಿ ನಾನು ಏನಿದ್ದೇನೆ ಎಂದೇ
ಗೊತ್ತಾಗುವುದಿಲ್ಲ – ಒಂದು ಕ್ಷಣ ಜೊಂಪು
ಒಂದು ಕ್ಷಣ ಎಚ್ಚರ ಒಂದು ಕ್ಷಣ ನಾನೇ ಚಲಿಸಿದಂತೆ
ಒಂದು ಕ್ಷಣ ಚಲಿಸ್ಪಲಟ್ಟಂತೆ
ಸೂರ್ಯ ಪ್ರಕಾಶದ ಹಾಗೇ ಕತ್ತಲು ಕೂಡಾ
ಗೆರೆಯೆಳೆಯುತ್ತದೆ ನನ್ನ ಮೇಲೆ ಕಿಟಕಿಯ ಹಿಂದೆ
(ಕವಿತೆ: ಒಳಹೊರಗು)

ಒಂದು ಕ್ಷಣದೊಳಗೆ ಅನೇಕ ಕ್ಷಣ
ಸದ್ಯತೆಯೊಳಗೆ ಆದ್ಯತೆ ಮತ್ತು ಅನಂತತೆ – ಸದ್ಯತೆಯ ಅನುಭವ
ಮನುಷ್ಯನಿಗೆ

....

ಪಿಟೀಲು ವಾದಕನ ಗಮನ ಹಾಗೂ ಅವನ ಪಿಟೀಲುಕೋಲಿನ ಗಮನ

ಒಂದಾಗುವುದು ಸಾಧ್ಯವೇ – ಅವನ
ದೃಷ್ಟಿ ಯಾವುದರ ಮೇಲೂ ಇಲ್ಲ ಆದರೂ ಅದು ಅಂತರ್ಮುಖಿ
ಎನ್ನುವಂತಿಲ್ಲ ಬಹಿರ್ಮುಖಿ ಎನ್ನುವಂತಿಲ್ಲ
ಮುಂಜಾನೆ ಕ್ಷಣದಲ್ಲಿ ಹನಿ ಕೂಡ ಸ್ತಬ್ಧ
ಆದರೆ ಧ್ವನಿ ಹಾಗಿರುವುದು ಸಾಧ್ಯವೇ ಅದು ನಿರಂತರ
ಸಂಚಾರಿ ಎಲ್ಲಿಂದ ಹೊರಟು ಎಲ್ಲಿ ತಲುಪುತ್ತದೆ ಎನ್ನುವಂತಿಲ್ಲ
ವಸತಿಗೃಹದ ವಾಚ್‌ಮನ್ ಕೂಡ ಕೂಗುತ್ತಾನೆ ತನ್ನ ಪರಿಚಿತನ
ಕರೆಯಲು
ಆ ಕೂಗು ಅವನಿಗೆ ಕೇಳಿಸುತ್ತದೆ ತಿರುಗಿ ನೋಡುತ್ತಾನೆ ಆದರೆ ಅದು ಅವನ
ಆಚೆಗೂ
ಹಾದುಹೋಗುತ್ತದೆ
(ಕವಿತೆ: ಸದ್ಯತೆ)

ಮನಸ್ಸು, ಶಬ್ದ, ಧ್ವನಿ, ಕಾವ್ಯ, ವಿಚಾರ, ಜಗತ್ತು, ಈ ಎಲ್ಲದರ ಅನಿಶ್ಚಿತ ಚಲನೆ, ಅದರ ಅನೂಹ್ಯತೆ ಮತ್ತು ಮನುಷ್ಯನ ದೈನಂದಿನ ಸ್ಥಿರತೆಯ ಆಚೆಗೂ ಅದು ಹಬ್ಬಿರುವ ಬೆರಗಿನಲ್ಲಿ ಒಳಗಿದ್ದವ ಹೊರಗಿದ್ದವ, ಮರೆಯಲು ಬಿಡು, ರಾತ್ರಿ ಕಂಡ ಕನಸು, ಪರಕಾಯ ಪ್ರವೇಶಿ, ಓ ಇವನೇ ಇವನೇ, ಯೋಚನೆ, ಒಳಹೊರಗು, ಮುಂತಾದ ಕವಿತೆಗಳು ವಿಹರಿಸುತ್ತವೆ.

ಕಾಲಾಂತರದಲ್ಲಿ ಸ್ಮೃತಿ ಜಾರುವ ಚಮತ್ಕಾರ
ಸಡಿಲಾದ ಒಳ ಉಡುಪಿನ ಹಾಗೆ
ಅದು ಇಷ್ಟರ ತನಕ ಇದ್ದುದೇ
ಒಂದು ಸೋಜಿಗ
(ಕವಿತೆ: ಸ್ಮೃತಿ)

ವಾಸ್ತವದಲ್ಲಿ ಪೂರ್ತಿವಿಚಾರಗಳ ಕುರಿತು ಭಯಪಡಬೇಕು
ಅವು ಫಿನಿಶ್ಡ್ ಪ್ರಾಡಕ್ಟುಗಳ ತರ ಕಫನ್‌ಗಳ ಹೊದ್ದಿರುತ್ವೆ
(ಕವಿತೆ: ಅಪೂರ್ಣ ವಿಚಾರಗಳು)

ಇನ್ನಿಲ್ಲಿ ನಿಲ್ಲಲಾರೆ

ಅಗತ್ಯಕ್ಕಿಂತ ಹೆಚ್ಚಿನ ಅರಿವ ನಾ ತಾಳಲಾರೆ
ಯಾಕೆಂದರೆ ಅದು ಕಲ್ಪನೆಯ ಕೊಲೆಗಾರ
(ಕವಿತೆ: ಬೆಟ್ಟ)

ಸ್ಮೃತಿಯಂತೆ ವಿಸ್ಮೃತಿಯೂ ಮನಸ್ಸಿನ ಒಂದು ಗುಣ. ಅದೇ ಈ ಸೃಷ್ಟಿಯ ಅಪೂರ್ವತೆ. ಈ ಅಪೂರ್ವತೆ ಒದಗಿರುವುದು ಅದರ ಅಪೂರ್ಣತೆಯಲ್ಲಿ. ಹಾಗಾಗಿ ಪೂರ್ಣತೆಯ ಪರಿಕಲ್ಪನೆಯನ್ನು ಒಡೆಯಲೇಬೇಕಿದೆ. 'ನಮ್ಮ ಈಸ್ಥೆಟಿಕ್ಸ್' ಕವಿತೆ ಇದೆಲ್ಲವನ್ನೂ ಒಳಗೊಳ್ಳುತ್ತದೆ. ಯುಗವು ಪೂರ್ಣಪ್ರತಿಮೆಗಳಿಂದ ಬೇಸತ್ತುಹೋಗಿದೆ. ಸಮ್ಯಕ್ ದೃಷ್ಟಿ ಇತ್ಯಾದಿ ಮಾತುಗಳಿಂದ ಸುಸ್ತಾಗಿದೆ ಎಂದು ಶುರುವಾಗುವ ಕವಿತೆ:

ದೈವತ್ವಕ್ಕೆ ಏರಿದ ಶಿಲೆ ವಾಪಸು
ಕಲ್ಲಾಗುವುದಕ್ಕೆ ಏನಾಗಬೇಕು
ಒಂದು ಕೈಬೆರಳು ಮುರಿದರೆ ಸಾಕು
....
ಶಿಲಾಮೂರ್ತಿ ಒಡೆದರೂ ಮರಳಿ ಅದು ಪೂರ್ತಿ ಕಲ್ಲಾಗುವುದಿಲ್ಲ
ಭಗ್ನಕಲೆಯಾಗುತ್ತದೆ
ಒಮ್ಮೆ ದೈವತ್ವ ಮುಟ್ಟಿದ್ದು
ಸ್ವಲ್ಪವಾದರೂ ಅದನ್ನು ಉಳಿಸಿಕೊಂಡಿರುತ್ತದೆ-ಸ್ವಲ್ಪ ಉಳಿಸಿಕೊಂಡಾಗಲೇ
ಅದು ನಿಜವಾಗುವುದು-ಪೂರ್ತಿಯಾಗಿರೋದೆಲ್ಲ ಈಗದರ ಅಣಕ
ನೀವು ಚಂದ್ರಮುಖಿಯರ ಹೊಗಳದಿರಿ
ನಮಗೆ ತುಸು ಕೋಲುಮುಖದವರು ಇಷ್ಟ
ನೀವು ಕತೆಗೊಂದು ಕೊನೆ ಬೇಕು ಎಂದಿರಿ
ನಾವು ಕತೆ ಹೇಳುತ್ತ ಅರ್ಧದಲ್ಲೆ ನಿಂತಿವಿ
ನೀವು ನೇಯ್ದುದನ್ನು ನಾವು ಅಲ್ಲಲ್ಲಿ
ಬಿಚ್ಚಿ ಹೊಲೀತೀವಿ ನಮ್ಮ ಡೆನಿಮ್ ಪ್ಯಾಂಟುಗಳನ್ನು
ಬೇಕಂತಲೇ ಹರೀತೀವಿ

ಆವರ್ತನದಲ್ಲಿ ಯಾವುದೂ ಮೊದಲಿನಂತಿರೋದಿಲ್ಲ ಎನ್ನುವುದೂ ಗೊತ್ತಿದ್ದರೂ, ಒಡೆದು ಕಟ್ಟುವುದೇ ಈಗಿರುವ ಮಾರ್ಗ. 'ಕಟ್ಟುವುದು ಸಹಜ; ಮುರಿಯುವುದು ಮಜ' ಎನ್ನುತ್ತಾರೆ (ಕಟ್ಟುವುದು). ಮತ್ತು ಅದು ಅನಿವಾರ್ಯವೂ ಹೌದು.

ಇಡೀ ರಾತ್ರಿಯ ನಿರಾಳವನ್ನು ನಾ ಹೇಗೆ ಸಹಿಸುತ್ತೇನೆ
ಧರಿತ್ರಿಯೇ
ಮುಚ್ಚಿರುವುದ ಯಾವುದನ್ನು ನಾನೀಗ
ಒಡೆಯದೇ ತೆಗೆಯುವಂತಿಲ್ಲ
(ಕವಿತೆ: ಅವಾಸ್ತವತೆಯ ಪ್ರಭಾವಳಿ)
ಉತ್ಸವಮೂರ್ತಿಯ ಮಾತ್ರ ನೀರಿಗೆಸೆಯುತ್ತಾರೆ
ಪೂಜಾಮೂರ್ತಿ ಸುರಕ್ಷಿತ ಎಂದುಕೊಳ್ಳುತ್ತೇವೆ
ಅದೂ ತಪ್ಪು-ಮೂರ್ತಿಭಂಜಕರು ನುಗ್ಗದ ಜಾಗವೇ ಇಲ್ಲ
ಹಾಗೂ
ಪ್ರತಿಷ್ಠಾಪಿಸಿದವರೇ ಭಂಜಕರೇ ಆಗುವುದು
ಕಾಲದ ಗುಣ ಅಥವ
ಇತಿಹಾಸಕ್ಕೆ ನಾವು ತೆರಬೇಕಾದ ಋಣ
.....
ಎಲ್ಲವೂ ಚಂದ ಇತಿಹಾಸದ ರಾಕ್ ಗಾರ್ಡನ್‌ಗೆ
ಕೆತ್ತಿದಂತೆಯೇ ಕೆಡವಿದ ಚೆಕ್ಕೆಗಳೂ
ಉಪಯೋಗವಾದಾವು ಇನ್ನು ಯಾತಕ್ಕೋ
ಕಲೆಗೆ
(ಕವಿತೆ: ಯಾರಿಗಾದರೂ)

ಪೂರ್ಣವಾಗಿರುವುದು ನ್ಯೂನತೆಗೆ ಒಳಗಾಗುವುದಕ್ಕೆ ಸಣ್ಣದೊಂದು ಐಬು ಸಾಕು. ಆ ಪೂರ್ಣತೆಯನ್ನು ಕಾಯ್ದುಕೊಳ್ಳಲು ಹೆಡೆಯೆತ್ತಿ ನಿಂತಿರುವ ಹಾವಿನಂತೆ ಪ್ರತಿಯೊಂದು ಸೂಕ್ಷ್ಮ ಸಂಚಲನಕ್ಕೂ ಸದಾ ಎಚ್ಚರವಾಗಿರುವ ಅನಿವಾರ್ಯತೆ ಇದೆಯೇ? ಈ ಭಯವೇ ಕವಿಯನ್ನು ಪೂರ್ಣತೆಯಿಂದ ದೂರ ನಿಲ್ಲುವಂತೆ ಮಾಡಿದೆಯೇ? ಅಥವ ಅಂಥ ಭಯಗ್ರಸ್ಥ ಸ್ಥಿತಿ ಕವಿಗೆ ಅಸಹಜವೇ? ಎನ್ನುವ ಪ್ರಶ್ನೆಗಳ ಜೊತೆಯಲ್ಲೇ ನಿಜವಾಗಿ ಪೂರ್ಣವಾಗಿರುವುದಕ್ಕೆ ಅಂಥದ್ದೊಂದು ಭಯವಿದೆಯೇ ಎನ್ನುವ ಪ್ರಶ್ನೆಯೂ ಉದ್ಭವಿಸುತ್ತದೆ. ಒಡೆದು ಕಟ್ಟುವ ಚೆಲುವನ್ನು ಕವಿ ಹೇಳುತ್ತಿರುವಾಗಲೇ ಇದೇ ಪೂರ್ಣತೆಯ ಸಹಜ ಸ್ಥಿತಿಯೂ ಆಗಿರಬಹುದಲ್ಲವೇ ಅನ್ನಿಸುತ್ತದೆ. ಅಪೂರ್ಣತೆ ಇರುವುದರಿಂದಲೇ ಪೂರ್ಣತೆಯ ಕಲ್ಪನೆಗೆ ಒಂದು ನೆಲೆ ಸಿಕ್ಕಿದೆ ಎನ್ನುವಂತೆಯೇ ಪೂರ್ಣತೆಯ ಕಲ್ಪನೆಯಿಂದಾಗಿಯೇ ಅಪೂರ್ಣತೆಯ ಗುರುತಿಸುವಿಕೆಗೂ ಒಂದು ಮೌಲ್ಯ ಸಿಕ್ಕಂತಾಗಿದೆ. ಹಾಗಾಗಿ

ಅಪೂರ್ಣತೆಯನ್ನು ನಿರಾಳವಾಗಿ ಸ್ವೀಕರಿಸುವ ಕವಿಗೆ ಪೂರ್ಣತೆಗೆ ಹೆದರುವ ಅವಶ್ಯಕತೆಯೂ ಇರದು.

ಹೀಗೆ ಅಪೂರ್ಣತೆ ಮತ್ತು ಅನೂಹ್ಯತೆಗಳಲ್ಲಿ ಬದುಕುತ್ತಿರುವ ಮನುಷ್ಯನಿಗೆ 'ಆಯ್ಕೆ' ಅನ್ನುವಂಥದ್ದು ಇದೆಯೇ ಎನ್ನುವುದನ್ನೂ ತಿರುಮಲೇಶರ ಕವಿತೆಗಳು ಪ್ರಶ್ನಿಸಿಕೊಳ್ಳುತ್ತವೆ. ಸೃಷ್ಟಿಯ ಕೆಲವೊಂದು ಸಂಗತಿಗಳಲ್ಲಿ ಮನುಷ್ಯನಿಗೆ ಆಯ್ಕೆಯ ಸ್ವಾತಂತ್ರ್ಯವಿಲ್ಲ ಎನ್ನುವುದು ತಿಳಿದಿದ್ದರೂ, ಇರುವ ಆಯ್ಕೆಗಳ ಕುರಿತು ದೃಢವಾದ ನಿಲುವಿದೆ. ಸಭ್ಯ ಸ್ವಸ್ಥ ಸಮಾಜವನ್ನು ರೂಪಿಸಲು ಬೇಕಿರುವ ಕ್ರಾಂತಿಯಲ್ಲಿ ಅಪಾರವಾದ ಒಲವಿದೆ. 'ಎಲ್ಲ ಕವಿಗಳೂ ಇಂಥ ಶಿಕ್ಷೆಗೊಳಗಾದವರೇ. ಸಾರ್ವಜನಿಕತೆಯ ಕೊಂದು ರಕ್ತಸಿಕ್ತವಾಗದೆ ಕೈ ಬರೆಯದೇ ಏನನ್ನೂ?' ಎಂದು ಕೇಳುತ್ತಲೇ,

ನಾನು ಕೇಳುತ್ತೇನೆ
ಜನನಿಬಿಡ ರಸ್ತೆ ಅಥವ ನಿರ್ಜನ ರಸ್ತೆ
ಎರಡೂ ಕೆಲವು ಸಲ ಒಟ್ಟಿಗೇ
ನನಗೆ ಬೇಕು

ಎನ್ನುತ್ತ ಜನಾನುರಾಗಿಯಾಗುತ್ತಾರೆ. ಹಾಗಾಗಿ ಸನಾ'ದ ಡೈರಿ ಕವಿತೆಗಳಲ್ಲಿ ಯೆಮನ್ ನಗರದ ರಾಜಕೀಯ ವಿಪ್ಲವ ಮತ್ತು ಸರ್ವಾಧಿಕಾರದ ವಿರುದ್ಧ ಯುವಜನತೆಯ ಸ್ವಾತಂತ್ರ್ಯ ಹೋರಾಟಗಳನ್ನು ಕಾಣಿಸುತ್ತಾರೆ. ಅವು ನೇರ ನಿರೂಪಣೆಗಳಂತಿದ್ದರೂ ಬಡಬಡಿಕೆಯಿಲ್ಲ. ತನ್ನ ಕವಿತೆಗಳಿಂದಲೇ ಕ್ರಾಂತಿ ತಂದುಬಿಡುವೆ ಎನ್ನುವ ಪೊಳ್ಳು ಪೋಸುಗಾರಿಕೆಯಿಲ್ಲ. ಕವಿಯಾದವನು ಘೋಷವಾಕ್ಯಗಳಲ್ಲಿ ಮಾತಾಡುವುದಿಲ್ಲ. ಅವನ ಪ್ರತಿಭಟನೆಯಲ್ಲೂ ಕವಿತ್ವವಿರುತ್ತದೆ.

ಜನಕೂಟದಲ್ಲಿದ್ದೂ ನಾನು ಒಂಟಿಯಾಗಿರಬಹುದು
ಒಂಟಿಯಾಗಿದ್ದೂ ಕಾಲದೇಶಗಳ ಒಳಗೊಂಡಿರಬಹುದು
ಓ ನನ್ನ ಪ್ರಜ್ಞೆಯೇ ಸಾಕ್ಷಿಯಾಗಿರು
ಪ್ರತಿಯೊಂದು ರಕ್ತಬಿಂದುವಿಗೆ (ಮಾರ್ಚ್ 2, 2011)
ನನ್ನ ವಿದ್ಯಾದೇವಿ ಹೊಲದಲ್ಲಿದ್ದಳು ಅವಳಿಗೆ ನಾಲ್ಕು
ಕೈಗಳಿರಲಿಲ್ಲ ಇದ್ದುದು ಎರಡೇ ಕೈಗಳು ಅವೂ
ಕೊಳೆಯಾಗಿದ್ದವು ಹಿಂಗೈಯಿಂದ ಮುಖವೊರೆಸಿ ಆ ಮುಖವೂ

ಕೊಳೆಯಾಗಿತ್ತು ನನಗವಳ ಮಾತೇ ಸಾಕಾಗಿತ್ತು
ಪ್ರತಿಯೊಂದು ಧಿಕ್ಕಾರದಲ್ಲೂ ನನಗದೇ ಕೇಳಿಸುತ್ತದೆ ಮತ್ತು
ಪ್ರತಿಯೊಂದು ಸಾಂತ್ವನದಲ್ಲೂ
ಈಗ ನನಗವಳ ಧ್ವನಿ ಅರೇಬಿಯಾದ ಬೀದಿಗಳಲ್ಲಿ
ಕೇಳಿಸುತ್ತದೆ ನಾನೆಲ್ಲೆ ಹೋದರೂ
ನನಗಿಂತ ಮೊದಲೇ ಅವಳಲ್ಲಿ ಇರುತ್ತಾಳೆ (ಮಾರ್ಚ್ 3, 2011)

ಅನಿಶ್ಚಿತತೆ ಮತ್ತು ಖಾಚಿತ್ಯ, ಆಯ್ಕೆ ಮತ್ತು ಅನಿವಾರ್ಯತೆ, ಏಕಾಂತ ಮತ್ತು ನಿಬಿಡತೆ, ಒಂಟಿತನ ಮತ್ತು ಸಾರ್ವಜನಿಕತೆಗಳ ನಡುವೆ ತುಯ್ಯುತ್ತಲೇ ಇರುವುದರಿಂದ ಇವು ವ್ಯಷ್ಟಿ ಮತ್ತು ಸಮಷ್ಟಿಗಳೆರಡನ್ನೂ ಒಳಗೊಳ್ಳುವುದಕ್ಕೆ ಸಾಧ್ಯವಾಗಿದೆ.

❖

ತಿರುಮಲೇಶರನ್ನು ಪಾಶ್ಚಿಮಾತ್ಯ ಕಲೆಯತ್ತ ಒಲವುಳ್ಳ ಸಾಹಿತಿ ಎನ್ನುವವರಿದ್ದಾರೆ. ಅದಕ್ಕೆ ತಕ್ಕ ಹಾಗೆ ಕಾಫ್ಕ, ಶೇಕ್‌ಸ್ಪಿಯರ್, ನೀತ್ಸೆ, ಡೆರಿಡಾ ಮುಂತಾದವರ ವಿಚಾರಗಳನ್ನು ಅವರು ತಮ್ಮ ಕವಿತೆಗಳಲ್ಲಿ ತರುತ್ತಲೇ ಇದ್ದಾರೆ. ಬೇರೆ ಬೇರೆ ದೇಶದ ಕಲಾ ಮಾಧ್ಯಮದ ವ್ಯಕ್ತಿತ್ವಗಳನ್ನು ಅವರ ಪಡಿಪಾಟಲನ್ನು ಕವಿತೆಗಳಲ್ಲಿ ಪ್ರಸ್ತಾಪಿಸುವ ಉದ್ದೇಶವಾದರು ಏನು? ಕೆಲವೊಮ್ಮೆ ಬೀಡುಬೀಸಾದ ವಿಚಾರಗಳೇ ಕವಿತೆಗಳಾಗಿ ಮಾರ್ಪಟ್ಟಂತೆಯೂ ಕಾಣುತ್ತವೆ. ಆದರೆ ಇಲ್ಲಿ ತನಗೆ ತಿಳಿದಿರುವ ಸಂಗತಿಗಳನ್ನು ನಿಮ್ಮ ಮುಂದೆ ಪ್ರದರ್ಶಿಸುತ್ತಿದ್ದೇನೆ ಎನ್ನುವ ಬೀಗುವಿಕೆಗಿಂತಲೂ, ಕನ್ನಡದ ಮತಿ ವಿಶ್ವಾದ್ಯಂತ ವಿಸ್ತರಿಸಲಿ ಎನ್ನುವ ಒತ್ತಾಸೆಯಿದೆ. ಇಂಥ ಹಲವಾರು ಆಸಕ್ತಿಕರ ಸಂಗತಿಗಳನ್ನು ಹಂಚಿಕೊಳ್ಳಬೇಕೆಂಬ ಹಂಬಲವಿದೆ. ಜೊತೆಗೆ ಅವರ ಮೇಲಿನ ಎಲ್ಲ ಅಭಿಪ್ರಾಯಗಳಿಗೆ ಮುಖಾಮುಖಿಯಾಗುತ್ತ ತನ್ನತನವನ್ನು ನಿರೂಪಿಸಿಕೊಳ್ಳುವಂತೆ ಜ್ವಾಲಾಮುಖಿ, ಎಡಗೈ ಬರಹ, ಬೇಕಾದರೆ ಸಾಕಿ ಇಲ್ಲದಿದ್ದರೆ ಬಿಸಾಕಿ, ಪ್ರವಾಸಿ, ಗೆರೆ, ಕಳೆದುಹೋದವ, ಒಂಟಿ ಇರುವೆ, ಗೂಡು ಕಳಕೊಂಡ ಜೇನ್ನೊಣ, ಮೈಲಿಗಲ್ಲುಗಳ ಮೌನ, ವಿಳಾಸ ಮುಂತಾದ ಕವಿತೆಗಳಿವೆ. ಇವುಗಳಲ್ಲಿ ಕವಿಯ ಒಂಟಿತನ ಅಲೆಮಾರಿತನವು ಸೇರಿಕೊಂಡಿದ್ದರೂ, ಅವರ ಹುಟ್ಟೂರಿನ ಪ್ರತಿಮೆಗಳೂ ಅವರ ಜೊತೆಯಲ್ಲೇ ಸಾಗಿವೆ.

ಕಲ್ಲಂಗಡಿ ಹಣ್ಣು, ಮಸ್ಕ್ ಮೆಲನ್, ಶಿಲಾ ಪ್ರತಿಮೆಗಳು, ಸಾಲಭಂಜಿಕೆಗಳು, ಬೆಟ್ಟ, ಕಣಿವೆ, ಸಮುದ್ರ, ಗುಹೆ, ಇತ್ಯಾದಿ ರೂಪಕಗಳ ಜೊತೆ, ಈ ಮುಂಚಿನಿಂದಲೂ ತಿರುಮಲೇಶರ ಬ್ರ್ಯಾಂಡೆಡ್ ಪ್ರತಿಮೆಯಾದ 'ಬೆಕ್ಕು' ಈ ಸಂಕಲನದ ಹಲವಾರು ಕವಿತೆಗಳಲ್ಲಿ ಹೊಕ್ಕಿಕೊಂಡಿದೆ. ಪ್ರತಿಯೊಂದು ಕವಿತೆಯಲ್ಲೂ ಅದು ಬೇರೆ ಬೇರೆ ರೂಪದಿಂದ ಬಂದರೂ ಅದರ ಮೂಲರೂಪ ಏನಿರಬಹುದು ಎನ್ನುವ ಕುತೂಹಲಕ್ಕೆ ಈ ಸಂಕಲನದಲ್ಲಿ ಕೊನೆಗೂ ಒಂದು ಚಿತ್ರ ಸಿಗುತ್ತದೆ:

ಒಂಟಿತನ ಬೆಕ್ಕಿನ ಗುಣ ಅದು ಯಾಕೆ ಒಂಟಿಯಾಯಿತೋ ಗೊತ್ತಿಲ್ಲ
ಕಾಸರಗೋಡಿನ ಊರ ಬೆಕ್ಕುಗಳಲ್ಲಿ ಕಂಡಿದ್ದೇನೆ ಹೈದರಾಬಾದಿನ ಸೀಮೆ ಬೆಕ್ಕುಗಳಲ್ಲು
ಕಂಡಿದ್ದೇನೆ ಸನಾ'ದ
ಅರಬ್ಬೀ ಬೆಕ್ಕುಗಳಂತೂ ಪ್ರಸಿದ್ಧವೇ ಅವೆಲ್ಲ ಕೂಟಕ್ಕೆ ಮತ್ತು ತಾಯ್ತನಕ್ಕೆ ಮಾತ್ರ
ಸೇರುತ್ತವೆ
ಚಳಿಯಲ್ಲಿ ಮರಿಗಳು ಒಂದರ ಮೇಲೊಂದು ಬಿದ್ದು ಮುದ್ದೆಯಾಗುತ್ತವೆ ಬೆಳೆದು
ದೊಡ್ಡದಾದಂತೆಲ್ಲ ಬೇರೆ
ಬೇರೆಯೆ ಆದರೂ ನಾನು
ಕಂಡಿದ್ದೇನೆ ಆಶ್ರಯ ಕೋರುವ ಬೆಕ್ಕುಗಳನ್ನು ಅವು ಬಂದು
ಮುಚ್ಚಿದ ಬಾಗಿಲುಗಳನ್ನು ಪರಚುತ್ತವೆ
ಜನ ಡೆಡ್ ಮ್ಯಾನ್ ವಾಕಿಂಗ್ ನೋಡ್ತ ಇರೋವಾಗ
(ಕವಿತೆ: ತೆರೆ–ಇರುವೆ–ಜೇನ್ನೊಣ)

ಬಾಗಿಲು ಮುಚ್ಚಿರುವವರು ಯಾರು ಎನ್ನುವುದನ್ನು ನಮಗೆ ನಾವೇ ಕೇಳಿಕೊಳ್ಳಬೇಕು. ಕವಿಗೆ ವಯಸ್ಸಿನ ಮಾಪನವಿಲ್ಲ. ಆದರೂ ಹೇಳಬೇಕಾದ ಮಾತೆಂದರೆ, ತಿರುಮಲೇಶರು ಎಪ್ಪತ್ತಾರರಲ್ಲೂ ಯಾವ ಆಡಂಬರವಿಲ್ಲದೆ ಕವಿತೆಗಳ ಬರೆಯುತ್ತಾರೆ, ಅದರ ಬಿಡುಗಡೆ ಸಂಭ್ರಮವನ್ನೂ ಆಚರಿಸದೆ. ಅವರಂತೂ ಇವೆಲ್ಲದರಿಂದ ಬಹಳ ದೂರ ಸಾಗಿರುವಂತೆ ಕಾಣುತ್ತಾರೆ.

ಪತನವಾದಾಗಲೇ ಮನುಷ್ಯ ಪುನರುತ್ಥಾನಗೊಳ್ಳುವುದು ಮತ್ತು
ಚಪ್ಪಾಳೆಗೆ ಕಾಯದಿರುವುದೇ ಮಹತ್ವದ ವಿದಾಯ
ಸದ್ದು ಕೇಳಿಸಿದಾಗ ನೀನು ಬಹುದೂರ ಹೋಗಿರುತ್ತೀ ಅದು ಮೆಚ್ಚುಗೆಯೋ
ಗೇಲಿಯೋ ತಿಳಿಯ ಬಯಸದಿರುವುದೇ ನಿನ್ನ ಶ್ರೇಷ್ಠತೆ ಮತ್ತು ಪ್ರತ್ಯೇಕತೆ (ಕವಿತೆ: ಶ್ರೇಷ್ಠತೆ)

ವಿದಾಯದ ಮಾತು ಬಂದಾಗ ಈ ಸಂಕಲನದ ಮೊದಲಿಗೇ ಕಾಣಿಸುವ 'ಕಾಲದ ಅಗತ್ಯಕ್ಕೆ ಐದು ಪ್ಯಾರಗಳು' ಎಂಬ ಕವಿತೆ ನೆನಪಾಗುತ್ತದೆ.

ಭಯದ ಭಯವೇ ನಿಜವಾದ ಭಯ.
ಕದ ಬಡಿಯುವುದಕ್ಕಿಂತ
ಅದು ಯಾವಾಗ ಬಡಿಯುತ್ತದೆ ಎಂದು ಕಾಯುವುದು ಭಯ

ಇಲ್ಲಿ ಕಾಲವೆಂದರೆ ಯಾವ ಕಾಲ? ಈಗಿನ ಕಾಲಕ್ಕೆ ತಕ್ಕಂತೆ ಎಂದುಕೊಂಡು ಓದುತ್ತ ಹೋದಂತೆ ಈ ಸಾಲು ಬಂದು, ಅದು ಕಾಲಕ್ಕೆ ಹಠಾತ್ತನೇ ಹೊಸದೇ ಧ್ವನಿಯನ್ನು ಕೊಡುತ್ತದೆ. ಬದುಕಿನ ಅಂಚಿನಲ್ಲಿರುವ ಕಾಲ ಅಥವ ಸಾವು ಎನ್ನುವ ಅರ್ಥವೂ ಬರುತ್ತದೆ. ಆದರೆ ಕವಿತೆ ಯಾವುದನ್ನೂ ಇದು ಹೀಗೇ ಎಂದು ನೇರವಾಗಿ ಹೇಳುವುದಿಲ್ಲ. ಕೂಡಲೇ ಈ ಕವಿತೆ ಉಪಾಯವಾಗಿ ಬೇರೆ ಗೆರೆಗಳತ್ತ ತಿರುಗಿಕೊಳ್ಳುತ್ತ ಸಾಗುತ್ತದೆ:

ಒಮ್ಮೆ ಮುಗಿಯಲಿ ಎಂದು ಕೊರಳೊಡ್ಡಲು
ತಯಾರಿದ್ದೇವೆ
ಬೆಟ್ಟದ ಮೇಲೇರಿ ಆಕಾಶ ಬುಟ್ಟಿ
ಹಾರಿಸುವುದು
ಸಮುದ್ರ ಕಿನಾರೆಯಲಿ ಪಿಯಾನೋ ಇರಿಸಿ
ಬಾರಿಸುವುದು
ಇದೆಲ್ಲವೂ ನಿರಾಕರಿಸುವ ಉಪಾಯ
ಅಲ್ಲ ಇದು ಯಾವುದೂ ಅಲ್ಲ ಮಾತೆಯರ ದಿನ
ಆಚರಿಸದೆ ಇರೋದಕ್ಕೆ
ಅದಕ್ಕೆ ಕಾರಣ ಮಿದುವಾಗುವ ಭಯ
ಮತ್ತೆ ಮಗುವಾದೇವೆನ್ನುವ ಭಯ

ಮನುಷ್ಯನ ಎಲ್ಲ ಭಯಗಳ ಒಳಗೆ ಅಡಗಿರುವುದು ಸಾವಿನ ಭಯ ಎನ್ನುವುದಾದರೆ, ಆ ಭಯದ ಒಳಗೂ ಅಡಗಿರುವುದು ಮತ್ತೆ ಮಗುವಾಗುವ ಭಯ ಎನ್ನುವುದನ್ನು ಈ ಕವಿತೆ ತಣ್ಣಗೆ ಕಾಣಿಸುತ್ತದೆ. ಸಾವಿನ ದಿನ ಮಾತೆಯರ ದಿನವೇ ಆಗಿರಬಹುದು ಎನ್ನುವುದನ್ನು ಧ್ವನಿಸುತ್ತದೆ.

ಹೀಗೆ ಮಾತಿಗೆ ಸಿಗುವ ಅನೇಕ ವಿಚಾರಗಳು ಅವರ ಕವಿತೆಗಳಲ್ಲಿವೆ. ಆದರೆ ಮಾತಿಗೆ ಸಿಗದ, ಧ್ವನಿಶಕ್ತಿಯಲ್ಲಿ ಅವಾಕ್ಕಾಗಿಸುವ ಅನೇಕ ಕವಿತೆಗಳೂ ಈ ಸಂಕಲನದಲ್ಲಿವೆ. ತಿರುಮಲೇಶರ ಕವಿತೆಗಳು ಒಟ್ಟಾರೆಯಾಗಿ ಯಾವ ಅನುಭವವನ್ನು ನೀಡುತ್ತಿವೆ ಎಂದರೆ – ಸಮುದ್ರದ ಅಲೆಗಳು ಒಂದರ ಹಿಂದೊಂದು ಮಗಚುತ್ತ ಬಂದು, ಕಟ್ಟಿರುವ/ಬರೆದಿರುವ ಸಂಗತಿಗಳನ್ನು ಅರೆಬರೆ ಅಳಿಸುತ್ತ, ತೀರವನ್ನು ತೇವದ ಮಂಪರಿಗೆ ನಿರಂತರ ನೂಕುತ್ತಿರುವಂತೆ....ನಿಜವಾದ ಕಲೆ ಉತ್ಕಟತೆ ತಟಸ್ಥವಾದಂತೆ....ಕುಣಿವ ನರ್ತಕಿಯ ಹೆಜ್ಜೆ ದಿಗಂತದಾಚೆ...

ಸೆಪ್ಟಂಬರ್ 2016

ಸಂಪಿಗೆ ಕುಸುಮದಲಿ ಕಾತರಿಸುತಿದೆ ಕೃಷ್ಣವ್ಯೂಹ

ಮಹಿಪತಿ ದಾಸರ 'ಕೋಲು ಕೋಲೆನ್ನ ಕೋಲೇ...' ಎನ್ನುವ ದಶಾವತಾರಗಳನ್ನು ಸ್ತುತಿಸುವ ಹಾಡಿನಲ್ಲಿ ನರಸಿಂಹ ಅವತಾರದ ಕುರಿತಾಗಿ ಒಂದು ಸಾಲಿದೆ. ಎಲ್ಲಾ ಉಪನ್ಯಾಸಕರು ನರಸಿಂಹ ಅವತಾರದ ಸಂದರ್ಭದಲ್ಲಿ, ಹಿರಣ್ಯಕಶಿಪುವಿನ ಕರುಳನ್ನು 'ಬಗೆದ' ಅಥವ 'ಸೀಳಿದ' ಅಂತಲೇ ಬಳಸುತ್ತಾರೆ. ಆದರೆ, ದಾಸರು ಅಲ್ಲಿ 'ಕರುಳ ವನಮಾಲೆ' ಎನ್ನುತ್ತಾರೆ. ಅತ್ಯಂತ ಭೀಷಣವಾದುದನ್ನೂ ಕೋಮಲಗೊಳಿಸುವ, ಆಳವಾದ ಅನುಭವ ದೃಷ್ಟಿಯ ತಳದಿಂದಷ್ಟೇ ಹುಟ್ಟಬಹುದಾದ ಕಾವ್ಯ ನೈಪುಣ್ಯವದು. ಆ ಕೋಮಲತೆ ದಾಸರಲ್ಲಿ ಇದ್ದುದರಿಂದಲೇ ನರಸಿಂಹನ ರೌದ್ರವನ್ನೂ ಸೌಮ್ಯವಾಗಿ ಸ್ವೀಕರಿಸಲು ಸಾಧ್ಯವಾದದ್ದು. ನರಸಿಂಹಾವತಾರವನ್ನು ಇಷ್ಟು ಮೃದುವಾಗಿ ಸ್ಪರ್ಶಿಸಿದ ಮತ್ತೊಂದು ಕೃತಿ – ಲಕ್ಷ್ಮೀಶ ತೋಳ್ಪಾಡಿಯವರ 'ಸಂಪಿಗೆ ಭಾಗವತ'. ಅವರು 'ಕರುಳನ್ನು ಸೆಳೆದ' ಎನ್ನುತ್ತಾರೆ. ಕಠೋರವಾದುದು ಕೋಮಲವೂ ಆಗಿರಬಹುದೆನ್ನುವ ಕಾಣ್ಕೆ ಅದು. ಹಾಗಿದ್ದರೆ, ಕೋಮಲವಾದುದು ಕಠೋರವೂ ಆಗಿರಬಹುದಲ್ಲವೇ? ರಾಸಲೀಲೆಯ ಕೃಷ್ಣನೇ ಸಂಹಾರದ ವಿಶ್ವರೂಪ ಕಾಣಿಸುತ್ತಾನೆ. ಸೌಂದರ್ಯ ಲಹರಿಯ ಲಲಿತಾಂಗಿ ಮಹಾಕಾಳಿಯೂ ಆಗಿದ್ದಾಳೆ. ಬದುಕಿನ ಇಂಥ ವೈರುಧ್ಯಗಳನ್ನು, ಬದುಕೇ ಒಂದು ವಿಪರ್ಯಾಸ ಎನ್ನುವುದನ್ನು ಮನ್ನಿಸುವ ಗುಣ ಹೊಂದಿರುವುದರಿಂದಲೇ,

'ತಪಸ್ಸೆಂದರೆ ಲೋಕದುಃಖಾನುಭವ ಸಾಮರ್ಥ್ಯ' ಎನ್ನುವಂಥ ಸಾಲುಗಳೂ ಈ ಕೃತಿಯಲ್ಲಿವೆ.

ಈ ಕೃತಿಯಲ್ಲಿ ತೋಳ್ಪಾಡಿಯವರು ತಮ್ಮ ಭಾಗವತ ಓದುವಿಕೆಯ ನಂತರದ ಭಾವಾವಸ್ಥೆಯನ್ನು ನಮಗೆ ಅತ್ಯಂತ ಹೃದ್ಯವಾಗಿ ವರ್ಗಾಯಿಸುವಂತೆ, ತಮ್ಮ ವಿಹಾರದಲಿ ಶುಲ್ಕವಿಲ್ಲದೆ ನಿಷ್ಕಲ್ಮಶವಾಗಿ ನಮ್ಮನ್ನೂ ಕರೆದೊಯ್ಯುತ್ತಾರೆ. ಅದಕ್ಕೆಂದೇ ಇದನ್ನು ತೋಳ್ಪಾಡಿ 'ವಿರಚಿತ' ಎನ್ನುವುದಕ್ಕಿಂತ ತೋಳ್ಪಾಡಿ 'ವಿಹರಿತ' ಭಾಗವತ ಎನ್ನುವುದು ಸೂಕ್ತವೇನೋ. ಅವರ ಈ ಕೃತಿಯ ಪ್ರತಿ ಅಧ್ಯಾಯವೂ ಪ್ರತಿ ಸಾಲೂ ಭಾವಪೂರ್ಣವಾಗಿದೆ. ಅದು ಶುಷ್ಕ ಭಾವುಕತೆಯ ಆವಾಹನೆಯಲ್ಲ. ಕೇವಲ ಮೋಹಕ ಮಾತುಗಳಲ್ಲ. ತೋಳ್ಪಾಡಿಯವರಿಗೆ – ಯಾವ ವಿಚಾರವೇ ಇರಬಹುದು – ರಂಜನೆಯಲ್ಲಿ ನಂಬಿಕೆಯಿಲ್ಲ. ಮೋಹಕ ಮಾತುಗಳಲ್ಲಿ ಬರಹದಲ್ಲಿ– ಸೆಳೆಯುವ ಸಂಚು, ಸಜ್ಜುಗೊಳಿಸುವಿಕೆ, ಪದಗಳ ಹಾದರ, ಮರುಳುಗೊಳಿಸುವ ಹುನ್ನಾರ, ರೋಚಕತೆಯೆಲ್ಲ ಪ್ರಚ್ಛನ್ನವಾಗಿರುತ್ತವೆ. ಒಮ್ಮೆ ಅದರ ಸೂಕ್ಷ್ಮ ತಿಳಿದುಬಿಟ್ಟರೆ ಅಂಥ ಬರಹಗಳು ಮಾತುಗಳು ಸಹ್ಯವಾಗಲಾರವು. ತೋಳ್ಪಾಡಿಯವರ ಮಾತಿನ ತಂತ್ರದಲ್ಲಿ ಪ್ರಚ್ಛನ್ನತೆಯಿಲ್ಲ ಅನ್ನುವುದೇ ಅದರ ಘನತೆ. ಅವು ಕ್ರಾಂತಿಕಾರಕವಾದ ಬಡಿದೆಬ್ಬಿಸುವ ಬೆಚ್ಚಿಬೀಳಿಸುವ ದಿಕ್ಕೆಡಿಸುವ ಮಾತುಗಳಲ್ಲ. ತನ್ನ ಕಾವಿನ ಕಂಬಳಿಯನ್ನು ಬೆಚ್ಚಗೆ ಹೊದೆಸಿ ಚಳಿಯನ್ನೂ ಅನುಭವಿಸಲು ಬಿಡುವಂಥ ಮಾತುಗಳವು. ಧ್ರುವ ಚರಿತೆ, ದಕ್ಷಯಜ್ಞ, ವಿಶ್ವರೂಪ, ಕೃಷ್ಣಾವಸಾನ, ರಾಸಲೀಲೆ, ಜಡಭರತ, ಅಶ್ವತ್ಥಾಮ, ಅಜಾಮಿಳ, ವಾಮನ, ಕೂರ್ಮ, ಮತ್ಸ್ಯಾವತಾರ... ಹೀಗೆ ಪ್ರತಿಯೊಂದು ಪ್ರಸಂಗದಲ್ಲೂ ಬದುಕಿನ ಅಪಾರ ಅನುಭವ, ಆಳವಾದ ಚಿಂತನೆ, ನಂಬಿಕೆ ಮತ್ತು ಗ್ರಹಿಕೆಗಳ ಹಿನ್ನೆಲೆಯಿಂದ ತಮ್ಮದೇ ಆದ ವಿಶಿಷ್ಟ ಒಳನೋಟಗಳನ್ನು ಚೆಲ್ಲುತ್ತ ಸಾಗುತ್ತಾರೆ. ಅದಕ್ಕೊಂದು ಉದಾಹರಣೆ ವ್ಯಾಸರಿಗಾದ ಶುಕವಿರಹ. ಅದನ್ನು ತೋಳ್ಪಾಡಿಯವರು ವಿವರಿಸುವ ಪರಿ ಹೀಗೆ–

'ವ್ಯಾಸರು ಮಗನನ್ನು ಕರೆಯುತ್ತಿದ್ದಂತೆ, ಕಾಡಿನ ಮರ–ಗಿಡಗಳೆಲ್ಲ ಅವರ ಕರೆಗೆ ಓಗೊಟ್ಟುವಂತೆ. ತರುಲತೆಗಳೂ ಮಾರ್ನುಡಿದವು. ಶುಕನನ್ನು ತಾವು ವಹಿಸಿಕೊಂಡು ಅವನ ಪರವಾಗಿ ಪ್ರಕೃತಿಯೇ ಪ್ರತಿಸ್ಪಂದಿಸಿದುದನ್ನು ಕಂಡು ವ್ಯಾಸರಲ್ಲಿ ಒಳನೋಟ ಉಂಟಾಯಿತು. ಶುಕನು ಎಲ್ಲ ಜೀವಗಳನ್ನು – ಮರಗಿಡಗಳನ್ನು ಕೂಡ– ತನ್ನಂತೆ ಬಗೆಯುತ್ತಾನೆ. ಅವನಿಗೆ ಎಲ್ಲವೂ ಒಂದು ಎನ್ನುವ ಜೀವಂತಿಕೆಯ ಅನುಭವವಾಗಿದೆ. ಈ ಮರಗಿಡಗಳು ಓಗೊಡುತ್ತಿರುವುದೇ ಅದಕ್ಕೆ ಸಾಕ್ಷಿ. ಹೀಗೆ ಬಯಲಾದವನು ತನ್ನದೆನ್ನುವ ಒಂದು ಆಲಯದಲ್ಲಿ ಇರೋದು ಸಾಧ್ಯವಿಲ್ಲ. ಮತ್ತು ನಿಜಕ್ಕೂ ವಿರಕ್ತಿ ಎಂದರೆ ಎಲ್ಲ ಜೀವಗಳನ್ನೂ ತನ್ನಂತೆ ನೋಡುವುದೇ ಆಗಿದೆ'.

ಶಿವನೇ ಶುಕನಾಗಿದ್ದು, ಅವನೇ ಮನೋಭಿಮಾನಿಯಾಗಿ ಎಲ್ಲ ಜೀವಿಗಳ ಒಳಗಿಂದ ಓಗೊಟ್ಟ ಎನ್ನುವುದು ಈ ಸಂದರ್ಭಕ್ಕಿರುವ ಸಾಮಾನ್ಯವಾದ ವಿವರಣೆ. ಆದರೆ ಅದನ್ನು ತೋಳ್ಪಾಡಿಯವರು ನೋಡುವ ವಿವರಿಸುವ ಬಗೆಯೇ ಬೇರೆ. ಅದು ಹಾಗೆ ಮೂಡಬೇಕಿದ್ದರೆ ಗಿಡ–ಮರಗಳಲ್ಲಿ ಒಂದು ಮುಗ್ಧವಾದ ಪ್ರೀತಿ ಮತ್ತು ತನ್ನ ಪರಿಸರ ತನಗಿಂತ ಬೇರೆಯಾದುದಲ್ಲ ಎನ್ನುವ ಅರಿವು ಇರಬೇಕಾಗುತ್ತದೆ. ತೋಳ್ಪಾಡಿಯವರಲ್ಲಿ ಪ್ರಕೃತಿಯ ಕುರಿತು ಖಚಿತವಾದ ತಾದಾತ್ಮ್ಯ ಇರುವುದರಿಂದಲೇ ಈ ರೀತಿಯ ವ್ಯಾಖ್ಯಾನ ಸಾಧ್ಯವಾಗಿದೆ.

ಸಂಪಿಗೆ ಭಾಗವತ ತೋರುವ ಮತ್ತೊಂದು ಖಚಿತವಾದ ನಂಬಿಕೆ ಎಂದರೆ 'ಜಗತ್ತು'; ಇದ್ದಲ್ಲಿಯೇ ಹುಡುಕಬೇಕೆನ್ನುವುದು. ಇದಕ್ಕೆ ಪೂರಕವಾಗಿ ವಿಷ್ಣುಸಹಸ್ರನಾಮದಲ್ಲಿ ಬಹಳ ಸುಂದರವಾದ ಬಹುಶಃ ಎಲ್ಲ ಕವಿಗಳಿಗೂ ಪ್ರಿಯವಾಗುವ ಪದವೊಂದಿದೆ – 'ಲೋಕಾಧಿಷ್ಠಾನ' ಅಂತ. ಲೋಕವಿದೆ. ಆದರೆ ಅದು ಇದ್ದಂತೆಯೇ ಇರದೆ, ಮತ್ತೊಂದನ್ನೇ ಸೂಚಿಸುವುದಕ್ಕಾಗಿ ಇದೆ ಎನ್ನುವುದು ಆ ಪದದ ಆಶಯ. ಆ ಆಶಯದ ವಿಸ್ತಾರವೋ ಎನ್ನುವ ಹಾಗೆ ಭಾಗವತದಲ್ಲಿ ಬರುವ ಒರಳುಗಲ್ಲಿನ ಪ್ರಸಂಗ, ಮಣ್ಣು ತಿಂದ ಬಾಯಲ್ಲಿ ತೋರುವ ವಿಶ್ವರೂಪ, ಮುಂತಾದ ಕೃಷ್ಣನ ಬಾಲಲೀಲೆಗಳನ್ನು ಕಾಣಿಸುತ್ತಾರೆ.

ಎಲ್ಲವೂ ಇಲ್ಲಿಯೇ ಇದೆ, ನಮ್ಮ ದೈನಂದಿನ ಅನುಭವವೇ ಆಗಿದೆ, ನಮಗೂ ಭರವಸೆಯಿದೆ, ಅವಕಾಶವಿದೆ. 'ಮನುಷ್ಯನಲ್ಲಿರುವ ಆಶ್ಚರ್ಯ ಸಾಮರ್ಥ್ಯವೇ ದೇವರ ಆನಂದಾನುಭವ ಸಾಮರ್ಥ್ಯ' ಎನ್ನುವ ಸುಳಿವು ನೀಡುತ್ತಲೇ, 'ಕೈ ಚೆಲ್ಲಿದಾಗಲೇ ಕೈ ಬೊಗಸೆಯಾಗುವುದು' ಅಂತ ಎಚ್ಚರಿಸುವುದನ್ನು ಮರೆಯುವುದಿಲ್ಲ. ಭರವಸೆಯಿರಲಿ; ವರಸೆ ಬೇಡ ಎನ್ನುವ ಸೂಚನೆ ನೀಡುತ್ತಾರೆ. ಇಹದ ಮಹತ್ವ ಮತ್ತು ಇಹದ ಅಹಂಕಾರ – ಇವೆರಡರ ಸೂಕ್ಷ್ಮವೇ ಅವರ ಭಾಗವತ ಸರಣಿಯ ಆಳದಲ್ಲಿ ಉದ್ದಕ್ಕೂ ಹಬ್ಬಿಕೊಂಡಿರುವುದು. ಮನುಷ್ಯನ ಅತಿ ಸಣ್ಣ ಅಹಂಕಾರವೂ ಕಳಚಿ ಬೀಳಬೇಕು, ಹುಡುಕುವವರು 'ನಾವು' ಎನ್ನುವ ಮನುಷ್ಯ ಸಾಮರ್ಥ್ಯದ ಅತಿಸೂಕ್ಷ್ಮ ಅಹಂಕಾರವೂ. ದೇವರೇ ನಮ್ಮನ್ನು ಅರಸಿಕೊಳ್ಳುತ್ತಾನೆ ಎನ್ನುವುದು ಅವರ ಮತ್ತೊಂದು ಕಾಣ್ಕೆ.

ಉಪನ್ಯಾಸಕ್ಕೆ ಸಾಮಾನ್ಯವಾಗಿ ಒಂದು ಕ್ರಮವಿದೆ. ಮೊದಲು ಪೀಠಿಕೆ. ನಂತರ ವಿಷಯ ಅಥವ ಪ್ರಮೇಯ ಮಂಡನೆ. ಕೊನೆಯಲ್ಲಿ ದೃಷ್ಟಾಂತ ಮತ್ತು ಉಪಸಂಹಾರ. ಸಾಮಾನ್ಯವಾಗಿ ಎಲ್ಲ ಉಪನ್ಯಾಸಕರು ಇದೇ ಕ್ರಮದಲ್ಲಿ ತಮ್ಮ ತಮ್ಮ ವ್ಯಾಖ್ಯಾನವನ್ನು ಮತ್ತು ಅದಕ್ಕೆ ಸರಿಹೊಂದುವ ತಮ್ಮ ಸಂಶೋಧನೆ ಪ್ರಮಾಣಗಳನ್ನು ಶ್ರಾವಕರಿಗೆ ಮನವರಿಕೆಯಾಗುವಂತೆ ರೋಚಕವಾಗಿ ನಿರೂಪಿಸುತ್ತಾರೆ. ಹಾಗೆ ನೋಡಿದರೆ

'ಸಂಪಿಗೆ ಭಾಗವತ'ವು ಭಾಗವತವನ್ನು ಭಾವದಲ್ಲಿ ಆಗಲಿ, ತತ್ವದಲ್ಲಿ ಆಗಲಿ, ಅಥವ ಕಥೆಗಳಲ್ಲೇ ಆಗಲಿ ಸಮಗ್ರವಾಗಿ ಹಿಡಿದಿಟ್ಟಿಲ್ಲ. ಅದು ಸಾಧ್ಯವೂ ಇಲ್ಲ. ಈ ಪುಸ್ತಕದ ಗೆಲುವಿರುವುದು ಅದರ ಸವಿಸ್ತಾರ ಪೀಠಿಕೆಗಳು ನಮ್ಮ ಮನೋಭೂಮಿಕೆಯನ್ನು ಸಿದ್ಧಪಡಿಸಿ ರಮಣೀಯವಾಗಿ ಹೊಳೆಯಿಸುವ ವಿಷಯ ಚಿಂತನೆಯಲ್ಲಿ. ಅಲ್ಲದೆ, ತತ್ವಗಳ ಪರಿಚಯದ ಯಾವ ಹಂಗೂ ಇರದೇ ಓದಬಹುದೆನ್ನುವುದರಲ್ಲಿ.

ಉಪನ್ಯಾಸಕರು ಬರೆಯಲು ತೊಡಗಿದಾಗ ಅವರ ಬರಹಗಳಲ್ಲಿ ಎದ್ದು ಕಾಣುವ ದೋಷವೆಂದರೆ ರಭಸ. ಮಾತಿನ ಬೀಸು ಬರಹದಲ್ಲೂ ಮೂಡಿರುತ್ತದೆ. ಸಂಪಿಗೆ ಭಾಗವತದಲ್ಲಿ ಉಪನ್ಯಾಸದ ರಭಸವಿಲ್ಲ. ವಾಕ್ಯಗಳ ರಮ್ಯತೆಯಲ್ಲು ಒಂದು ಘಟನೆಯ ಹಿನ್ನೆಲೆಯಲ್ಲಿ ತತ್ವದ ಅನೇಕ ಮಜಲುಗಳು ತಾನೇತಾನಾಗಿ ಬೆಸೆದು, ಅವುಗಳಲ್ಲಿ ಅಲ್ಲಿವರೆಗೆ ಅಡಕವಾಗಿದ್ದ ಅರ್ಥಶರೀರ ಒಡೆದುಬೀಳುತ್ತದೆ. ಅಥವ, ನಮ್ಮ ಅರ್ಥಗಳೇ ಪುನರಾವರ್ತನೆಯಲ್ಲಿ ಹೊಸ ಹೊಳಪು ಪಡೆಯುತ್ತದೆ. ಅಥವ, ಕ್ಲೀಷೆಯಾಗಿ ಜಡಗಟ್ಟಿದ್ದ ಅರ್ಥಗಳೇ ಪೊರೆ ಕಳಚಿ ಪುನರುಜ್ಜೀವಿತಗೊಂಡು ಅನುಮಾನಗಳಿಲ್ಲದಂತೆ ಅನುಭವಸ್ಥವಾಗುತ್ತವೆ. ಅದಕ್ಕೊಂದು ಉದಾಹರಣೆಯಾಗಿ, ಅಶ್ವತ್ಥಾಮನ ಬ್ರಹ್ಮಾಸ್ತ್ರಕ್ಕೆ ಬೆದರಿದ ಉತ್ತರೆಯ ಅಳಲು ಕೇಳಿದಾಗ, ಕೃಷ್ಣನ ಮನದಾಳವನ್ನು ಮುಟ್ಟುವ ತೋಳ್ಪಾಡಿಯವರ ಮಾತುಗಳು– 'ಕೃಷ್ಣನಂಥ ಕೃಷ್ಣನಿಗೆ ತನ್ನ ಬಾಲ್ಯವೊಮ್ಮೆ ಮನದಲ್ಲಿ ಸುಳಿದಿರಬೇಕು. ತಾನು ಹುಟ್ಟಬೇಕಾದರೇ ಎಷ್ಟು ಮಕ್ಕಳನ್ನು ಕಂಸ ಕೊಂದಿದ್ದ. ಎಷ್ಟು ಮಕ್ಕಳು ಸತ್ತು ತಾನು ಹುಟ್ಟಿದೆ. ಆ ಎಲ್ಲ ಮಕ್ಕಳ ತಾಯಂದಿರ ದುಃಖ ಉತ್ತರೆಯ ದುಃಖದಲ್ಲಿದ್ದಂತೆ ಕೃಷ್ಣನಿಗೆ ಅನಿಸಿತು. ಹೌದು ಈ ಮಗುವನ್ನು ಪೊರೆಯುವುದು ತನ್ನ ಕರ್ತವ್ಯ'.

ಕೃಷ್ಣನನ್ನು ನಮ್ಮ ನಡುವಿನ ಮನುಷ್ಯನಂತೆಯೇ ಕಾಣಿಸಿ, ಇಲ್ಲಿದ್ದೂ ಇದನ್ನು ಮೀರಿದವ ಎನ್ನುವುದನ್ನು ತಿಳಿಸುವ, ಭಗವಂತನನ್ನು ಧರೆಗಿಳಿಸಿದ ನಿಜವಾದ ಅವತಾರವಿದು. ಅದೇ ಪ್ರಸಂಗದಲ್ಲಿ ಮುಂದುವರೆಯುತ್ತ, '....ಹಾಗೆ ಕಾಪಾಡುವ ಸಂದರ್ಭದಲ್ಲಿ ಉತ್ತರೆಯ ಗರ್ಭದಲ್ಲಿರುವಂತೆಯೇ, ಮಗು ಪರೀಕ್ಷಿತನಿಗೆ ಅಂಗುಷ್ಠ ಪ್ರಮಾಣದ ಪುರುಷನಾಗಿ ಕೃಷ್ಣ ಕಾಣಿಸಿಕೊಂಡಿದ್ದ. ಅದು ಇನ್ನೂ ಹುಟ್ಟದ ಮಗುವಿಗೆ ಹತ್ತಿದ ಗುರುತು! ಅದು ಜನ್ಮಾಂತರಗಳಲ್ಲೂ ಮರೆಯದು. ಅಂಗುಷ್ಠ ಎಂದರೆ ಹೆಬ್ಬೆರಳು. ಒಂದು ಹೆಬ್ಬೆರಳಿನ ಪ್ರಮಾಣದ ಪುರುಷ ವಿಗ್ರಹ! ಮಕ್ಕಳು– ಹುಟ್ಟಿದ ಮೇಲೆ–ಹೆಬ್ಬೆರಳು ಚೀಪುವುದು ಇದಕ್ಕೇ ಏನು!'.

ಪ್ರತಿ ಜೀವಿಯ ಸ್ವರೂಪ ದೇಹದಲ್ಲಿ ಆ ಜೀವಿಯ ಆಕಾರದ ಅಂಗುಷ್ಠ ಪ್ರಮಾಣನಾಗಿ ದೇವರು ಒಳನೆಲೆಸಿರುತ್ತಾನೆ ಮತ್ತು ಪ್ರತಿ ಜೀವಿಯ ಗರ್ಭಾವಸ್ಥೆಯಲ್ಲಿ ಕಾಣಿಸಿಕೊಳ್ಳುತ್ತಾನೆ ಎನ್ನುವ ಶಾಸ್ತ್ರವಿಚಾರವನ್ನು ಶುಷ್ಕವಾಗಿಸದೆ ಅದಕ್ಕೆ ಮಕ್ಕಳು

ಬೆರಳು ಚೀಪುವ ಜೀವಂತ ಅನುಭವವನ್ನು ಮೇಳೈಸುತ್ತಾರೆ. ಹಾಗೆಂದು ಒಂದು ತತ್ವವನ್ನು ಪ್ರತಿಪಾದಿಸುವ ಸಲುವಾಗೇ ಅವರು ಯಾವುದನ್ನೂ ಹೇಳುವುದಿಲ್ಲ. ತತ್ವಗಳ ಹಿನ್ನೆಲೆಯಿಂದ ಭಾಗವತದ ಸಂದರ್ಭಗಳನ್ನು ಅವರು ಕಡೆಯುತ್ತ ಸಾಗುತ್ತಾರೆ. ಬೆಣ್ಣೆ ತಾನಾಗೇ ಮೂಡುತ್ತದೆ.

ಇಡೀ ಪುಸ್ತಕ ಮಳೆಯಲ್ಲಿ ನೆಂದ ಗುಲಾಬಿ ಹೂವಿನಂತಿದೆ. ಒಂದೊಂದೇ ಸಾಲು ಓದುತ್ತ ಮುಂದುವರಿದಂತೆ ಹಿಂದಿನದು ಕಳೆದುಹೋದೀತು. ಇಂಥ ಬರಹಗಳ ಅಪಾಯವಿರುವುದು ಇಲ್ಲೇ. ಅದರ ಮೋಹಕತೆಯಲ್ಲಿ. ಅದು ಹುಟ್ಟಿಸುವ ಬೆರಗಿನಲ್ಲಿ. ಕೇವಲ ಬೆರಗಿನಲ್ಲಿ ತೆರೆದೇ ಇದ್ದರೆ ಕಣ್ಣು ಹನಿಗೂಡಬಲ್ಲದೇ? ಕಣ್ಣು ಹನಿಗೂಡದೆ ಜಗತ್ತು ಮಂಜಾಗಬಹುದೇ? ಈ ಕಾಣುವ ಜಗತ್ತು ಮಂಜಾಗದೆ ಮನಸ್ಸಿನ ಪೊರೆ ಕಳಚಿ ಜಗತ್ತು ಮತ್ತೊಂದೇ ರೀತಿಯಲ್ಲಿ ನಮ್ಮನ್ನು ತಾಕಬಹುದೇ? ಹಾಗೆಂದು, ಅದರ ಬೆರಗಿನಲ್ಲಿ ಕಳೆದುಹೋಗಬಾರದೆಂದು ನಿರತರಾದರೆ ಮತ್ತೊಂದು ಅಪಾಯವಿದೆ. ನಮ್ಮ ಅರ್ಥ ವಿಶ್ಲೇಷಣೆಯ ಚಾತುರ್ಯ ಎಲ್ಲವನ್ನೂ ಮರೆಯಾಗಿಸಿಬಿಡಬಹುದು. ಅರ್ಥ ಮಾಡಿಕೊಳ್ಳುವ ಹಠಕ್ಕೆ ಬಿದ್ದರೆ ಎಲ್ಲವೂ ಗೋಜಲು. ಅರ್ಥವಾಯಿತೆಂದು ವಿವರಣೆಗೆ ತಲೆದೂಗಿದರೆ ಅಪಹಾಸ್ಯ. ಬೆರಗಿನಲಿ ಪದಗಳ ಆಟ ಕಟ್ಟಿದರೆ ಕ್ಲೀಷೆ. ಬಹಳ ಎಚ್ಚರದಲ್ಲಿ ಓದುವ ಹಾಗೂ ಇಲ್ಲ, ಬೆರಗಿನಲಿ ಮೈಮರೆಯುವ ಹಾಗೂ ಇಲ್ಲ. ಎರಡರಲ್ಲೂ ಅಳಿಸಿಹೋಗುವ ಶುಷ್ಕಗೊಳ್ಳುವ ಅಪಾಯವಿದೆ ಈ ಓದಿನಲ್ಲಿ.

ಆಧ್ಯಾತ್ಮವೆಂದರೆ ಅದೊಂದು ಖಾಸಗೀ ಪವಾಡ. ಅಷ್ಟಕ್ಕೂ ಆಧ್ಯಾತ್ಮದ ಅಕೌಂಟು ಎಂದೋ ಲಾಕ್ ಆಗಿ ಹೋಗಿದೆ. ಅದರ ಪಾಸ್‌ವರ್ಡು ಕೆದಕುವ ಸಲುವಾಗಿ ತೋಳ್ಪಾಡಿಯಂಥವರು ಆಗಾಗ ಅದನ್ನು ಹ್ಯಾಕ್ ಮಾಡಲು ನಿರತರಾದಾಗ 'ಸಂಪಿಗೆ ಭಾಗವತ'ದಂಥ ಪುಸ್ತಕಗಳು ಹೊರಬರುತ್ತವೆ.

ಡಿಸೆಂಬರ್ 2014

ಜಯಂತರ ಕತೆಗಳು

ನನ್ನ ಬಾಲ್ಯದಲ್ಲಿ ಶಿವಾಜಿನಗರದ ಶಾಲೆಯ ಹತ್ತಿರ ಐಸ್ ಗೋಲಾ ಅಥವ ಗೋಲಾ ಐಸ್ ಎನ್ನುವ ಒಂದು ಬಗೆಯ ಐಸ್ ಕ್ಯಾಂಡಿ ಮಾರುವ ಗಾಡಿಯಿತ್ತು. ಆ ಗಾಡಿಯವನು ನೀರ್ಗಲ್ಲನ್ನು ಪುಡಿ ಮಾಡಿ (ಅಕ್ಷರಶಃ ತುರಿದು) ಲೋಟದ ಒಳಗೆ ಗಟ್ಟಿಯಾಗಿ ಒತ್ತಿ ತುಂಬಿ ಅದಕ್ಕೊಂದು ಕಡ್ಡಿ ಚುಚ್ಚಿ ಲೋಟದಿಂದ ಹೊರತೆಗೆದು ಮಂಜು ಗಡ್ಡೆಯಂಥ ಕ್ಯಾಂಡಿ ತಯಾರಿಸುತ್ತಿದ್ದ. ಈಗಿನ ಜಾತ್ರೆ, ಮಾಲ್, ಮದುವೆ ಆರತಕ್ಷತೆಯಲ್ಲಿ ಐಸ್ ಗೋಲಾವನ್ನು ಕಾಲಾಖಟ್ಟ, ಸ್ಟ್ರಾಬೆರ್ರಿ, ಲೀಚಿ, ಮುಂತಾದ ಫ್ಲೇವರ್ರಿನ ಶರಬತ್ತಿನಲ್ಲಿ ಅದ್ದಿ ಕೊಡುತ್ತಾರೆ. ಆದರೆ, ನಮ್ಮ ಶಾಲೆಯ ಹತ್ತಿರದ ಗಾಡಿಯವನು ಅದಕ್ಕೆ ಪೇಯಿಂಟು ಎರಚುವಂತೆ ಎರಡು ಮೂರು ಬಗೆಯ ಶರಬತ್ತುಗಳನ್ನು ಬಾಟಲಿಯಿಂದ ಐಸ್ ಗೋಲಾ ಮೇಲೆ ಎರಚಿ ಕೊಡುತ್ತಿದ್ದ. ಐಸಿಗೆ ದೊಡ್ಡದಾದ ಗಡ್ಡೆಯ ಗಾತ್ರದಲ್ಲಿರುವಾಗ ಶರಬತ್ತನ್ನು ಹೀರಿಕೊಳ್ಳುವ ಸಾಮರ್ಥ್ಯವಿಲ್ಲ. ಸಣ್ಣ ಸಣ್ಣ ಚೂರುಗಳಾದ ಮೇಲೂ ಪ್ರತ್ಯೇಕವಾಗಿ ಅವುಗಳಿಗೆ ಅಷ್ಟೊಂದು ರಸವನ್ನು ಹಿಡಿದಿಡುವ ಸಾಮರ್ಥ್ಯವಿಲ್ಲ. ಅವು ಒಟ್ಟಾಗಿ ಕಡ್ಡಿಯ ಹಿಡಿತದ ಬಂಧಕ್ಕೊಳಗಾಗಿ ಕ್ಯಾಂಡಿಯಾದಾಗ ಅತ್ಯಧಿಕ ರಸವನ್ನು ಹಿಡಿದಿಟ್ಟುಕೊಳ್ಳುತ್ತದೆ. ಅದನ್ನು ಸವಿಯುವಾಗಲೂ ಮೊದಲು ಅದರ ರಸವನ್ನು ಹೀರಿಕೊಳ್ಳುತ್ತೇವೆ. ನಂತರ ಬಿಳುಚಿಕೊಂಡ ಐಸಿನ ಚೂರುಗಳು ಉಳಿದು, ನಂತರ

ಬರೀ ಕಡ್ಡಿ ಮಾತ್ರ ಉಳಿದಿರುತ್ತದೆ. ಆ ಕಡ್ಡಿಯೇ ಕತೆಯ ಬೆನ್ನೆಲುಬು. ಮಂಜಿನ ಮಣಿಯಂಥ ಸಣ್ಣ ಸಣ್ಣ ಸಂಗತಿಗಳ ಬಂಧದಲ್ಲಿ ಉಪಮೆ, ರೂಪಕಗಳ ರಸ ಹರಿದರೆ ಅದು ಜಯಂತರ ಕತೆಗಳಾಗುತ್ತವೆ.

ಜಯಂತರ ಕತೆಗಳಲ್ಲಿ ವಿವರಣೆಗಿಂತ ವಿವರಗಳು ಹೆಚ್ಚು. ರೂಪಕಗಳಿಗಿಂತ ಉಪಮೆಗಳು, ಸಂಭಾಷಣೆಗಿಂತ ಸಂವೇದನಾತ್ಮಕ ವಾಕ್ಯಗಳು, ಮತ್ತು ಕತೆಗಿಂತ ಕಥನ ಹೆಚ್ಚು. ಅದಕ್ಕೇ ಅವುಗಳನ್ನು ನಾಟಕ ಮಾಡುವುದು ಕಷ್ಟ. ಕಥನವನ್ನು ಒಂದು ರೀತಿಯಲ್ಲಿ ಮಥನ ಎನ್ನಬಹುದಾದರೂ ಅದು ವಿಶ್ಲೇಷಣೆ ಅಥವ ಜಿಜ್ಞಾಸೆ ಅಲ್ಲ. ಕಟ್ಟುವಿಕೆ ಅಲ್ಲ; ಆಗುವಿಕೆ. ಕತೆಯಲ್ಲಿ ಪ್ಲ್ಯಾನ್ ಮಾಡಬಹುದು ಕಥನದಲ್ಲಿ ಅದು ಸಾಧ್ಯವಿಲ್ಲ. ಅದು ಕತೆಗಾರನ ಮತ್ತು ಓದುಗನ ಕಥಾಸಂಚಾರದಲ್ಲಿ ಅಲ್ಲಲ್ಲೇ ಲಭಿಸಬೇಕು. ಅಲ್ಲಿ ಪ್ಲಾಟ್ ಅಥವ ಹಂದರಕ್ಕಿಂತ ಆ ಕ್ಷಣದ ಹೊಳಹು ದಕ್ಕುವುದು ಮುಖ್ಯ. ಸ್ಟ್ರಕ್ಚರ್‌ಗಿಂತ ಜರ್ನಿ ಅಥವ ಚಲನೆ (ವೇಗ ಅಲ್ಲ) ಮುಖ್ಯ. ಅದು ಜಾದೂಗಾರ ತನ್ನ ಟೊಪ್ಪಿಯೊಳಗೆ ಬಣ್ಣಬಣ್ಣದ ವಸ್ತ್ರಗಳನ್ನು ಹಾಕಿ, ತನ್ನ ಮಂತ್ರದಂಡವನ್ನ ಅದರ ಮೇಲೆ ತಿರುಗಿಸಿ, ತುಂಡಿಲ್ಲದ ಬಟ್ಟೆಯ ಹಗ್ಗವನ್ನು ಹೊರಗೆಸೆಯುವಂತೆ. ಎಲ್ಲಿ ಯಾವ ಬಣ್ಣ ಮುಗಿದು ಮತ್ಯಾವ ಬಣ್ಣ ಶುರುವಾಗುವುದು ಎನ್ನುವ ಕೌತುಕ ಕೊನೆಯವರೆಗೂ ಇರುತ್ತದೆ. ಬೇರೆಬೇರೆಯಾಗಿದ್ದೂ ಒಂದಾಗಿರುತ್ತದೆ. ಜಯಂತರದ್ದು ಇಂಥ ಕಥನದ ಹಾದಿ. ಆದ್ದರಿಂದ ಕತೆ ಓದಿ ಮುಗಿಸಿದ ಮೇಲೆ, ಐಸಿನ ಚೂರುಗಳನ್ನು ತಿಂದು ಮುಗಿಸಿದ ನಂತರ ಸಲೀಸಾಗಿ ಮಾತಾಡಲು ಆಗದ ಶೀತಲ ಜೋಮು ಆವರಿಸುತ್ತದೆ.

ಉದಾಹರಣೆಯಾಗಿ ತೂಫಾನ್ ಮೇಲ್ ಸಂಗ್ರಹದಲ್ಲಿನ 'ಪಾರ್ಟನರ್' ಎನ್ನುವ ಕತೆಯನ್ನು ಗಮನಿಸಬಹುದು. ರೂಪಕ್ ರಾಥೋಡ್ ಮತ್ತವನ ರೂಮ್ ಪಾರ್ಟನರ್ (ಅವನ ಹೆಸರು ಕತೆಯಲ್ಲಿ ಎಲ್ಲೂ ಉಲ್ಲೇಖವಾಗುವುದಿಲ್ಲ) ಇಬ್ಬರೂ ನಿರುದ್ಯೋಗದಲ್ಲಿ ಒಟ್ಟಿಗೇ ಕಾಲ ಕಳೆದವರು. ಜೊತೆಯಲ್ಲಿ ವಾಸವಿದ್ದೂ ಅವರಿಬ್ಬರ ನಡುವೆ ಕಂದರವಿರುವಂತೆ ಇದ್ದಾರೆ. ತನಗೆ ದೊಡ್ಡ ಪಗಾರಿನ ಕೆಲಸ ಸಿಕ್ಕಿರುವ ವಿಚಾರವನ್ನು ಮುಚ್ಚಿಡಲು ಪಾರ್ಟನರ್ ವಿಚಿತ್ರವಾಗಿ ವರ್ತಿಸುತ್ತಿರುವುದನ್ನು, ಮಜಲನೇರಿದರೂ ಮೆರೆಯಲಾಗದೆ ಅವನು ಪಡುತ್ತಿರುವ ಹಿಂಸೆಯನ್ನು ಕಂಡು ರೂಪಕ್ ಆ ರೂಮಿನಿಂದ ಹೊರನಡೆಯಬೇಕೆಂದು ನಿರ್ಧರಿಸುತ್ತಾನೆ. ಆದರೆ ಅಷ್ಟರಲ್ಲಿ ಪಾರ್ಟನರಿಗೆ ಅಪೆಂಡಿಸೈಟಿಸ್ ಆಗಿ ಆಸ್ಪತ್ರೆಗೆ ಸೇರಿಸಲಾಗುತ್ತದೆ. ಆಪರೇಶನ್ ನಂತರ ನರ್ಸು ಪಾರ್ಟನರಿನ ಕತ್ತರಿಸಿದ ಕರುಳಿನ ತುಣುಕನ್ನು ರೂಪಕನಿಗೆ ತೋರಿಸಿದಾಗ ಅವನ ಮೈ ಜುಮ್ಮೆನ್ನುತ್ತದೆ. ರೂಪಕನಿಗೆ ಪಾರ್ಟನರ್‌ನೊಂದಿಗೆ ನಿಗೂಢ ನಂಟೊಂದು ಅರಳಿದಂತೆ ಭಾಸವಾಗುತ್ತದೆ. ಈ ಕತೆಯಲ್ಲಿ ಪಾರ್ಟನರಿನ

ವರ್ತನೆ, ಬದುಕಿನ ಸಣ್ಣಪುಟ್ಟ ಐಶಾರಾಮಿ ಸಂಗತಿಗಳನ್ನು ರೂಪಕನ ಮುಂದೆ ಅನುಭವಿಸಲಾರದಂಥ ಮುಜುಗರದ ಹಿಂಸೆ, ಅವರ ಕೋಣೆಯಲ್ಲಿ ಕವಿಯುವ ಮೂರ್ಖ ನಿಶಬ್ದ, ಪಾರ್ಟನರಿನ ಬೆಳ್ಳನೆ ಹೊಸ ಹವಾಯಿ ಚಪ್ಪಲು ಎಬ್ಬಿಸಿದ ಹಲ್‌ಚಲ್, ನಾಚ್‌ವಾಲಿಗಳ ಮನೆಯ ಪರದೆಗಳು, ಪಾರ್ಟನರಿನ ಕಳೆದುಹೋದ ವಾಚಿನ ಹುಡುಕಾಟದ ಸುತ್ತಲಿನ ಮಸಲತ್ತು, ಆಪರೇಷನ್ನಿಗೆ ಹೊರಟ ಪಾರ್ಟನರಿಗೆ ಅಚಾನಕ್ ನೆನಪಾಗುವ ಅವನ್ಯಾರು ಅಂತಲೂ ಗೊತ್ತಿರದ ನೆಂಟರು, ನರ್ಸು ಡಾಕ್ಟರು ಇಬ್ಬರೂ ಪ್ರಯಾಸ ಪಟ್ಟು ಕಳಚಿದ ಅವನ ಚೈನು, 'ಇದೇ ನೋಡಿ ಅಪೆಂಡಿಕ್ಸ್. ನೋಡಿದಿರಲ್ಲ' ಅಂತ ರೂಪಕನಿಗೆ ಖಾತ್ರಿಯಾಗಲು ನರ್ಸು ತೋರಿಸಿದ ಪುರಾವೆ – ಈ ಎಲ್ಲ ಚೂರು ಚೂರು ಸಂಗತಿಗಳು ಒಂದಕ್ಕೊಂದು ಹೆಣೆದುಕೊಳ್ಳುತ್ತ ಅದರದರ ಸತ್ಯಗಳನ್ನು ಹೊಳೆಯಿಸುತ್ತ ಸಾಗುತ್ತದೆ. ಕೊನೆಯಲ್ಲಿ, ರೂಪಕನಿಗೆ ಕಾಣಿಸುವ ಅವನ ಪಾರ್ಟನರಿನ ಕರುಳಿನ ತುಣುಕು ಈ ಎಲ್ಲದನ್ನೂ ಸೇರಿಸಲು ಬೇಕಾದ ಹಿಡಿಕೆಯಾಗುತ್ತದೆ.

ಇದೇ ರೀತಿ ರೂಮ್ ಮೇಟ್‌ಗಳ ನಡುವಿನ ಸಂಬಂಧವನ್ನು ನಿರೂಪಿಸುವ ಇನ್ನೆರಡು ಕತೆಗಳು – ದಿಗಂಬರ ಮತ್ತು ಧನಂಜಯ – ಜಯಂತರ ಮೊದಲ ಕಥಾಸಂಕಲನದಲ್ಲಿದೆ (ಇದ್ದಾಗ ಇದ್ದಾಂಗ). ಪಾರ್ಟನರ್ ಕತೆಯಲ್ಲಿ ರೂಪಕನ ಉಪಸ್ಥಿತಿ ಅವನ ಪಾರ್ಟನರಿಗೆ ಸಂಕಟವಾದರೆ, ದಿಗಂಬರ ಎನ್ನುವ ಕತೆಯಲ್ಲಿ ನಿರೂಪಕನಾದ ದೀಪಕ್ ಅವನ ರೂಮ್ ಮೇಟ್ ಗೌತಮ್ ಶರ್ಮಾನ ಹೀಯಾಳಿಸುವ, ಅಸ್ವಸ್ಥಗೊಳಿಸುವ, ಕೆಡವಿ ಹಾಕುವ ಕೊಂಕು ಮಾತುಗಳಿಂದ ಸಂಕಟ ಪಡುತ್ತಿರುತ್ತಾನೆ. ಪಾರ್ಟನರ್ ಕತೆಯಲ್ಲಿ ತನ್ನ ಇರುವಿಕೆ ರೂಮ್ ಮೇಟಿನ ಸಂಕಟಕ್ಕೆ ಕಾರಣವಾಗಬಾರದು ಎನ್ನುವ ಕಾಳಜಿಯಿದ್ದರೆ, ದಿಗಂಬರ ಕತೆಯಲ್ಲಿ ರೂಮ್ ಮೇಟಿನ ವರ್ತನೆಯನ್ನು ಸಹಿಸಿಕೊಳ್ಳಲಾರದ ಸಂಕಟವಿದೆ.

'ಧನಂಜಯ' ಕತೆಯಲ್ಲಿ ಪ್ರಭಾಕರ ರಾವ್‌ಗೆ ಮುಂಬಯಿಗೆ ಬಂದ ಹೊಸತರಲ್ಲಿ ತನ್ನ ರೂಮ್ ಮೇಟ್ ಆಗಿದ್ದ ಧನಂಜಯನ ಬಗ್ಗೆ ಕಾಲಾಂತರದಲ್ಲಿ – ತನ್ನ ಎದುರಿಗಿರುವ ಧನಂಜಯನೇ ಬೇರೆ, ಮನಸ್ಸಿನಲ್ಲಿ ಬರುವ ಧನಂಜಯನ ಸಂಬಂಧವೇ ಬೇರೆ – ಎನ್ನುವ ಅನುಮಾನ, ಚಡಪಡಿಕೆಗಳು ಕಾಣಿಸುತ್ತವೆ. ಈ ಕತೆಯ ಕೊನೆಯಲ್ಲಿ ಇದ್ದಕ್ಕಿದ್ದಂತೆ ಬಂದ ಟ್ರೈನ್ ಅಪಘಾತದ ಸುದ್ದಿ, ಆಸ್ಪತ್ರೆಯಲ್ಲಿನ ಭೀಕರ ದೃಶ್ಯಗಳು ಪ್ರಭಾಕರನನ್ನು ತಲ್ಲಣಿಸುತ್ತವೆ. ಅಲ್ಲಿನ ಸಾವು ನೋವುಗಳನ್ನು ನೋಡಿದ ಪ್ರಭಾಕರ ರಾವ್ ಧನಂಜಯನ ಬಗ್ಗೆ ತಾನು ಪಡುತ್ತಿರುವ ಅನಗತ್ಯ ಕಳವಳದಿಂದ ಕಳಚಿಕೊಳ್ಳುತ್ತಾನೆ. ಹೀಗೆ ಮತ್ತೊಬ್ಬನ ಸಂಕಟದಲ್ಲಿ ತಾನೂ ಸಂಕಟ ಪಡುವ, ಮತ್ತೊಬ್ಬನ ವರ್ತನೆ, ಮಾತುಗಳು ತನ್ನ ಮೇಲೆ ಯಾವ ರೀತಿಯ

ಪರಿಣಾಮಗಳನ್ನು ಬೀರುತ್ತಿವೆ, ಆತನ ನಡವಳಿಕೆ ತನ್ನೊಳಗೆ ಏನನ್ನು ಮೂಡಿಸುತ್ತಿದೆ ತನ್ನ ನಡವಳಿಕೆಯನ್ನು ಹೇಗೆ ಪ್ರಭಾವಿಸುತ್ತಿದೆ ಎನ್ನುವ ನಿರೂಪಕ ಮತ್ತೊಬ್ಬನ ಕತೆಯನ್ನು ಹೇಳುತ್ತ ಹೇಳುತ್ತ ತನ್ನ ಕತೆಯನ್ನೂ ಕಟ್ಟಿಕೊಡುವಂಥ ಹಲವು ಕತೆಗಳಿವೆ. 'ಸಹವಾಸ'ದ ತಲ್ಲಣಗಳನ್ನೆಲ್ಲ ಸೈರಿಸಿಕೊಂಡು ತನ್ನವರಲ್ಲದವರೂ ತನ್ನವರನ್ನಾಗಿಸುವ ಬದುಕಿನ ಮೋಜನ್ನು ಜಯಂತರ ಕತೆಗಳಲ್ಲಿ ಅಲ್ಲಲ್ಲಿ ಬರುವ ಪಾರ್ಟ್‌ನರ್‌ಗಳು ಕಾಣಿಸುತ್ತಾರೆ. ಹಾಗಾಗಿ ಪಾರ್ಟ್‌ನರ್ ಎನ್ನುವುದು ಕೇವಲ ಸಂಬಂಧ ವಿಶೇಷಣವಾಗದೆ ರೂಪಕವಾಗಿಯೂ ನಿಲ್ಲುತ್ತದೆ.

ಜಯಂತರ ಮೊದಲ ಸಂಕಲನದ ಬಹುತೇಕ ಕತೆಗಳಲ್ಲಿ ಕತೆಯ ನಡುವೆ ಅಚಾನಕ್ಕಾಗಿ ಬರುವ ಪಾತ್ರಗಳು ಸನ್ನಿವೇಶಗಳಿವೆ. ಒಂದು ಅಪರಿಚಿತ ಆತಂಕವಿದೆ. ಇದ್ದಾಗ ಇದ್ದಾಂಗ ಕತೆಯಲ್ಲಿ ಪಬ್ಬುವಿನಿಂದ ಕೊನೆಯಲ್ಲಿ ಗೊತ್ತಾಗುವ ತನ್ನನ್ನು ಸಾಕಿದ ಆಯಿಯ ಯೌವನದ ದಿನಗಳ ಪ್ರಣಯ ವ್ಯವಹಾರಗಳು, ತೆರೆದಷ್ಟೇ ಬಾಗಿಲು ಕತೆಯಲ್ಲಿ ಗೊತ್ತಾಗುವ ತಾಯಿಯ ಸಾವಿಗೆ ಕಾರಣವಾದ ಅಬಾರ್ಶನ್ನು, ದ್ವೀಪಗಳು ಕತೆಯಲ್ಲಿ ಹೆಣ್ಣು ಮಗುವನ್ನು ತಂದು ಸಾಕಿದವನೇ ಅವಳನ್ನು ದೈಹಿಕವಾಗಿ ಬಳಸಿಕೊಳ್ಳುವುದು – ಹೀಗೆ ಬದುಕಿನ ಭೀಕರವಾದ, ದಾರುಣವಾದ, ಗೊತ್ತಾಗಬಾರದ ಸಂಗತಿಗಳು ಗೊತ್ತಾಗುವ ವಿಹ್ವಲ ಕ್ಷಣಗಳಿವೆ.

ಇಂಥ ಬೆಚ್ಚಿಬೀಳಿಸುವ ಡೀಪ್ ಕರ್ವ್‌ಗಳ ನಂತರ ತಾತ್ವಿಕ ಜಿಜ್ಞಾಸೆಗೆ ತೊಡಗಿದಂಥ, ಇದಕ್ಕೆಲ್ಲ ಏನರ್ಥ ಎಂಬಂಥ ಕತೆಗಳನ್ನು ಅವರ ಎರಡನೆಯ ಕಥಾ ಸಂಕಲನ 'ದಗಡೂ ಪರಬನ ಅಶ್ವಮೇಧ' ಹೊತ್ತಿದೆ. ನಿಮಿತ್ತ, ಕಣ್ಣಿಗೊಂದು ಕ್ಷಿತಿಜ, ಉನ್ನಿಕೃಷ್ಣನ್ ಬಂದುಹೋದ ಕತೆಗಳಲ್ಲಿ ತಾತ್ವಿಕ ಜಿಜ್ಞಾಸೆ ದಟ್ಟವಾಗಿದೆ. ಮೊದಲ ಬಾರಿಗೆ ಮುಂಬೈ ಪ್ರವೇಶಿಸುವ ಅವರ ನಿಮಿತ್ತ ಕತೆ – ಮುಂಬೈ ಎಂಬ ಮಹಾರೋಗ ಬಡಿದ ಲಕ್ಷಣಗಳಾಗಿ ಸದಾನಂದನಲ್ಲಿ ತೋರುವ ಚಿತ್ತವ್ಯಾಧಿ, ಒಳತೋಟಿ, ಏಕತಾನತೆ, ಏಕಾಕಿತನ, ಕ್ಷುದ್ರತೆಗಳಲ್ಲಿ ಹಳಹಳಿಸುವಿಕೆ, ದಿಗೂಮಾಮನ ಒಂಟಿ ಬದುಕು ಸದಾನಂದನ ಬದುಕಿನ ಮೇಲೆ ಉಂಟುಮಾಡುವ ಪರಿಣಾಮಗಳನ್ನೆಲ್ಲ ಒಳಗೊಂಡ ಕತೆ. ಇಂಥ ಕತೆ ಜಯಂತರಲ್ಲಿ ಮತ್ತೆ ಕಾಣಿಸುವುದಿಲ್ಲ. ಕಣ್ಣಿಗೊಂದು ಕ್ಷಿತಿಜದಲ್ಲಿ ಸುನಿಲನ ಆತ್ಮಹತ್ಯೆ ನಿರೂಪಕನ ಮೇಲೆ ಮಾಡುವ ಪರಿಣಾಮದ ಜೊತೆಗೆ – ಆತ್ಮಹತ್ಯೆ ಸಹಜವೋ ಅಸಹಜವೋ – ಎನ್ನುವ ತಾತ್ವಿಕ ಪ್ರಶ್ನೆಗಳನ್ನೂ ಎತ್ತಲಾಗಿದೆ. ನಿಮಿತ್ತ, ಕಣ್ಣಿಗೊಂದು ಕ್ಷಿತಿಜ, ಸಮೀರನ ದಿನ, ಮಧ್ಯಂತರ ಈ ಎಲ್ಲಾ ಕತೆಗಳಲ್ಲೂ ಇರುವ ಒಂದೇ ಹಂಬಲವೆಂದರೆ – ಇಲ್ಲಿನ ಕ್ಷುದ್ರತೆಯನ್ನು ಮೀರಬೇಕು, ತನ್ನೊಳಗೆ ಇನ್ನೇನೋ ಇದೆ ತಾನು ಮತ್ತೇನೋ ಆಗಬೇಕೆನ್ನುವುದು. ಇದೆಲ್ಲಕ್ಕೂ ಬಿಡುಗಡೆ ಎಂಬಂತೆ, ದಗಡೂ ಪರಬನ ಅಶ್ವಮೇಧ ಕತೆಯಲ್ಲಿ ಮದುಮಗನಾದ

ದಗಡೂ ಪರಬನ ಕುದುರೆ ಅವನನ್ನು ಈ ಎಲ್ಲದರಿಂದ ಹಾರಿಸಿಕೊಂಡು ಹೋಗಿ ನಿರುಮ್ಮಳ ಬದುಕಿನಲ್ಲಿ ಕೆಡವುತ್ತದೆ. ಅಲ್ಲಿಗೆ ಕತೆಗಾರನೊಳಗಿರುವ ಕ್ಷೋಭೆಯೆಲ್ಲ ಕೊನೆಗೊಂಡಂತೆ ಕಾಣುತ್ತದೆ. ದಗಡೂ ಪರಬನ ಅಶ್ವಮೇಧ ಜಯಂತರ ಮಹತ್ವದ ಕತೆ ಅಲ್ಲದಿದ್ದರೂ ಅವರ ಕಥಾ ಪಯಣದಲ್ಲಿ ಮಹತ್ವದ ಘಟ್ಟ. ಇದರ ನಂತರದ ಅವರ ಕತೆಗಳಲ್ಲಿ ಮುಕ್ತ ನಿರುಮ್ಮಳ ಸ್ಥಿತಿ ಇದೆ.

ಮೊದಲೆರಡು ಸಂಕಲನಗಳ ನಂತರ ಅವರ ಕತೆಗಳಲ್ಲಿ ಮನುಷ್ಯನ ಸಣ್ಣತನಗಳು, ಲೋಭ, ಅವಕಾಶವಾದಿತ್ವ, ಅಪನಂಬಿಕೆಗಳನ್ನೆಲ್ಲ ತೋರಿಸುತ್ತಲೇ ಅವುಗಳ ನಡುವೆಯೇ ಇರುವ ಅವುಗಳನ್ನು ಮೀರಿದ ಅವೆಲ್ಲಕ್ಕಿಂತ ಮಹತ್ತರವಾದ ಮನುಷ್ಯರ ನಡುವಿನ ನಿಗೂಢ ನಂಟನ್ನು ಸೆರೆಹಿಡಿಯಲು ಪ್ರಯತ್ನಿಸುತ್ತಾರೆ. ಇಷ್ಟೆಲ್ಲ ದಾರುಣತೆಗಳ ನಡುವೆ ಇರುವುದರಿಂದಲೇ ಬದುಕು ಇಷ್ಟು ಸತ್ವಶಾಲಿಯಾಗಿದೆ ಎಂಬುದನ್ನು ಮನಗಾಣಿಸುತ್ತಾರೆ. ಪಾರ್ಟನರ್ ಕತೆಯಲ್ಲೂ ಇದು ಕಾಣುತ್ತದೆ. ಇನ್ನೊಂದು ಉದಾಹರಣೆಯಾಗಿ 'ಅಪರೂಪ' (ಬಣ್ಣದ ಕಾಲು) ಕತೆಯನ್ನು ಗಮನಿಸಬಹುದು.

ಹುಟ್ಟಿನಿಂದ ಬಲಪಾರ್ಶ್ವ ಸೊಟ್ಟಗಿರುವ ವರ್ಷಾಳನ್ನು ಸ್ಟುಡಿಯೋಗೆ ಕರೆದುಕೊಂಡು ಹೋಗಿ ಫೋಟೋ ತೆಗೆಸಬೇಕೆಂದು ಮನೆಯವರೆಲ್ಲ ಸೇರಿ ಅವಳಿಗೆ ಹೇಳಿದಾಗ – ಬಾಲ್ಯದಿಂದಲೂ ತನ್ನ ಊನವನ್ನು ಮುಚ್ಚಿಡಲು ಅತೀವ ಕಾಳಜಿ ತೋರುವ ತಾಯಿ, ಹೆಣ್ತನದ ಸಹಜ ಆಸೆಗಳಿಗೆ ಸಿಡಿಮಿಡಿಗೊಳ್ಳುವ ತಮ್ಮಂದಿರು, ತನ್ನ ಮದುವೆಯ ವಿಚಾರದಲ್ಲಿ ಮನೆಯವರು ಗೆಳತಿಯರು ನಡೆದುಕೊಳ್ಳುವ ರೀತಿ, ತನ್ನ ಊನದಿಂದಾಗಿ ಸುತ್ತಲಿನ ಜನರು ತನ್ನೆಡೆಗೆ ತೋರುವ ಭಾವ, ಇದೆಲ್ಲವನ್ನೂ ಅರಿತಿರುವ ವರ್ಷಾ ಫೋಟೋ ತೆಗೆಸಿಕೊಳ್ಳಲು ನಿರಾಕರಿಸುತ್ತಾಳೆ. ಕೊನೆಗೆ 'ನನ್ನ ಮದುವೆ ಮಾಡಿಸ್ತೀಯೇನೋ ಪೋರ? ಬೇಕಾದ ಪೋಸು ಕೇಳು. ಫೋಟೋ ತೆಗೆಸಿಕೊಳ್ಳಲು ನಾನು ತಯಾರ್' ಎಂದು ಒಪ್ಪುತ್ತಾಳೆ.

ಆದರೆ, ತಮ್ಮನಿಗೆ ವರ್ಷಾಳ ಫೋಟೋ ಬೇಕಿರುವುದು ಅವಳ ಹೆಸರಲ್ಲಿ ಎಸ್.ಟಿ.ಡಿ ಬೂತಿಗೆ ಅರ್ಜಿ ಹಾಕಲು. ಸ್ಟುಡಿಯೋದಲ್ಲಿ ತಮ್ಮನ ಮನಸ್ಸೂ ಕಲಕುವಂಥ ಸನ್ನಿವೇಶ ಉಂಟಾಗುತ್ತದೆ. ಸ್ಮೈಲ್ ಬೇಡ ಬೀ ಸೀರಿಯಸ್ ಎಂದು ಫೋಟೋಗ್ರಾಫರ್ ಹೇಳಿದಾಗ, ಅಲ್ಲಿವರೆಗೆ ಅವಳಲ್ಲಿ ಕಾಣದ ವಿಷಣ್ಣತೆ ಮ್ಲಾನತೆಯನ್ನು ಕ್ಯಾಮೆರಾ ಕ್ಲಿಕ್ಕಾಗುವಷ್ಟು ಸಮಯ ಅವಳು ತನ್ನ ಮುಖದ ಮೇಲೆ ಹೊತ್ತುಕೊಂಡು, ತತ್ ಕ್ಷಣ ಶಾಪವಿಮೋಚನೆಯಾದವಳಂತೆ ಮುಗುಳ್ನಗುತ್ತಾಳೆ. ಇಲ್ಲೊಂದು ವೈರುಧ್ಯವಿದೆ. ಜಗತ್ತಿನ ಸಮಸ್ಯೆಗಳೆಲ್ಲ ತಮ್ಮ ತಲೆಯ ಮೇಲೇ ಇದೆಯೋ ಎಂಬಂತೆ ಸದಾ ಗಂಟು ಮೋರೆ ಹಾಕುವ ನಾವು ಫೋಟೋಗೆ

ಪೋಸು ಕೊಡುವಾಗ ಮಾತ್ರ ಮಂದಸ್ಮಿತರಾಗುತ್ತೇವೆ. ಆದರೆ ವರ್ಷಾ ಕ್ಯಾಮೇರಾದ ಮುಂದೆ ಪೋಸು ಕೊಡುವ ಎರಡು ಕ್ಷಣ ಮಾತ್ರ ಸೀರಿಯಸ್ಸಾಗಿ ಬದುಕಿನುದ್ದಕ್ಕೂ ಲವಲವಿಕೆಯಿಂದಿರುತ್ತಾಳೆ. ಸ್ಟುಡಿಯೋದಿಂದ ಹೊರಬಂದವಳೇ ತಮ್ಮನ ಕೈ ಹಿಡಿದು, 'ಐಸ್ ಕ್ರೀಂ ಕೊಡಿಸೋ' ಎನ್ನುತ್ತಾಳೆ.

ತನ್ನ ಸುತ್ತಲಿನ ಜಗತ್ತಿನ ಸ್ವಾರ್ಥ, ಅಸಹಾಯಕತೆ, ಕಾಳಜಿ, ಕ್ರೌರ್ಯಗಳ ನಡುವೆಯೇ ಉತ್ಸಾಹ ಕುಂದದೆ, ಸೋಲದೆ, ಜೀವಂತಿಕೆಯನ್ನು ಕಾಪಿಟ್ಟುಕೊಂಡು ಬದುಕುವ ಇಂಥ ಅಸಂಖ್ಯ ಜೀವಿಗಳನ್ನು ಅಮೃತಬಳ್ಳಿ ಕಷಾಯ, ಬಣ್ಣದ ಕಾಲು, ಮೋಗ್ರಿಯ ಸತ್ಸಂಗ, ನೋ ಪ್ರೆಸೆಂಟ್ಸ್ ಪ್ಲೀಸ್, ತೂಫಾನ್ ಮೇಲ್, ಕಣ್ಮರೆಯ ಕಾಡು, ಮಧ್ಯಂತರ, ವಯಾ ಚಿನ್ನದ ಕೇರಿ ಮುಂತಾದ ಕತೆಗಳಲ್ಲಿ ಕಾಣಬಹುದು. ಈ ಎಲ್ಲ ಕತೆಗಳಲ್ಲಿ ಉಪೇಕ್ಷಿತ ಲೋಕದ ಪಾತ್ರಗಳಲ್ಲಿ ಗ್ರಹೀತ ನಂಬಿಕೆಗಳಾಚೆಗಿನ ಸತ್ಯವನ್ನು, ಬದುಕಿನ ಅಸಂಗತಗಳ ನಡುವಿನ ಅನುಬಂಧವನ್ನು ಜಯಂತ್ ಕಾಣಿಸುತ್ತಾರೆ. ಅವರ ಅನೇಕ ಕತೆಗಳಲ್ಲಿ ಕಾಣಿಸಿಕೊಳ್ಳುವ ಬ್ರಿಡ್ಜಿನ ರೂಪಕ ಇದನ್ನೇ ಸೂಚಿಸುತ್ತಿರಬಹುದು.

ಇಲ್ಲಿ ಚಿತ್ತಾಲರ ಎರಡು ವಿಭಿನ್ನ ಲೋಕಗಳನ್ನು ಒಟ್ಟಿಗೇ ಇಟ್ಟು ಕತೆಯಾಗಿಸುವ ತಂತ್ರ ನೆನಪಾಗುತ್ತದೆ. ಕನ್ನಡ ಕಥಾಲೋಕದಲ್ಲಿ ಎರಡು ಬೇರೆ ಬೇರೆ ಜಗತ್ತುಗಳನ್ನು ಬೆಸೆದು ಅವುಗಳ ನಡುವಿನ ನಂಟನ್ನು ತೋರಿಸುವ ದಾರಿ ಚಿತ್ತಾಲ, ಜಯಂತ ಕಾಯ್ಕಿಣಿ, ವಿವೇಕ ಶಾನಭಾಗ, ಮತ್ತು ಎಂ.ಎಸ್.ಶ್ರೀರಾಮ್ ಕತೆಗಳಲ್ಲಿ ಹೇಗೆ ಬೇರೆ ಬೇರೆ ರೂಪಗಳನ್ನು ಪಡೆದುಕೊಂಡಿವೆ ಎನ್ನುವುದು ಕುತೂಹಲಕಾರಿ ಸಂಗತಿ. ಅದು ಕಾಣಿಸದಂತೆ ಮಾಡುವ ಮಾಯೆ ಜಯಂತರ ಭಾಷೆ ಮತ್ತು ನಿರೂಪಣೆ. ಅವರ ನಿರೂಪಣೆಯ ಧ್ವನಿಯಲ್ಲಿ ಸ್ಥಾಯೀ ಭಾವವಿದೆ. ಹೋಮಿಯೋಪಥಿಯಲ್ಲಿ ಎಲ್ಲ ಖಾಯಿಲೆಗೂ ಒಂದೇ ತೆರನಾದ ಸಣ್ಣ ಸಣ್ಣ ಬಿಳಿಯ ಗುಳಿಗೆಗಳಿರುವಂತೆ, ಜಯಂತರ ಕತೆಗಳೆಲ್ಲವೂ ಒಂದೇ ಶ್ರುತಿಯಲ್ಲಿ ಮನಸ್ಸನ್ನು ಅದ್ದುವ ಕಾರಣಕ್ಕೆ ಒಂದೇ ತೆರನಾಗಿ ಕಾಣುತ್ತವೆ. ಆದರೆ ಬೇರೆ ಬೇರೆ ಖಾಯಿಲೆಗೆ ತಕ್ಕ ಹಾಗೆ ಆ ಗುಳಿಗೆಗಳ ಮೇಲೆ ಬೇರೆ ಬೇರೆ ಬಣ್ಣದ ಔಷಧ ದ್ರವ್ಯವನ್ನು ಹಾಕುವಂತೆ, ಬದುಕಿನ ಬೇರೆ ಬೇರೆ ಸಂದರ್ಭ ಅನುಭವ ಅನುಬಂಧಗಳಿಗೆ ತಕ್ಕ ಹಾಗೆ ಅವರ ಕಥಾ ಪರಿಸರ ಮತ್ತು ಪಾತ್ರಗಳಿಗೆ ನಮ್ಮ ಚಿತ್ತವ್ಯಾಧಿಯನ್ನು ನಿವಾರಿಸುವ ಗುಣವಿದೆ. ಮತ್ತು ನಾಜೂಕಾದ ಉಪಮೆಗಳ ಬಲವಾದ ಬಂಧದಲ್ಲಿ ಕತೆಗಳು ಸಾಗುತ್ತವೆ.

ಜಿ.ಪಿ.ಎಸ್ ಹಾಕಿ ಕಾರು ಓಡಿಸುವಾಗ ಒಂದು ತಿರುವು ದಾಟಿ ದಾರಿ ತಪ್ಪಿಹೋದರೆ ನಾವು ಮತ್ತೆ ಸರಿದಾರಿಗೆ ಬರುವವರೆಗೆ ಅದರಲ್ಲಿನ ಹೆಣ್ಣುಧ್ವನಿ ನಿರ್ದೇಶನಗಳನ್ನು ನೀಡುತ್ತಲೇ ಇರುತ್ತಾಳೆ. ಅದಕ್ಕೆ ತನ್ನೊಳಗೆ ಫೀಡ್ ಆಗಿರುವ

ದಾರಿಯಲ್ಲೇ ಕಾರು ಸಾಗಬೇಕು. ಚಾಲಕನಿಗೆ ಮತ್ತೊಂದು ಸರಿದಾರಿ ಗೊತ್ತಿದ್ದರೂ ಅದು ತನ್ನ ಹಠವನ್ನು ಬಿಡುವುದಿಲ್ಲ. ನನ್ನ ದಾರಿ ನನಗೆ ಗೊತ್ತಿದೆ ನೀನು ಸುಮ್ಮನಿರು ಎಂದು ಜಿ.ಪಿ.ಎಸ್ ಬಂದ್ ಮಾಡಿ ಜಯಂತ್ ತಮ್ಮ ಕಥಾಯಾತ್ರೆಯಲ್ಲಿ ಮುಂದುವರೆಯುತ್ತಾರೆ. ಅದೇ ಕಾರಣದಿಂದಾಗಿ ಕೆಲವೊಮ್ಮೆ ದಾರಿ ಮರೆತವರಂತೆ ತಪ್ಪಿದವರಂತೆ ಕಳೆದುಹೋದವರಂತೆ ಕಾಣುತ್ತಾರೆ.

ಜಯಂತರ ಕತೆಗಳ ಬಗ್ಗೆ ವಿವೇಚಿಸಿ ಬರೆಯುವುದು ಮಾತನಾಡುವುದು ಕಷ್ಟ. ಅವರ ಕತೆಗಳನ್ನು ನಾಟಕ ಮಾಡುವುದು ಇನ್ನೂ ಕಷ್ಟ. 'After the play ends, what remain' ಎನ್ನುವುದು ನಾಟಕಗಳಲ್ಲಿ ಮುಖ್ಯ. ಹಾಗೇ ಜಯಂತರ ಕತೆಗಳು ಮುಗಿದ ಮೇಲೆ ಏನು ಉಳಿದಿರುತ್ತದೆ ಅಂತ ಗಮನಿಸ ಹೊರಟರೆ – ಈ ಕತೆಗಳು ಶುರುವಾದದ್ದು ಎಲ್ಲಿಂದ, ಮುಗಿಯಿತೇ, ಸರಿ, ಕತೆ ಎನ್ನುವಂಥದ್ದು ಏನಿತ್ತು, ಕತೆ 'ಹೇಳುವ' ರೀತಿಯಲ್ಲಿ ಒಂದು ಸಾಲಿಗಿಂತ ಹೆಚ್ಚಿನ ಕತೆಯಾಗಿ ಇದನ್ನು ಮತ್ತೊಬ್ಬರಿಗೆ ಹೇಳುವುದು ಸಾಧ್ಯವೇ, ಕತೆಯ ಹರಿವು ನಮ್ಮೊಳಗಾದರೂ ಉಳಿದಿದೆಯೇ ಎನ್ನುವ ಪ್ರಶ್ನೆಗಳಿಗೆ – ಹೌದು ಮತ್ತು ಇಲ್ಲಗಳ ನಡುವಿನ ಅಗಾಧ ಸಾಧ್ಯತೆಯಲ್ಲಿ ಉತ್ತರಗಳು ಹರಿದಾಡುತ್ತವೆ.

ಜನವರಿ 2016

ಚಿತ್ತಾಲರ ಕಥಾಯಾತ್ರೆ

ನಮ್ಮಲ್ಲಿ ಅಂಜನ ಹಾಕಿ ನೋಡುವ ಒಂದು ಆಚರಣೆ ಇದೆ. ಅಂಗೈ ಮೇಲೆ ಒಂದು ಜಗತ್ತನ್ನೇ ಅರಳಿಸಿಕೊಂಡು ಕಳೆದುಹೋದ ವಸ್ತುವನ್ನೋ ವ್ಯಕ್ತಿಯನ್ನೋ ತೀವ್ರವಾಗಿ ಅರಸುತ್ತ ತಾನು ಕಾಣುತ್ತಿರುವ ಸಂಗತಿಯನ್ನೆಲ್ಲ ಮುಂದೆ ಕುಳಿತವರಿಗೆ ಹೇಳುವ ಕ್ರಮ ಕುತೂಹಲಕಾರಿಯಾದದ್ದು. ಅದರ ಸತ್ಯಾಸತ್ಯತೆಯ ಪರಾಮರ್ಶೆಯನ್ನು ಬಿಟ್ಟು ನೋಡುವುದಾದರೆ - ಅಂಜನ ಹಾಕುವವನಿಗೆ ತನ್ನ ಅಂಗೈ ರೇಖೆಗಳನ್ನು ಮರೆಸಿ ಕಾಣಿಸುತ್ತಿರುವ ಲೋಕ ಆ ಕ್ಷಣದಲ್ಲಿ ತೆರೆದುಕೊಂಡದ್ದು. ಅದು ತನ್ನನ್ನು ಎಲ್ಲಿಗೆ ಒಯ್ಯುತ್ತಿದೆ ಎನ್ನುವ ಕುತೂಹಲ ಅವನಿಗೂ ಇದೆ. ಅದೇ ನಿಗೂಢ ಜಗತ್ತನ್ನು ಅದರ ದಾರಿಗಳನ್ನು ಆತ ತನ್ನ ಮುಂದೆ ಕುಳಿತು ಕೇಳುವವರಿಗೂ ಕಾಣಿಸುತ್ತಿರುತ್ತಾನೆ. ಹೀಗೆ ಇಬ್ಬರೂ ಒಂದೇ ಹುಡುಕಾಟದ ಕ್ರಿಯೆಯಲ್ಲಿ ತನ್ಮಯ ಯಾತ್ರಿಕರಾಗಿ ಪ್ರೇಕ್ಷಕರಾಗಿರುತ್ತಾರೆ. ಚಿತ್ತಾಲರ ಕತೆಗಳು ಹೀಗೆ ಅಂಜನ ಹಾಕಿ ಕಾಣಿಸುತ್ತಿರುವಂತೆ ಓದುಗರನ್ನು ಸಹಯಾತ್ರಿಕರನ್ನಾಗಿಸುವ ಆಪ್ತ ಆಯಸ್ಕಾಂತೀಯ ಸೆಳವು ಇರುವಂಥದ್ದು.

ಚಿತ್ತಾಲರ ಕತೆಗಳ ಪಾತ್ರಗಳ ಬಗ್ಗೆ ಕೂಲಂಕಷ ವಿವರಣೆಗಳಿಗೆ ತೆರಳದೆ ಆ ಕತೆಗಳು ನನ್ನಲ್ಲಿ ಮೂಡಿಸಿದ ಹೊಳಹನ್ನು ಕಾಣಿಸಿದ ಮನೋಧರ್ಮವನ್ನು ಸಂಕ್ಷೇಪವಾಗಿ ಹಿಡಿದಿಡಲು ಪ್ರಯತ್ನಿಸುತ್ತೇನೆ. ಚಿತ್ತಾಲರ ಕತೆಗಳನ್ನು ಒಟ್ಟಾರೆಯಾಗಿ ಗಮನಿಸುವಾಗ ಮನುಷ್ಯನನ್ನು ಆಳದಲ್ಲಿ ತಲ್ಲಣಿಸುವ ಬದುಕಿನ ಸಂಗತಿಗಳನ್ನು ಶೋಧಿಸುವ ಕಾಳಜಿ ಮುಖ್ಯವಾಗಿದೆ. ಮನುಷ್ಯನ ಆಳವನ್ನು ಮೀರಿದ ಘಟನೆಗಳು ಆತನ ಸ್ವಭಾವ ನಡೆಗಳನ್ನು ನಿರ್ಣಯಿಸುವ ನಿಗೂಢತೆ, ಸಂಬಂಧಗಳನ್ನು ಪಲ್ಲಟಗೊಳಿಸಿ ನಂಬಿಕೆಗಳನ್ನು ಬುಡಮೇಲು ಮಾಡಬಲ್ಲ ಮಾರ್ಮಿಕತೆ ಅವರ ಕತೆಗಳ ಉದ್ದಕ್ಕೂ ಹರಿಯುತ್ತ ಬಂದಿದೆ. ವ್ಯಕ್ತಿ ವಿಶಿಷ್ಟತೆ, ಅಸ್ತಿತ್ವವಾದಿ ನೆಲೆಗಳು, ಅಂಜುಬುರುಕತನ, ಇತಿಹಾಸ ಪ್ರಜ್ಞೆ, ಜಾತೀಯ ವಿಭಜನೆಯ ಪರಿಣಾಮಗಳು, ಪ್ರಗತಿಪರ ಧೋರಣೆಗಳು - ಇವೆಲ್ಲವೂ ಬದುಕಿನ ಕ್ಷಣಕ್ಷಣದ ಹೆಣಿಗೆಗಳ

ಮೇಲೆ ಬೀರುತ್ತಿರುವ ಪ್ರಭಾವಗಳನ್ನು ಅದರಿಂದ ಉಂಟಾಗುತ್ತಿರುವ ಆಂತರಿಕ ಕ್ಷೋಭೆಗಳನ್ನು ಚಿತ್ತಾಲರು ಅತ್ಯಂತ ಸೂಕ್ಷ್ಮ ನೆಲೆಯಲ್ಲಿ ಅವಲೋಕಿಸುತ್ತಾರೆ. ಈ ಆಂತರಿಕ ಕ್ಷೋಭೆಯನ್ನು ಅನುಭವಶೀಲತೆಯಿಂದ ನಿರ್ವಹಿಸುವಾಗಲೂ ಅದರಿಂದ ಬಹಳ ದೂರದಲ್ಲಿ ನಿಂತು ಕತೆಗಾರನ ಸಮತೋಲನವನ್ನು ಕಾಯ್ದುಕೊಳ್ಳುತ್ತಾರೆ. ಇದಕ್ಕಾಗಿ ಅವರು ಬಳಸುವ ಶೀತಲ ಧ್ವನಿಯೇ ನಿರೂಪಣೆಯನ್ನು ಅತ್ಯಂತ ಪರಿಣಾಮಕಾರಿಯೂ ಸತ್ವಶಾಲಿಯೂ ಆಗಿಸಿದೆ. ಇದರಿಂದ ಓದುಗನಿಗೂ ಒಂದು ಅಂತರವನ್ನು ಕಲ್ಪಿಸಿ ಕತೆಗಳ ಮೂಲ ಅನ್ವೇಷಣೆಯತ್ತ ತಿರುಗುವಂತೆ ಅವಕಾಶ ನೀಡುತ್ತಾರೆ. ಯಾವುದೇ ಅಬ್ಬರ ಆಡಂಬರವಿಲ್ಲದೆ ಬೆಚ್ಚಿಸುವ ಕತೆಗಳಲ್ಲೂ ಅಂಜನ ಹಾಕಿ ನೋಡುವವನ ಅಂತರವನ್ನು ಸಾಧಿಸಿರುವುದರಿಂದಲೇ ಕೊನೆಯಲ್ಲಿ ಓದುಗನೂ ಕತೆಗಾರನೂ ಸಮಾನರಾಗಿ ಒಬ್ಬರನ್ನೊಬ್ಬರು ನೋಡಿಕೊಳ್ಳುತ್ತ ಚಕಿತರಾಗುವ ಅನುಭವವಿದೆ. (ದೂರದ ಮುಂಬಯಿಯಲ್ಲಿ ಕುಳಿತು ತಾವು ಅನುಭವಿಸುತ್ತಿರುವ ಅಂತರವೇ ಅವರ ನಿರೂಪಣೆಯ ರೂಪವನ್ನು ಪಡೆದಿರಬಹುದೇ?!)

ಈ ಅನುಭವ ಸಾವಿನ ಕುರಿತಾದ ಕತೆಗಳಿಗೆ ಮಾತ್ರ ಮೀಸಲಿರದೆ ಅಶ್ವಥಾಮ, ಕತೆಯಾದಳು ಹುಡುಗಿ, ಮುಖಾಮುಖಿ, ಅಡ್ಡಬಿದ್ದ ಮರ, ಮುಂತಾದ ಕತೆಗಳಲ್ಲೂ ನಡುನಡುವೆ ಉಂಟಾಗುತ್ತಿರುತ್ತದೆ. ಅಂದರೆ ಇದು ಕೇವಲ ಓದುಗನನ್ನು ಕೊನೆಯಲ್ಲಿ ಚಕಿತಗೊಳಿಸುವ ತಂತ್ರವಾಗಿ ಉಳಿಯದೆ ಕಥನದ ಮೂಲ ಸ್ವರೂಪವೇ ಆಗಿದೆ. ಈ ಕಥನಕ್ರಮದಲ್ಲಿ ಚಿತ್ತಾಲರ ಆರಂಭಿಕ ಕತೆಗಳು ಕಾಣಿಸುವ ಚಿತ್ರಣಗಳು, ನಂತರದ ಕತೆಗಳಲ್ಲಿ ಅದು ಪಡೆದುಕೊಳ್ಳುವ ತಿರುವುಗಳು, ಕೊನೆಯಲ್ಲಿ ಅದು ಪ್ರತಿಫಲಿಸುವ ಸಂಗತಿಗಳನ್ನು ಗಮನಿಸಿದರೆ, ಹಾಗೆಯೇ ಸಾವಿನ ಕುರಿತಾದ ಕತೆಗಳನ್ನು ಗಮನಿಸುತ್ತ ಬಂದರೆ ಒಂದೊಂದು ಕತೆಗಳ ಒಳಗಿರುವ ನಡಿಗೆಯು ಒಟ್ಟಾರೆ ಕತೆಗಳ ಸಾಗುವಳಿಯಾಗಿ, ಎಲ್ಲಾ ಕತೆಗಳು ಒಟ್ಟಾಗಿ ಒಂದೇ ಕಥನದ ಮಹಾ ಯಾತ್ರೆಯಾಗಿ ಅನುಭವಕ್ಕೆ ಬರುತ್ತದೆ.

ಉದಾಹರಣೆಗೆ ಹಳ್ಳಿಗಳ ಕುರಿತಾದ ಅವರ ಆರಂಭಿಕ ಕತೆಗಳು ಮನುಷ್ಯನ ಮೇಲುಮಾತಿನ ಒಳಗಿರುವ ನಂಜನ್ನು, ಮಾತಿನ ನಯಗಾರಿಕೆಯನ್ನು, ಅದರ ಹಿಂದೆ ಅಡಗಿರುವ ಹೊಂಚನ್ನು, ಆಪ್ಯಾಯತೆಯ ಹಿಂದಿರುವ ಮಸಲತ್ತನ್ನು, ಒಟ್ಟಿನಲ್ಲಿ ಹಳ್ಳಿಗರ ಚಾಲಾಕಿತನವನ್ನು ಕಾಣಿಸುವ ಕತೆಗಳಾಗಿವೆ. ಒಂದು ತತ್ವದ ಸಲುವಾಗಿ, ತಪ್ಪಿದ ಗುರಿ, ಮುದಿಹುಚ್ಚು, ಮುಕುಂದನ ದಾಕ್ಷಿಣ್ಯ ತರಹದ ಕತೆಗಳು ಮುಗ್ಧ ಪ್ರಪಂಚ ನಾವು ಅಂದುಕೊಂಡಷ್ಟು ಮುಗ್ಧವಾಗಿರುವುದಿಲ್ಲ ಅನ್ನುವುದನ್ನು ತೋರಿಸುವ ಹಾಗಿದೆ. ಕತೆಗಾರನ ಸಂಶಯ ಸ್ವಭಾವವೂ ಅಂಜುಬುರುಕ ಸ್ವಭಾವವೂ ಇದೆ. ಪೀಜಿ, ಸಂದರ್ಶನ, ಅಪರಿಚಿತ, ಪಯಣ, ಕತೆಯಲ್ಲಿ ಬಂದಾತ, ತ್ರಯೋದಶ

ಪುರಾಣ, ಕತೆಯಾದಳು ಹುಡುಗಿ ಮುಂತಾದ ಕತೆಗಳಲ್ಲಿ ನಗರದ ಸಮಸ್ಯೆಗಳು, ಜಾತೀಯತೆ, ಸ್ವಭಾವ ವೈರುಧ್ಯ, ಒಂಟಿತನ, ಅಸ್ತಿತ್ವವಾದಿ ನರಳಾಟಗಳನ್ನೆಲ್ಲ ಶೋಧಿಸುತ್ತ ನಡುನಡುವೆ ಪುರುಷೋತ್ತಮ, ಮಾತಿನಲ್ಲಿ ಬರಲೊಲ್ಲದ ದಾಸಣ್ಣ ಕತೆಗಳಲ್ಲಿ ಹನೇಹಳ್ಳಿಯನ್ನು ನೆನೆಸುತ್ತ ಉತ್ತರಾರ್ಧದ ಕತೆಗಳಾದ ಯಾರ ಕತೆ ಯಾರು ಹೇಳಿದ್ದು, ನಮ್ಮೆಲ್ಲರ ಸುಂದರಿ, ಪುಟ್ಟನ ಹೆಜ್ಜೆ ಕಾಣೋದಿಲ್ಲ ಕತೆಗಳಲ್ಲಿ ಅದೇ ಹನೇಹಳ್ಳಿಯನ್ನು ಹೊಸತೇ ಹೊಳಪಿನಲ್ಲಿ ಪ್ರಯಾಣಿಸುತ್ತ, ಅವು ಈಗ ಸೂಸುತ್ತಿರುವ ಆಪ್ಯಾಯಮಾನತೆಯ ನಿಜ ಸ್ವರೂಪವನ್ನು, ಅದರ ಜೊತೆಜೊತೆಗೆ ಈಗ ನಾವು ಕಳೆದುಕೊಂಡಿರುವುದರ ಪ್ರತಿಫಲನವನ್ನು ಏಕಕಾಲದಲ್ಲಿ ಮೂಡಿಸುವ ಕತೆಗಳಾಗಿವೆ. ಹೀಗೆ ಒಂದು ಊರು ಒಬ್ಬನೇ ವ್ಯಕ್ತಿಯ ಬದುಕಿನ ವಿವಿಧ ಘಟ್ಟಗಳಲ್ಲಿ ಕಾಣಿಸುವ ವಿವಿಧ ಮಗ್ಗುಲುಗಳನ್ನು ಹಾದು, ಕೊನೆಗೆ ಪಡೆದುಕೊಳ್ಳುವ ಹೊಳಪನ್ನು ಒದಗಿಸಿಕೊಂಡು, ಶಾಂತ ಸಾರ್ಥಕತೆಯನ್ನು ಹೊಂದುವ ಒಂದೇ ಹರಿವಿನ ಮಹಾಕತೆಯಾಗಿ ಪರಿಣಮಿಸಿದೆ.

ಅದೇ ರೀತಿಯಲ್ಲಿ ಸಾವಿನ ಕುರಿತಾದ ಕತೆಗಳಲ್ಲೂ ಈ ಉತ್ಕ್ರಾಂತಿ ಕಾಣಿಸುತ್ತದೆ. ಸಾವಿನ ನಿಗೂಢತೆ, ಸಂಚು, ಸೂಚನೆ, ಮೂರ್ತತೆ, ವಿಹ್ವಲತೆಗಳು ಆಟ, ಪಯಣ, ಮುಂತಾದ ಮೊದಲಿನ ಕತೆಗಳಲ್ಲಿ ಪ್ರಧಾನವಾಗಿ ತೋರಿದರೆ, ನಂತರ ಸಾವು ಅಥವ ಅದರ ಪರಿಕಲ್ಪನೆ ಬದುಕಿನ ಮೇಲೆ ಮನುಷ್ಯ ಸ್ವಭಾವ ಸಂಬಂಧಗಳಲ್ಲಿ ತರುವ ಮಾರ್ಪಾಟುಗಳನ್ನು ಸೂಕ್ಷ್ಮವಾಗಿ ಅವಲೋಕಿಸುತ್ತದೆ. ಅಲ್ಲಿಗೆ ಅದು ಒಂದು ಮೂರ್ತ ಸ್ವರೂಪದಿಂದ ಅಮೂರ್ತ ಪರಿಣಾಮಗಳಿಗೆ, ನಿಗೂಢತೆಯಿಂದ ನೈಪುಣ್ಯತೆಗೆ, ಭೀಷಣತೆಯಿಂದ ಶೀತಲತೆಗೆ ತಿರುಗುವ ಒಳಪದರಗಳನ್ನು ಒಂದು ಹೆಸರಿನ ಕತೆ, ಅಪಘಾತ, ಸಿದ್ಧಾರ್ಥ ಕತೆಗಳಲ್ಲಿ ಗುರುತಿಸಬಹುದು. ಆದರೆ 'ತಮ್ಮನ ಕತೆಗೆ ಮತ್ತೆ ಜೀವ ಬಂದಾಗ' ತಲುಪುವ ಹೊತ್ತಿಗೆ ಸಾವಿನ ಕುರಿತಾದ ಧೋರಣೆಯೇ ಬದಲಾದಂತೆ ಅಥವ ಸಾವನ್ನು ಸ್ವೀಕರಿಸುವ ಮತ್ತೊಂದು ಆಯಾಮವನ್ನು ಬದುಕು ಒದಗಿಸಿಕೊಟ್ಟಂತೆ ಅವರ ಕತೆಗಳು ಮತ್ತೊಂದೇ ನೆಲೆಯನ್ನು ತಲುಪಿರುತ್ತವೆ. ಸಾವಿನ ಕುರಿತಾದ ಹಲವು ಮಜಲುಗಳನ್ನು ದಾಟಿಕೊಂಡು ಕೊನೆಗೆ ಅದನ್ನೂ ಶಾಂತ ಸ್ವೀಕೃತಿಯಲ್ಲಿ ಅನುಮೋದಿಸುವ ಬಗೆಯನ್ನು ಹೊಂದುತ್ತಾರೆ. ಹೀಗೆ ಸಾವು ಅನ್ನುವುದು ಕೂಡ ಮಹಾಕಥಾನಕದ ಸೆಳೆಯಾಗಿ ಸಮಗ್ರರೂಪಿಯಾಗಿ ಅನಾವರಣಗೊಂಡಿದೆ.

ಪಾಪಪ್ರಜ್ಞೆ ಮತ್ತು ಅಂಜುಬುರುಕತನ ಚಿತ್ತಾಲರ ಕತೆಗಳಲ್ಲಿ ಪದೇಪದೇ ನುಸುಳುವ ಮತ್ತೊಂದು ಅಂಶ. ಪಾಪರೂಪಿಯಾದ ಘಟನೆಗೆ ತುತ್ತಾದವನು ಸತ್ತಿರುತ್ತಾನೆ ಅಥವ ಮರೆಯಾಗಿರುತ್ತಾನೆ, ಪಾಪಕ್ಕೆ ಕಾರಣನಾದವನು ಎಲ್ಲಿಯೋ

ನೆಮ್ಮದಿಯಾಗಿರುತ್ತಾನೆ ಅಥವ ಅವನೂ ಮರೆಯಾಗಿರುತ್ತಾನೆ. ಆದರೆ, ಪಾಪಕ್ಕೆ ಸಾಕ್ಷಿಯಾದವನು ಮಾತ್ರ ವಿಚಿತ್ರ ನರಳಾಟದಲ್ಲಿ ಮುಳುಗಿರುತ್ತಾನೆ. ಮುಖಾಮುಖಿ ಕತೆಯು ಈ ನಿಟ್ಟಿನಲ್ಲಿ ಅತ್ಯಂತ ಪ್ರಭಾವಶಾಲಿಯಾದ ಯಶಸ್ವಿಯಾದ ಕತೆ. ಯಾವತ್ತೋ ಕಳಚಿಬಿದ್ದು ಮರೆಯಾಗಿಹೋದ ಸಂಬಂಧಗಳ ಕೊಂಡಿಗಳು ಬದುಕಿನಲ್ಲಿ ಅಚಾನಕ್ಕಾಗಿ ಮತ್ತೆ ಕಾಣಿಸಿಕೊಳ್ಳುವುದು ಅದರೊಂದಿಗೆ ಹಳೆಯ ನೆನಪಿನ ಸುರುಳಿಯೊಂದು ಬಿಚ್ಚಿಕೊಳ್ಳುವುದು, ಹಳೆಯ ಸಂಗತಿಗಳು ಹೊಸ ಸಂದರ್ಭದಲ್ಲಿ ಮೈಪಡೆದು ಬಂದಾಗ ಅದರ ನಿಜ ಸ್ವರೂಪವು ತಾನು ಅಂದುಕೊಂಡಿರುವುದಕ್ಕಿಂತ ಭಿನ್ನವಾಗಿರುವುದನ್ನು ಅರಿತುಕೊಳ್ಳುವ ಪ್ರಕ್ರಿಯೆ ದಾಸಣ್ಣ ಮತ್ತು ಪುರುಷೋತ್ತಮ ಕತೆಗಳಲ್ಲಿ ಕಾಣಿಸುತ್ತದೆ. ಜೊತೆಗೆ ಎರಡು ಸಂಬಂಧವೇ ಇರದ ಸಂಗತಿಗಳು ವ್ಯಕ್ತಿಗಳು ಭೇಟಿಯಾಗಿ ಪರಸ್ಪರ ಪ್ರತಿಫಲಿಸುತ್ತ ನಿಂತುಬಿಡುತ್ತಾರೆ. ಒಬ್ಬರ ಕತೆ ಮತ್ತೊಬ್ಬರದೂ ಕತೆಯಾಗಿರುವ ಸೋಜಿಗವನ್ನು ಇಂಥ ಹಲವಾರು ಕತೆಗಳು ಕಾಣಿಸುತ್ತ ಇವೆಲ್ಲವೂ ಮೂಲತಃ ಮಾನವಜೀವಿತದ ಒಂದೇ ಕತೆಯ ಬೇರೆಬೇರೆ ಪ್ರತಿರೂಪಗಳೇನೋ ಅನ್ನಿಸಿಬಿಡುತ್ತದೆ.

ಪ್ರಗತಿಪರರ ಚಿಂತನೆಗಳನ್ನು, ಜಾತೀಯತೆಯ ಧೋರಣೆಗಳನ್ನು, ಸಿದ್ಧಾಂತಗಳನ್ನು, ಪರಿಣಾಮಗಳನ್ನು ಎದುರು ಹಾಕಿಕೊಂಡು ಅದು ತಂದಿರಬಹುದಾದ ಪರಿವರ್ತನೆಯ ಸತ್ಯಾಸತ್ಯತೆಯನ್ನು ಶೋಧಿಸುವ ಸಲುವಾಗಿ ಕಟ್ಟಲು ಹೋದ ರಾಧಕ್ಕನ ಹುಚ್ಚು, ಅಡ್ಡ ಬಿದ್ದ ಮರ, ಖಾಲಿ ಕೋಣೆ, ಕತೆಯಲ್ಲಿ ಬಂದಾತ, ಕತೆಯಾದಳು ಹುಡುಗಿ, ಅಶ್ವಥಾಮ, ಇತ್ಯಾದಿ ಕತೆಗಳಲ್ಲೂ ಸಹ ಕೊನೆಯಲ್ಲಿ ಈ ಎಲ್ಲ ಸಿದ್ಧಾಂತಗಳು ತಂತ್ರಗಳು ಗೌಣವಾಗಿ, ಮನುಷ್ಯನ ಅಂತರಾಳವನ್ನು ಕಲಕುವ ಚಿತ್ರಿಕೆಯಾಗಿ ನಿಲ್ಲುತ್ತವೆ. ಅದೇ ರೀತಿ ಸಾವು, ಕಾಮ, ಅಂಜುಬುರುಕತನ, ಪಾಪಪ್ರಜ್ಞೆ, ವ್ಯಕ್ತಿಗತ ಹತಾಶೆಗಳು, ಸಂಬಂಧಗಳು, ವ್ಯಕ್ತಿತ್ವವಾದಿ ವಾಸ್ತವವಾದಿ ಸಮಸ್ಯೆಗಳ ಜಾಡಿನಲ್ಲಿ ಬಿಡಿಬಿಡಿಯಾಗಿ ತೋರುವ ಕತೆಗಳು ಒಳತಂತುಗಳಲ್ಲಿ ಮಾನವ ಜೀವಿತದ ಮಹಾ ಕಥನವನ್ನು ಶೋಧಿಸುವ ಪರಿಕರಗಳಾಗಿ, ಒಂದು ಮಹಾಯಾತ್ರೆಯ ದಟ್ಟ ಅನುಭವವನ್ನು ನೀಡುತ್ತವೆ.

ಚಿತ್ತಾಲರೊಂದಿಗೆ ಹನೇಹಳ್ಳಿಯ ದಣಪೆಗಳನ್ನು ದಾಟುತ್ತ, ಮುಂಬೈಯ ಬ್ಯಾಂಡ್ ಸ್ಟ್ಯಾಂಡ್ ಸಮುದ್ರದಂಡೆಯಲ್ಲಿ ತಿರುಗಾಡುತ್ತ, ಅವರ ಪಾತ್ರ, ಪ್ರತಿಮೆ ತಂತ್ರಗಳ ಸೆರೆಯಲ್ಲಿ ಸುಖಿಸುತ್ತ, ದುಷ್ಫಲದ ಕಂಟಕದಲ್ಲಿ ಬಿಡುಗಡೆಯ ಹಂಬಲದಲ್ಲಿ ಆರ್ತರಾಗುತ್ತ ಮಾನವೀಯತೆಯ ತೇವವನ್ನು ಉಳಿಸಿಕೊಳ್ಳುವುದೇ ಈ ಕಥಾಯಾತ್ರೆಯ ಸಾರ್ಥಕತೆ.

ಡಿಸೆಂಬರ್ 2014

ಕುಮಾರವ್ಯಾಸನ ಕಥಾಂತರದ ನೆಪದಲ್ಲಿ

ವ್ಯಾಸರು ವೇದಗಳನ್ನು ವಿಭಾಗ ಮಾಡಿ, ಮಹಾಭಾರತ ಬರೆದು, ಅದಕ್ಕೆ ಎಲ್ಲ ವರ್ಗದವರಿಗೂ ಅಧಿಕಾರವಿತ್ತು (ಅರ್ಹತೆ ಬೇರೆ. ಅಧಿಕಾರ ಇದ್ದ ಮಾತ್ರಕ್ಕೆ ಅರ್ಹತೆ ಇರಬೇಕೆಂದಿಲ್ಲ), ಅದನ್ನು ಪಂಚಮ ವೇದ – ಅಷ್ಟೇ ಅಲ್ಲ – ವೇದಕ್ಕಿಂತಲೂ ಮಿಗಿಲು ಅಂತ ಘೋಷಿಸಿದ ಮೇಲೆಯೂ ಏನೋ ಒಂದು ತೆರನಾದ ಅತೃಪ್ತಿ ಅವರ ಮನಸ್ಸಿನಲ್ಲಿ ಉಳಿದುಬಿಟ್ಟಿರುತ್ತದೆ. ಆಗ ಕೃಷ್ಣನನ್ನೇ ಕೇಂದ್ರವಾಗಿಟ್ಟುಕೊಂಡು ಹುಟ್ಟಿದ ಕೃತಿ ಭಾಗವತ. ಯಾವುದನ್ನು ಜನರು ಜಗತ್ತಿನ ಅತ್ಯಂತ ಶ್ರೇಷ್ಠ ಕೃತಿ ಅಂತ ಕೊಂಡಾಡುತ್ತಾರೊ ಅಂಥದ್ದನ್ನು ಬರೆದ ಮೇಲೂ ವ್ಯಾಸರಲ್ಲಿ ಒಂದು ಅತೃಪ್ತಿ ಇತ್ತಲ್ಲ! ಅದಿಲ್ಲದೇ ಹೋಗಿದ್ದರೆ ಭಾಗವತ ಹುಟ್ಟುತ್ತಿರಲಿಲ್ಲ. ಭಾಗವತ ವ್ಯಾಸರು ರಚಿಸಿದ ಕೊನೆಯ ಪುರಾಣ. ಅದನ್ನು ಸಮಸ್ತ ವೇದಾಂತ ವಾಙ್ಮಯದ ಸಾರರೂಪ ಎಂದೂ ಹೇಳುತ್ತಾರೆ. ಕುಮಾರವ್ಯಾಸ ತನ್ನ ಗದುಗಿನ ಭಾರತದಲ್ಲಿ ಕಥೆಯನ್ನು ಶುರುಮಾಡುವುದು 'ತಿಳಿಯ ಹೇಳುವೆ ಕೃಷ್ಣ ಕಥೆಯನು' ಅಂತ. ತಿಳಿಯುವಂತೆ, ತಿಳಿಗೊಳಿಸಿ ಅಂತ ಎಚ್.ಎಸ್.ವೆಂಕಟೇಶಮೂರ್ತಿಯವರು ತಮ್ಮ ಕುಮಾರವ್ಯಾಸನ ಕಥಾಂತರ ಎನ್ನುವ ಪುಸ್ತಕದಲ್ಲಿ ಸೂಚಿಸುತ್ತಾರೆ. ತಿಳಿ ಅನ್ನುವ ಶಬ್ದಕ್ಕೆ ಇನ್ನೂ ಕೆಲವು ಅರ್ಥಗಳಿವೆ. ನಮ್ಮ ದಕ್ಷಿಣ ಕನ್ನಡದಲ್ಲಿ ಗಂಜಿಗಿಂತಲೂ ಅದರ ತಿಳಿ ಮುಖ್ಯ. ಗಂಜಿಯ ಸತ್ವವಿರುವುದು ಅದರ ತಿಳಿಯಲ್ಲಿ. ತಿಳಿ – ಅಂದರೆ ಸಾರವನ್ನು ಹೇಳುತ್ತೇನೆ ಎಂದು. ಅವನಿಗೆ ಸ್ವಲ್ಪ ತಿಳಿ ಹೇಳಿ ಅನ್ನುತ್ತೇವೆ. ಅಂದರೆ ಬುದ್ಧಿ ಹೇಳಿ ಅಂತ. ಕೃಷ್ಣ ಕಥೆಯ ನೀತಿ ಏನು ಎನ್ನುವುದನ್ನು ಹೇಳುತ್ತೇನೆ ಅಂತಲೂ ಆಗುತ್ತದೆ. ಆದ್ದರಿಂದ 'ತಿಳಿ' ಎನ್ನುವ ಶಬ್ದ ಎಲ್ಲ ರೀತಿಯಿಂದಲೂ ಬಹಳ ಅಚ್ಚುಕಟ್ಟಾಗಿ ತನ್ನ ಸ್ಥಾನವನ್ನ ಈ ಪದ್ಯದಲ್ಲಿ ಅಲಂಕರಿಸಿದೆ.

ಕುಮಾರವ್ಯಾಸ ತನ್ನ ಕಾವ್ಯದ ಶುರುವಿನಲ್ಲಿ ಕೆಲವೊಂದು ವಿಚಾರಗಳನ್ನು ಹೇಳುತ್ತಾನೆ. ಮೊದಲನೆಯದು ಎಲ್ಲರೂ ಗಮನಿಸಿ ಚರ್ಚಿಸಿರುವಂಥದ್ದು. ವೀರನಾರಯಣನೆ ಕವಿ; ತಾನು ಲಿಪಿಕಾರ. ಅಂದರೆ ತಾನು ಕವಿ ಅಲ್ಲ ಅಂತ. ಇದರ ಬಗ್ಗೆ ಎಚೆಸ್ವಿಯವರು ಬರೆಯುತ್ತ ವ್ಯಾಸ-ಗಣಪತಿಯ ಸಂಬಂಧವನ್ನು ಸೂಚಿಸುತ್ತಾರೆ. ಮೂಲದಲ್ಲಿ ಹೇಗೆ ಮಹಾಭಾರತವನ್ನು ಬರೆದ ಗಣಪತಿ ಕೇವಲ ಲಿಪಿಕಾರನಾಗಿದ್ದು ವ್ಯಾಸ ಅದರ ಕರ್ತೃ ಆಗಿದ್ದನೋ, ಹಾಗೆಯೇ ಕುಮಾರವ್ಯಾಸ ಕೂಡ ತಾನು ಕೇವಲ ಲಿಪಿಕಾರ ಅನ್ನುವ ವಿನಯವನ್ನ ಸೂಚಿಸಿದ್ದಾನೆ ಎನ್ನುತ್ತಾರೆ. ಇದು ನಿಜವೇ. ಆದರೆ ನನಗೆ ಅನ್ನಿಸಿದ್ದು ಕುಮಾರವ್ಯಾಸನ ಈ ಲಿಪಿಕಾರನ ಭಾವ ಬೇಂದ್ರೆಯವರ ಭಾವಕ್ಕೆ ಹತ್ತಿರವಿದೆ ಎಂದು. ಬೇಂದ್ರೆಯವರು ಹೇಳುತ್ತಿದ್ದರಂತೆ – ಅಂಬಿಕಾತನಯದತ್ತ ಕವಿ; ತಾನೊಬ್ಬ ಬಡ ಮೇಷ್ಟ್ರು ಅಂತ. ಇದಕ್ಕೆ ಮೂಲ ಕುಮಾರವ್ಯಾಸನ ಚಿಂತನೆ ಅಂದುಕೊಳ್ಳಬಹುದು. ಇನ್ನೂ ಮೂಲಕ್ಕೆ ಹೋದರೆ ನಮ್ಮಲ್ಲಿ ವೇದಗಳನ್ನು ಅಪೌರುಷೇಯ ಅನ್ನುವ ಚಿಂತನೆ ನಂಬಿಕೆ ಇದೆ. ಇಲ್ಲೊಂದು ಸೂಕ್ಷ್ಮವನ್ನು ಗಮನಿಸಬೇಕು. ವ್ಯಾಸ-ಗಣಪತಿಯರಂತೆ ಅಂಬಿಕಾತನಯದತ್ತ ಮತ್ತು ಬೇಂದ್ರೆ ಬೇರೆಬೇರೆ ಅಲ್ಲ. ವ್ಯಾಸ ಹೇಳಿದ್ದು; ಗಣಪತಿ ಬರೆದದ್ದು. ಕೃತಿಕಾರನೇ ಬೇರೆ ಲಿಪಿಕಾರನೇ ಬೇರೆ. ಆಚಾರ್ಯ ಮಧ್ವರು ತಮ್ಮ ಮೂವತ್ತೇಳು ಕೃತಿಗಳಲ್ಲಿ ಒಂದನ್ನೂ ತಾವು ಸ್ವತಃ ಬರೆದಿಲ್ಲ. ಮತ್ತೊಬ್ಬರಿಂದ ಬರೆಸಿದ್ದು. ಒಂದೆರಡು ಶ್ಲೋಕಗಳನ್ನು ಮಾತ್ರ ತಾವು ಸ್ವತಃ ಬರೆದಿದ್ದಾರೆ. ಆದರೆ ಬೇಂದ್ರೆ ಮತ್ತು ಕುಮಾರವ್ಯಾಸನಲ್ಲಿ ಕೃತಿಕಾರನು ಲಿಪಿಕಾರನು ಭೌತಿಕವಾಗಿ ಒಬ್ಬನೇ.

ನಾವು ಯೋಚಿಸಬೇಕಾದ್ದು ನಮ್ಮ ಪೂರ್ವಿಕರು ಯಾಕೆ ಹೀಗೆ ಮಾಡುತ್ತಿದ್ದರು ಎಂದು. ಕೃತಿಕಾರನಿಗೆ ಲಿಪಿಕಾರನ ಹಂಗು ನಿಜಕ್ಕೂ ಬೇಕಿತ್ತೇ? ಇದನ್ನು ಯೋಚಿಸಿದರೆ ಸೃಜನಶೀಲತೆಗೆ ಸಂಬಂಧಿಸಿದ ರೋಚಕವಾದ ಕೆಲವು ಸಂಗತಿಗಳು ತೆರೆದುಕೊಳ್ಳುತ್ತವೆ. ಕರ್ತೃತ್ವ ಅಥವ ಸೃಜನಶೀಲತೆ ಮತ್ತು ಲಿಪಿ ರೂಪದ ಬರವಣಿಗೆ ಈ ಎರಡೂ ಬೇರೆ ಬೇರೆ ಅವಸ್ಥೆ ಅನ್ನುವ ಸ್ಪಷ್ಟ ಅಭಿಪ್ರಾಯ ನಮ್ಮಲ್ಲಿತ್ತು. ನಮ್ಮ ಹಿಂದಿನವರಿಗೆ, ಒಂದು ಉತ್ಕಂಠ ಸ್ಥಿತಿಯಲ್ಲಿ ಅರಳಿದ ದರ್ಶನ; ಅದರ ರಸಾನುಭವ – ಈ ಅವಸ್ಥೆ ಮುಖ್ಯ. ಈ ಅವಸ್ಥೆಯಲ್ಲೇ ಸಾಕಷ್ಟು ಕಾಲ ಇರುವುದಕ್ಕೆ ಅವರು ಬಯಸುತ್ತಿದ್ದರು. ಅದಕ್ಕೊಂದು ಅಕ್ಷರ ರೂಪ ಕೊಟ್ಟು ಅದನ್ನು ಬರವಣಿಗೆಗೆ ಇಳಿಸುವ ಕಾರ್ಯವು ಅವರಿಗೆ ಅಂಥ ಮಹತ್ವದ್ದಾಗಿರಲಿಲ್ಲವೇನೋ. ಪುರಂದರ, ಕನಕ, ಅಲ್ಲಮ, ಮಧ್ವರು ತಾವು ತಮ್ಮ ಪಾಡಿಗೆ ಹಾಡುತ್ತ ಹೋದರು. ಅದನ್ನು ಮತ್ತೊಬ್ಬರು ಬರೆದುಕೊಂಡರು. ಮೂಲತಃ ನಮ್ಮದು ಮೌಖಿಕ ಪರಂಪರೆ. ಅಕ್ಷರ ಪರಂಪರೆ ಬಂದದ್ದು ನಂತರ. ಇವೆರಡೂ ಬೇರೆ ಬೇರೆ. ದಾರ್ಶನಿಕರಿಗೆ

ಬರವಣಿಗೆಯ ಹಂಗಿಲ್ಲ. ಇದನ್ನು ಸೂಚಿಸುವುದಕ್ಕಾಗಿಯೇ ಕೃತಿಕಾರರನ್ನು ಲಿಪಿಕಾರರಿಂದ ಪ್ರತ್ಯೇಕಿಸಿ ನೋಡಲಾಗಿದೆ.

ನಮಗೀಗ ಪರಿಚಯವಿರುವ ಚಿಂತನೆ ಏನೆಂದರೆ – ಬರವಣಿಗೆಯ ಮೂಲಕವೇ ನಾನು ನನ್ನ ಬದುಕಿನ ಸತ್ಯಗಳನ್ನು ಕಂಡುಕೊಳ್ಳುತ್ತೇನೆ ಎನ್ನುವುದು. ಇದು ನಾವೆಲ್ಲರೂ ಈಗ ನಂಬಿ ಆಚರಿಸುತ್ತಿರುವ ಕ್ರಮ. ಆದರೆ ಹಿಂದಿನವರಿಗೆ ಕಾಣ್ಕೆಯ ಅವಸ್ಥೆ ಮತ್ತು ಬರವಣಿಗೆಯ ಅವಸ್ಥೆಯ ನಡುವಿನ ವ್ಯತ್ಯಾಸದ ಬಗ್ಗೆ ಸ್ಪಷ್ಟವಾದ ಅಭಿಪ್ರಾಯವಿತ್ತು. ಕಾಣ್ಕೆಗೆ ಬರವಣಿಗೆಯ ಹಂಗಿಲ್ಲ ಎನ್ನುವುದನ್ನು ನೋಡಿದ್ದೇವೆ. ಮತ್ತು, ಕಾಣ್ಕೆಯಿಂದ ಕಿಂಚಿತ್ತಾದರು ವಿಚಲಿತನಾಗದೆ ಬರವಣಿಗೆಗೆ ತೊಡಗುವುದಕ್ಕೆ ಸಾಧ್ಯವೇ ಇಲ್ಲ. ಬರವಣಿಗೆ ಅನ್ನುವುದು ಸೆಕೆಂಡರಿ.

ಈ ದರ್ಶನಕ್ಕೂ ನಾನು ಮೂಲ ಕಾರಣನಲ್ಲ. ನನ್ನಲ್ಲಿ ಮೂಡಿದ ಹೊಳಹುಗಳೂ ನನ್ನವಲ್ಲ. ಇದು ನನಗೆ ಕಾಣಿಸಿತು ಅಷ್ಟೆ. ಇದು ನನಗೆ ಅನನ್ಯವೂ ಹೌದು ಅನ್ಯವೂ ಹೌದು. ಬೇಂದ್ರೆ ಮತ್ತು ಕುಮಾರವ್ಯಾಸನಲ್ಲಿ ಇರುವುದು ಈ ಭಾವ. ಇದು ನಮಗೆ ತೀರಾ ಅಪರಿಚಿತವಾದ ಸಂಗತಿ ಏನಲ್ಲ. ನಾವು ದಿನನಿತ್ಯದಲ್ಲಿ ಮಾತಾಡುವಾಗಲೂ ನಮಗೆ ಒಂದು ಸಂಗತಿ ಹೊಳೆಯಿತು ಅನ್ನುತ್ತೇವೆ. It occured to me ಅನ್ನುತ್ತೇವೆ. ನಾನು ಹೊಳೆಯಿಸಿಕೊಂಡೆ ಅನ್ನುವ ಪ್ರಯೋಗ ಜಗತ್ತಿನ ಯಾವ ಭಾಷೆಯಲ್ಲೂ ಇಲ್ಲ. ಹೆಚ್ಚೆಂದರೆ ನಾನು ಯೋಚಿಸಿದೆ ಅನ್ನಬಹುದು. ಯೋಚಿಸಿದ ಮಾತ್ರಕ್ಕೆ ಹೊಳೆಯಬೇಕು ಅಂತಿಲ್ಲ. ನಾನು ಬಹಳ ಯೋಚಿಸಿದೆ ಆಗ ಇದು ಹೊಳೆಯಿತು. ಯೋಚಿಸುವುದರಲ್ಲಿ ಮಾತ್ರ ನಮ್ಮ ತೊಡಗುವಿಕೆ. ಹೊಳೆಯುವುದು ನಮ್ಮ ಅಧೀನದಲ್ಲಿಲ್ಲ. ಅಂದರೆ ತನ್ನಲ್ಲಿ ಮೂಡಿದ ಚಿಂತನೆಗಳು ತನ್ನೊಳಗೇ ಇರುವ ಮತ್ತೊಂದರ ದೇಣಿಗೆ ಅನ್ನುವುದು ನಮಗೇ ಗೊತ್ತಿದೆ. ಅದನ್ನೇ ಕುಮಾರವ್ಯಾಸ ವೀರನಾರಯಣನೆ ಕವಿ ತಾನು ಕವಿ ಅಲ್ಲ ಕೇವಲ ಲಿಪಿಕಾರ ಅಂತ ಅಂದಿದ್ದು. ವ್ಯಾಸ–ಗಣಪತಿಯರಂತೆ ಬೇರೆ ಬೇರೆ ಅಲ್ಲ; ತಾನೊಬ್ಬನೇ. ಆ ಒಬ್ಬನಲ್ಲೇ ಇರುವ ದಾರ್ಶನಿಕನ ಸ್ಥಿತಿಗೂ ಬರಹಗಾರನ ಸ್ಥಿತಿಗೂ ಇರುವ ಅವಸ್ಥಾಂತರವನ್ನು ಕುಮಾರವ್ಯಾಸ ಇಲ್ಲಿ ಸೂಚಿಸುತ್ತಿದ್ದಾನೆ.

ಇದರ ಜೊತೆಗೆ ಕುಮಾರವ್ಯಾಸ ಮತ್ತೊಂದು ಸಂಗತಿ ಹೇಳುತ್ತಾನೆ. ಅದೇನೆಂದರೆ, ಇದು ಕಾವ್ಯ ಅಲ್ಲ ಅನ್ನುವುದು. ಅವನು ಹೇಳುವುದು – ಇದು ಧರ್ಮವಿಚಾರ – ಕೃಷ್ಣ ಕಥೆ ಅಂತ. ಆದರೆ ಗದುಗಿನ ಭಾರತ ಯಾವತ್ತೂ ಧಾರ್ಮಿಕ ಕೃತಿ ಅಂತ ಪರಿಗಣಿತವಾಗಲೇ ಇಲ್ಲ. ಇದೊಂದು ಕಾವ್ಯ ಅಂತಲೇ ಚಾಲ್ತಿಯಲ್ಲಿರುವುದು. ಇದು ಕಾವ್ಯ ಅಲ್ಲ ಎಂದಿರುವ ಕುಮಾರವ್ಯಾಸನ ಮಾತಿನ ಹಿಂದಿರುವ ಭಾವ ಏನೆಂದರೆ – ಒಬ್ಬ ನಿಜವಾದ ಕವಿಗೆ ಯಾವುದೋ ಒಂದನ್ನು

ಒಂದು ಅದ್ಭುತವಾದ ಮಹಾ ಕಾವ್ಯವನ್ನಾಗಿ ಬರೆಯಬೇಕು ಅನ್ನುವ ಮಹತ್ವಾಕಾಂಕ್ಷೆ ಇರುವುದಿಲ್ಲ. ಆಕಾಂಕ್ಷೆಯೇ ಇರುವುದಿಲ್ಲ ಅಂತಲ್ಲ; ಆದರೆ, ಕವಿಗೆ ಕಾವ್ಯದಲ್ಲಿ ತೊಡಗುವುದಕ್ಕೆ ಅದೇ ಮೂಲ ಸ್ಫೂರ್ತಿ ಅಲ್ಲ. ಯಾವುದು ಉತ್ಕಟವಾಗಿ ತನ್ನ ಅನುಭವಕ್ಕೆ ದಕ್ಕಿದೆಯೋ ಒಲಿದಿದೆಯೋ ಅದನ್ನು ಹಂಚಿಕೊಳ್ಳುವ ಅನಿವಾರ್ಯತೆ ಒಬ್ಬ ಕವಿಗೆ ಇದ್ದೇ ಇರುತ್ತದೆ. ಮತ್ತು, ಒಬ್ಬ ಸಹಜವಾದ ಕವಿ ತನ್ನ ಅನುಭವಗಳನ್ನು ಹಂಚಿಕೊಂಡಾಗ ಅದು ಕಾವ್ಯವಾಗದೆ ಹೊರಹೊಮ್ಮುವುದಕ್ಕೆ ಸಾಧ್ಯವೂ ಇಲ್ಲ. ದರ್ಶನವು ಕಾವ್ಯದ ಕವಚ ತೊಟ್ಟೇ ಮೈ ಪಡೆಯುತ್ತದೆ. ಕುಮಾರವ್ಯಾಸನನ್ನು ತಾಕಿದ್ದು ಕೃಷ್ಣ. ಅವನು ಹೇಳಲು ಹೊರಟಿದ್ದು ಧರ್ಮವಿಚಾರ. ಆದರೆ ಅದು ಆದದ್ದು ಕಾವ್ಯ.

ಇನ್ನೊಂದು ಮಾತು ಹೇಳುತ್ತಾನೆ ಕುಮಾರವ್ಯಾಸ. ತನಗೆ ಶಬ್ದ ವ್ಯಾಮೋಹ ಇಲ್ಲ ಅಂತ. ಆದರೆ ಕುಮಾರವ್ಯಾಸನ ಕಾವ್ಯದ ತುಂಬ ಶಬ್ದ ವೈಭವವೇ. ಅದು ಶಬ್ದ ಸುಖದ ಅಲಕಾನಂದ. ಶಬ್ದ ವ್ಯಾಮೋಹದ ಮಾತು ಬಂದಾಗ ನನಗೆ ಎಸ್.ಮಂಜುನಾಥ್ ಅವರು ಅನಂತಮೂರ್ತಿಯವರ ಮಾತನ್ನು ಒಂದು ಕಡೆ ಕೋಟ್ ಮಾಡಿದ್ದು ನೆನಪಾಯಿತು. 'ಕಾವ್ಯ ಅದೆಲ್ಲ ಏನೇ ಇರಬಹುದು. ಅದರಲ್ಲಿ ಯಾವ ಲಕ್ಷಣಗಳು ಸುಳ್ಳಿದ್ದರೂ ಇರಬಹುದು. ಆದರೆ ಕಾವ್ಯದಲ್ಲಿ ಈ ಶಬ್ದ ಸುಖ ಅನ್ನೋದು ಮಾತ್ರ ಎಷ್ಟು ನಿಜ' ಎಂದು ಅನಂತಮೂರ್ತಿಯವರು ಒಮ್ಮೆ ಮಂಜುನಾಥ್‌ಗೆ ಹೇಳಿದ್ದರು. ಒಬ್ಬ ಓದುಗನಿಗೆ, ಕೇಳುಗನಿಗೆ, ರಸಿಕನಿಗೆ ಇದು ಮುಖ್ಯ. ಆದರೆ ಹಾಗೆಂದು ಒಬ್ಬ ಕವಿ ಅದಕ್ಕೆ ಬಲಿಯಾಗಬಾರದು ಅನ್ನುವ ಎಚ್ಚರಿಕೆಯನ್ನು ಕುಮಾರವ್ಯಾಸ ಕೊಡುತ್ತಾನೆ. ಶಬ್ದ ಲೋಲುಪತೆಯ ಬಗ್ಗೆ ಕವಿಯು ಎಚ್ಚರದಿಂದಿರಬೇಕು.

ಒಟ್ಟಿನಲ್ಲಿ ಕುಮಾರವ್ಯಾಸ ಹೇಳುವುದು ಕವಿಯಾದವನು ಕವಿ ಅಲ್ಲ; ಕಾವ್ಯವಾಗಿದ್ದು ಕಾವ್ಯವಲ್ಲ. ಇದೇ ಮಾತನ್ನ ವಿಮರ್ಶೆಗೂ ಅನ್ವಯಿಸಬಹುದು ಅನ್ನಿಸುತ್ತೆ. ವಿಮರ್ಶಕ ವಿಮರ್ಶಕನಲ್ಲ. ವಿಮರ್ಶೆ ವಿಮರ್ಶೆಯಲ್ಲ. ಮತ್ತು, ವಿಮರ್ಶೆಗೆ ತರ್ಕದ ವ್ಯಾಮೋಹ ಇರಕೂಡದು. ಎಚ್ಚೆಸ್ವಿ ಅವರದೇ ಮಾತುಗಳಲ್ಲಿ ಹೇಳುವುದಾದರೆ ವಿಮರ್ಶೆ ಎನ್ನುವುದು ಅಂತಃಕರಣದ ಕಥನ. ಅದು ಶುಷ್ಕ ತರ್ಕವಲ್ಲ. ತರ್ಕಕ್ಕೆ ಕಾವ್ಯವು ಎಂದಿಗೂ ಸಿಗಲಾರದು. ವಿಮರ್ಶೆಯಲ್ಲಿ ಪಾಂಡಿತ್ಯವಿದ್ದರೂ ಪಾಂಡಿತ್ಯದ ಭಾರವಿರುವುದಿಲ್ಲ. ಅಲ್ಲಿ ಆಸ್ವಾದದ ಘಮಲಿರುತ್ತದೆ. ಕಾವ್ಯದ ನಡಿಗೆಗೆ ಅನುಗುಣವಾಗಿ ವಿಮರ್ಶೆಯ ನಾದವಿರುತ್ತದೆ. ಇರಬೇಕು.

2013

ಸ್ಥಾನಪಲ್ಲಟವನ್ನೊಲ್ಲದ ಕವಿ

ರಾಮಾಯಣದಲ್ಲಿನ ಒಂದು ಘಟನೆ. ಇಂದ್ರಜಿತುವಿನ ಬಾಣದಿಂದಾಗಿ ಲಕ್ಷ್ಮಣ ಮೂರ್ಛಿತನಾಗಿದ್ದಾನೆ. ಆತನನ್ನು ಮತ್ತೆ ಸಚೇತನಗೊಳಿಸಲು ದ್ರೋಣಗಿರಿಯಲ್ಲಿರುವ ಸಂಜೀವಿನಿ ಗಿಡವನ್ನು ತರಬೇಕಾಗುತ್ತದೆ ಎಂದು ವಸಿಷ್ಠರು ಸೂಚಿಸುತ್ತಾರೆ. ಅದನ್ನು ತರುವುದಕ್ಕೆ ಹನುಮಂತನೇ ಸಮರ್ಥನಾದವನು ಎಂದು ಆತನನ್ನು ಕಳುಹಿಸಲಾಗುತ್ತದೆ. ಹನುಮಂತ ಹಾರಿ ದ್ರೋಣಗಿರಿಗೆ ಹೋಗುತ್ತಾನೆ. ಅಲ್ಲಿ ಅವನಿಗೆ ಸಂಜೀವಿನಿ ಗಿಡದ ಗುರುತಾಗುವುದಿಲ್ಲ. ಕೊನೆಗೆ ಇಡಿಯ ಬೆಟ್ಟವನ್ನೇ ಎಡಗೈಯಲ್ಲಿ ಎತ್ತಿ ಲಂಕೆಗೆ ತರುತ್ತಾನೆ. ಆ ಸಂಜೀವಿನಿಯಿಂದಾಗಿ ಲಕ್ಷ್ಮಣ ಎದ್ದು ನಿಲ್ಲುತ್ತಾನೆ. ಅಷ್ಟೇ ಅಲ್ಲ, ಯುದ್ಧದಲ್ಲಿ ಸತ್ತಿರುವ ಕಪಿಗಳೂ ಬದುಕುತ್ತಾರೆ. ಆದರೆ ಸತ್ತಿರುವ ರಾಕ್ಷಸರಿಗೆ ಮರಳಿ ಜೀವ ಬರುವುದಿಲ್ಲ. ಯಾಕೆಂದರೆ, ರಾವಣ ತಮ್ಮ ಕಡೆ ಎಷ್ಟು ಜನ ಸತ್ತಿದ್ದಾರೆ ಎನ್ನುವ ಲೆಕ್ಕ ಶತ್ರು ಪಾಳಯಕ್ಕೆ ಸಿಗಬಾರದೆಂದು ಮತ್ತು ತಮ್ಮ ಪಕ್ಷದವರೂ ಅದರಿಂದ ಎದೆಗುಂದಬಾರದೆಂದು ಸತ್ತಿರುವ ರಾಕ್ಷಸರ ಹೆಣವನ್ನೆಲ್ಲ ಸಮುದ್ರಕ್ಕೆ ಎಸೆದಿರುತ್ತಾನೆ. ಹಾಗಾಗಿ ಕೇವಲ ಕಪಿಗಳು ಮಾತ್ರ ಬದುಕುಳಿದವು. ಇದು ವಾಲ್ಮೀಕಿ ತೋರುವ ಜಾಣ್ಮೆ. ಆದರೆ ಈ ಪ್ರಸಂಗ ಇಲ್ಲಿಗೇ ಮುಗಿಯುವುದಿಲ್ಲ. ಸಂಜೀವಿನಿಯ ಉಪಯೋಗ ಪಡೆದುಕೊಂಡ ಮೇಲೆ ಹನುಮಂತ ಆ ಪರ್ವತವನ್ನು ಅದರ ಸ್ವಸ್ಥಾನದಲ್ಲಿರಿಸುತ್ತಾನೆ. ಅಂದರೆ ಅದನ್ನು ಎಲ್ಲಿಂದ ತಂದನೋ ಅಲ್ಲೇ ಇಡುತ್ತಾನೆ. ಆ ಪರ್ವತ ಮರಳಿ ತನ್ನ ನೆಲೆಯಲ್ಲಿ ಕುಳಿತಾಗ ಅದರ ಸ್ಥಿತಿ ಹೇಗಿತ್ತು ಅನ್ನುವುದನ್ನು ರಾಮಾಯಣ ಹೇಳುತ್ತೆ. ವಾಯುಸ್ತುತಿಯಲ್ಲಿ ಇದರ ಉಲ್ಲೇಖವಿದೆ. ನೋಡಿ, ಹನುಮಂತ ಆ ಇಡಿಯ ಬೆಟ್ಟವನ್ನ ಅದರ ಬುಡ ಸಮೇತ ಕಿತ್ತು, ಎಡಗೈಯಲ್ಲಿ ಗಾಳಿಗೆ ಹಿಡಿದು ಹಾರಿ, ಎಲ್ಲರನ್ನೂ ಬದುಕಿಸಿ, ಮತ್ತೆ ಅದನ್ನು ಅದರ ಸ್ಥಳಕ್ಕೆ ಎಸೆದಿರುತ್ತಾನೆ. ಆ ಪರ್ವತದೊಳಗೆ ಎಂಥ ಕೋಲಾಹಲವಾಗಿರಬೇಕು. ಏನೆಲ್ಲ ಬುಡಮೇಲಾಗಿರಬೇಕು. ಆದರೆ ವಾಯುಸ್ತುತಿ ಸ್ಪಷ್ಟವಾಗಿ ಹೇಳುತ್ತದೆ – ಸ್ಥಿರ ಸಕಲ ಶಿಲಾಜಾಲ ಸಂಶ್ಲೇಷ ನಷ್ಟ...ಅದರ ಗಿಡ, ಪೊದೆ, ಮರ, ಬಂಡೆಗಳು

ಆಯಿತಲ್ಲ, ಸಣ್ಣ ಸಣ್ಣ ಕಲ್ಲುಗಳು ಒಂದರ ಮೇಲೊಂದು ಪೇರಿಸಿಟ್ಟ ಅದರ ಸಹಜ ಸಂರಚನೆಯು ಸಹ ಕಿಂಚಿತ್ತೂ ಅಲುಗದಂತೆ, ಯಾವುದೂ ಒಂದಿನಿತೂ ಕದಲದಂತೆ ಆ ಪರ್ವತ ಮರಳಿ ತನ್ನ ನೆಲೆಯಲ್ಲಿ ಕುಳಿತಿತು ಎಂದು.

ಅಂದರೆ ಅದರರ್ಥ – ಇಷ್ಟೆಲ್ಲ ಆಗಿರುವುದರ ಅರಿವು ಪರ್ವತಕ್ಕಿಲ್ಲ. ಅದರೊಳಗೆ ಯಾವುದೇ ಕ್ಷೋಭೆಯಿಲ್ಲ. ಅದು ವಿಹ್ವಲಗೊಂಡಿಲ್ಲ. ಅದಕ್ಕೆ ಒಂದು ಚೂರೂ ಘಾಸಿಯಾಗದ ಹಾಗೆ ಹನುಮಂತ ಅದರ ಉಪಯೋಗವನ್ನ ಪಡೆದುಕೊಂಡಿದ್ದಾನೆ. ಮತ್ತು ಅದನ್ನು ಹೊತ್ತು ತಂದ ಆಯಾಸ ಹನುಮಂತನಿಗೂ ಇಲ್ಲ. ಆ ಪರ್ವತವನ್ನು ಅದು ಇರುವಲ್ಲಿಗೆ ಲಂಕೆಯಲ್ಲಿ ನಿಂತೇ ಎಸೆದಿರುತ್ತಾನೆ. ಹೊತ್ತುಕೊಂಡು ಹೋಗಿದ್ದು ಪರ್ವತಕ್ಕೂ ತಿಳಿದಿಲ್ಲ; ಹನುಮಂತನಿಗೂ ತಿಳಿದಿಲ್ಲ. ಪ್ರಯಾಸ, ಪ್ರಯತ್ನ, ಸಾಧನೆಯ ಅಂಶವೇ ಇಲ್ಲಿಲ್ಲ. ಇದು ಪ್ರಕೃತಿಯೊಂದಿಗೆ ಮನುಷ್ಯನ ವ್ಯವಹಾರ ಇರಬೇಕಾದ ರೀತಿ. ಇದು ಹನುಮಂತನ ಮಹೋನ್ನತ ವ್ಯಕ್ತಿತ್ವದ ಅನಾವರಣ.

ಮಂಜುನಾಥರ ಒಂದು ಕವಿತೆಯಿದೆ – 'ಉರುಟುಕಲ್ಲು'. ತಂದೆ ಮಗಳಿಗೋಸ್ಕರ ಹೊಳೆಯಂಚಿನಿಂದ ಒಂದು ಕಲ್ಲನ್ನು ತಂದುಕೊಡುತ್ತಾನೆ. ಮಗಳು ಅದನ್ನು ಬಹಳ ಮುದ್ದಿಸುತ್ತಾಳೆ. ತಾನು ಮಲಗುವಾಗಲೂ ತನ್ನ ಪಕ್ಕದಲ್ಲಿ ಅದನ್ನು ಇರಿಸಿಕೊಂಡಿರುತ್ತಾಳೆ. ಆದರೆ ಆ ಕಲ್ಲು ತಂದೆಗೆ ಏನೋ ಹೇಳಿದಂತಾಗುತ್ತೆ. ಮಾರನೆಯ ದಿನವೇ ಅದನ್ನು ಹೊಳೆಯ ಅದೇ ಜಾಗದಲ್ಲಿ ಇಟ್ಟು ಬರುತ್ತಾನೆ. ಆಗ ಒಂದು ಮಾತು ಹೇಳುತ್ತಾನೆ:

ನಡುಗುವಂಗೈಯಲ್ಲಿ ಹಿಡಿದು ಹೊರಟೆ
ಮುಂಜಾನೆ, ಹುಡುಕುತ್ತ
ಉರುಟುಕಲ್ಲಿನ ಅದೇ ಸ್ವಂತ ನೆಲೆಯ
ಮೆಲ್ಲಗಿಳಿಸುತ ಅಲ್ಲೇ ನಿಂತೊಂದು ಕ್ಷಣ
ಉಲಿದೆ: ಇರುವೆಯಾದರೆ ನೋಡುವೆ ಮತ್ತೊಮ್ಮೆ
ಕರೆತಂದು ಮಗಳನ್ನು ಇಲ್ಲಿಗೇ
ಹರಿವಿನೊಂದಿಗೆ ಜರುಗಿದರೆ ವಿದಾಯ ನಿನಗೆ
ಆಗ ನೋಡುವಳು ಮಗಳು ಈ ಹೊಳೆ.

ಕವಿ ಅಥವ ಕವಿತೆ ಯಾವತ್ತೂ ಇರುವುದನ್ನು ಇರುವಂತೆಯೇ ಅದರ ಸಹಜ ಸ್ಥಿತಿಯಲ್ಲಿಯೇ ಇರುವುದಕ್ಕೆ ಬಿಡುತ್ತಾನೆ, ಇರುವುದನ್ನು ಬಯಸುತ್ತಾನೆ. ಮತ್ತು ಹಾಗೇ

ನೋಡುತ್ತಾನೆ. ಯಥಾರ್ಥ ಎನ್ನುತ್ತೇವೆ. ನಮ್ಮ ಕಲ್ಪನೆ ಅಥವ ನಂಬಿಕೆ ಏನೆಂದರೆ ಕವಿಯಾದವನಿಗೆ ಮತ್ಯಾರಿಗೂ ಕಾಣದ್ದು ಬಹಳ ವಿಶಿಷ್ಟವಾಗಿ ಕಾಣುತ್ತದೆ ಅಂತ. ಅದು ಒಂದು ರೀತಿಯಿಂದ ಸರಿ ಹೌದು. ಆದರೆ ಅದು ಅವನಿಗೆ ಸಹಜವಾಗಿಯೇ ಅದು ಇರುವಂತೆಯೇ ಕಾಣುತ್ತಿರುತ್ತದೆ. ಬದುಕಬೇಕೆಂದರೆ ಸಂಜೀವಿನಿಯನ್ನು ಪಡೆಯಲೇ ಬೇಕು. ಆದರೆ ಉಳಿದದ್ದು ಕಿಂಚಿತ್ತೂ ಕದಲಬಾರದು. ಕಲ್ಲು ಅಲ್ಲಿ ಇರುವಲ್ಲಿಯೇ ಬಂದು ಮಗಳು ನೋಡಬೇಕು. ಅದು ನಮ್ಮ ಸುಪರ್ದಿಯಲ್ಲಿಲ್ಲ. ನಾವು ಅದರ ಮಡಿಲಿನಲ್ಲಿದ್ದೇವೆ. ಆದರೆ ಅಷ್ಟೇ ಮುಖ್ಯ ಅಲ್ಲ. ಅದಕ್ಕಾಗಿ ಆ ಕಲ್ಲನ್ನು ಅಲ್ಲೇ ಕಟ್ಟಿ ಹಾಕುವುದಿಲ್ಲ. ಅದರ ಸಹಜ ಗತಿಗೆ ಅದನ್ನು ಬಿಟ್ಟುಬಿಡುತ್ತಾರೆ. ಹೊಳೆ ಕೊಚ್ಚಿಕೊಂಡು ಹೋದರೆ ಹೋಗಲಿ. ಅದಿಲ್ಲದಿದ್ದರೆ ಬರೀ ಹೊಳೆಯನ್ನೇ ಮಗಳು ನೋಡುತ್ತಾಳೆ. ಆದರೆ ಆ ಕಲ್ಲಿಗೆ ಅದರ ಸಹಜ ಗತಿಗೆ ತಾನು ತಡೆ ಒಡ್ಡುವುದಿಲ್ಲ. ಯಾವುದಕ್ಕೂ 'ನಾವು' ತಡೆಯಾಗಬಾರದು. ನಾವೇ ತಡೆಯಾಗಬಾರದು. ಪ್ರಕೃತಿಗೆ, ಕವಿತೆಗೆ, ಯಾವುದಕ್ಕೂ. ಹೊಳೆಯ ಒಂದು ಕಲ್ಲಿನ ಗತಿಯಲ್ಲೇ ಹಸ್ತಕ್ಷೇಪ ಮಾಡಲೊಲ್ಲದ ಈ ಕವಿ ನದಿಗಳ ದಿಕ್ಕನ್ನೇ ಬದಲಿಸುವ ಯೋಜನೆಯನ್ನು ಖಂಡಿತ ಒಪ್ಪಲಾರರು. ಇಂಥ ಯಾವುದೇ ರೀತಿಯ ಸ್ಥಾನಪಲ್ಲಟವನ್ನೊಲ್ಲದ ಕವಿ ಮಂಜುನಾಥ್. ಅವರ ನಬಿಯ ನಿಲುವಂಗಿ, ಮಹಾ ನಿಸರ್ಗದಲ್ಲಿ, ನಗು, ಮಳೆ ಮರದ ಹೂವು, ಕಂಬ, ಸಿಂಹಾಸನದ ಮೇಲೆ, ವಾಲ್ಮೀಕಿಯ ಸಿಟ್ಟು ಮುಂತಾದ ಕವಿತೆಗಳಲ್ಲಿ ಸುಪ್ತವಾಗಿ ಇದೇ ಗುಣವೇ ಹರಡಿಕೊಂಡಿದೆ. ವಾಲ್ಮೀಕಿಯ ಸಿಟ್ಟು ಕವಿತೆಯಲ್ಲಿ ಕಾಡಿಗೆ ಹೊರಟ ರಾಮನನ್ನು ಭಾವುಕ ಜನರೆಲ್ಲ ಬಂದು ಬೇಡಿಕೊಂಡರೆ, ವೃದ್ಧನೊಬ್ಬ ಬಂದು ಎಲ್ಲರನ್ನೂ ಗದರಿ ಕಳುಹಿಸಿ ರಾಮನಿಗೆ ಕಾಡಿಗೆ ಹೋಗುವಂತೆ ಹೇಳುತ್ತಾನೆ. ಯಾಕೆಂದರೆ ಅದು ರಾಮಾಯಣಕ್ಕೆ ಸಹಜ. ಅದಿಲ್ಲದಿದ್ದರೆ ರಾಮಾಯಣವಿಲ್ಲ. ಅವರು ಬುದ್ಧನ ಬಗ್ಗೆ ಹೇಳುವ ಮಾತು ಹಾಗೇ – ಸುಮ್ಮನೆ ಇದ್ದೂ ಇದ್ದು ಆದದ್ದು ಬುದ್ಧ. ಇರುವುದನ್ನು ಇರುವಂತೆ ಬಿಡುವುದು ಮತ್ತು ಅದನ್ನು ಹಾಗೇ ಗ್ರಹಿಸುವುದು.

ಆದರೆ ಅದು ಪತ್ರಿಕಾ ವರದಿಯ ಹಾಗಲ್ಲ. ಒಂದು ಸೆಮಿನಾರಿನಲ್ಲಿ ಒಬ್ಬರು ಹೇಳಿದರು. ಪತ್ರಿಕೆಯ ಹೆಡ್‌ಲೈನುಗಳೂ ಕಾವ್ಯವೇ ಎಂದು. ಹಾಗಿದ್ದರೆ ಎಲ್ಲ ಮತಾಂಧ ಗುರುಗಳ ಮಾತುಗಳೂ ಕಾವ್ಯವೇ ಆಗಬೇಕು. ಕಾವ್ಯ ಅಥವ ನಾಟ್ಯ – ಅವೆರಡೂ ಬಹಳ ಹತ್ತಿರದಲ್ಲಿವೆ – ನಾಟ್ಯವೆಂದರೆ ಲೋಕದ ವಿದ್ಯಮಾನಗಳ ಭಾವಾನುಕೀರ್ತನ ಎನ್ನುತ್ತಾನೆ ಭರತಮುನಿ. 'ಲೋಕವೃತ್ತಾನುಕರಣಂ ನಾಟ್ಯಂ'. ಅದನ್ನು ಅಭಿನವಗುಪ್ತ ಅನುವ್ಯವಸಾಯ ಎನ್ನುತ್ತಾನೆ. ವ್ಯವಸಾಯವಲ್ಲ; ಅನುವ್ಯವಸಾಯ. ಪ್ರತ್ಯಕ್ಷದ ಪರೋಕ್ಷ. ಅಥವ ಪರೋಕ್ಷದ ಪ್ರತ್ಯಕ್ಷ. ಅದು ವರದಿಯಲ್ಲ. ಇರುವುದನ್ನು ಹಾಗೇ ನೋಡುವುದೆಂದರೆ ಅದರಲ್ಲಿ ನಾವು ತಡೆಯಾಗದೇ ಇರುವುದು. ನಾವೇ

ವಿಜೃಂಭಿಸದಿರುವುದು. ಮಂಜುನಾಥರದೇ ಒಂದು ಸಾಲಿದೆ – ಧಿಗ್ಗನೆ ಎದ್ದು ಬರುವ ಅರ್ಥವೆಲ್ಲ ಇದ್ದಂಥದ್ದೇ.

ನನ್ನ ತಂಗಿಯ ಮಗನಿಗೆ ಮೂರು ವರ್ಷವಿರುವಾಗಿನ ಒಂದು ಸಣ್ಣ ಸಂಗತಿ ನೆನಪಿಗೆ ಬರುತ್ತಿದೆ. ನನ್ನ ತಂಗಿ ಅವನಿಗೆ ಊಟ ಮಾಡಿಸುತ್ತಿದ್ದಳು. ಸ್ವಲ್ಪ ಊಟ ಮಾಡಿದ ನಂತರ ಮಕ್ಕಳು ಮಾಡುವಂತೆ ಸಹಜವಾಗಿ ನನಗೆ ಊಟ ಸಾಕು ಎಂದ. ನನ್ನ ತಂಗಿ ಗದರಿಸುವಂತೆ ಸಾಕು ಇಲ್ಲ – ಪೀಕು ಇಲ್ಲ ಅಷ್ಟನ್ನೂ ಊಟ ಮಾಡಬೇಕು ಎಂದಳು. ಅವನು ಕೂಡಲೇ ಅಮ್ಮ ಪೀಕು ಅಂದರೆ ಏನು ಅಂತ ಕೇಳಿದ. ನನ್ನ ತಂಗಿಗೆ ಏನು ಹೇಳಬೇಕೋ ತಿಳಿಯದೆ ಪೀಕು ಅಂದರೆ ಸುಮ್ಮನೆ ಹಾಗೇ ಹೇಳಿದ್ದು, ಅದಕ್ಕೇನೂ ಅರ್ಥವಿಲ್ಲ ಎಂದಳು. ಅವಳ ಮಗ, ಅದಕ್ಕೆ ಅರ್ಥ ಇದೆ ಅಂದ. ಇವಳು ಮತ್ತೆ ಇಲ್ಲವೋ ಅದಕ್ಕೇನೂ ಅರ್ಥ ಇಲ್ಲ ಸುಮ್ಮನೆ ಊಟ ಮಾಡು ಎಂದಳು. ಇಲ್ಲಮ್ಮ, ಪೀಕು ಅಂದರೆ ಹಕ್ಕಿಯ ಬಾಯಿಯ ಮುಂದೆ ಚೂಪಾಗಿ ಚುಚ್ಚಿ ಇರುತ್ತಲ್ಲ ಅದಕ್ಕೆ ಪೀಕು ಅನ್ನುತ್ತಾರೆ ಅಂದ. ಅವನ ವ್ಯುತ್ಪತ್ತಿಗೆ ನಾನು ಮಂತ್ರಮುಗ್ಧನಾಗಿದ್ದೆ. ಇರುವ ಅರ್ಥವನ್ನೇ ಅವನು ತೋರಿದ್ದು. ಮಂಜುನಾಥರದೇ ಒಂದು ಕವಿತೆಯ ಉದಾಹರಣೆ ಕೊಡುವುದಾದರೆ 'ನಬಿಯ ನಿಲುವಂಗಿ' ಕವಿತೆ. ಒಮ್ಮೆ ಮಹಮದರು ಕುಳಿತಿದ್ದಾಗ ಅವರ ನಿಲುವಂಗಿಯ ಮೇಲೆ ಮಲಗಿದ್ದ ಬೆಕ್ಕಿನ ನಿದ್ರೆ ಕೆಡಿಸಲಿಚ್ಛಿಸದೆ ಕತ್ತರಿಯಿಂದ ನಿಲುವಂಗಿಯನ್ನು ಹಾಗೇ ಕತ್ತರಿಸಿ ಎದ್ದು ಹೋದರಂತೆ. ಕವಿಯೂ ಅದನ್ನೇ ಕಾಣುತ್ತಿದ್ದಾನೆ. ಆದರೆ ಆತ ನೋಡುತ್ತಿರುವುದು ಕತ್ತರಿಸಿ ಇಟ್ಟ ಅಂಗಿಯ ಮೇಲೆ ಬೆಕ್ಕನ್ನು ಮಾತ್ರವಲ್ಲ.

ಮಲಗಿತ್ತು ಬೆಕ್ಕು ಮಹಮದರ
ತುಂಡು ವಸ್ತ್ರದ ಮೇಲೆ
ಹೊತ್ತು ನಡೆದರು ಕರುಣಾಳು ಬೆಕ್ಕಿನಾಕೃತಿಯನ್ನು
ಕೊರೆದ ನಿಲುವಂಗಿಯಲೆ.

ಕವಿಯ ಪ್ರಕಾರ ಮಹಮದರು ಆ ಬೆಕ್ಕನ್ನು ತೊರೆದು ಹೋಗಲೇ ಇಲ್ಲ. ಅದನ್ನು ತನ್ನ ಅಂಗಿಯಲ್ಲೇ ಒಯ್ದಿದ್ದಾರೆ. ಇದು ಧಿಗ್ಗನೆ ಎದ್ದು ಬರುವ ಇದ್ದಂಥದೇ ಅರ್ಥ.

ಇಂಥ ಸಹಜ ಗತಿಗೆ ಅಡ್ಡವಾಗುವ ಎಲ್ಲ ಸಂಗತಿಗಳ ಬಗ್ಗೆ ಅವರಲ್ಲಿ ಖೇದವಿದೆ. ಬಿಳಿಕೆರೆ, ನಮ್ಮ ರಸ್ತೆ ಅಗಲವಾಗಿ, ಬೊಗಸೆ ಜಲ, ಬೆಂಕಿ, ಇದು ಕಾಲವಲ್ಲ, ಅತಿ ಶ್ರೀಮಂತನ ಊಟದ ಮೇಜು, ಮಣ್ಣಿನ ಪದ್ಯಗಳಲ್ಲಿ ಈ ಖೇದ ಕಾಣುತ್ತದೆ. ಜೊತೆಗೆ ಕೆಲವು ಸಾಮಾಜಿಕ ಕಳಕಳಿಯುಳ್ಳ ಕವಿತೆಗಳಿವೆ. ಅವುಗಳಿಗಿಂತ

ಹೆಚ್ಚಿನ ಪರಿಣಾಮವನ್ನು ಉರುಟುಕಲ್ಲು ಮುಂತಾದ ಸಹಜ ಕವಿತೆಗಳು ಓದುಗರ ಮನಸ್ಸಿನ ಮೇಲೆ ಮಾಡಬಲ್ಲವು ಎನ್ನುವುದು ನನ್ನ ನಂಬಿಕೆ. ಖಾಯಿಲೆಗೆ ಟಾನಿಕ್ ಕೊಡುತ್ತಾರೆ, ಮಾತ್ರೆ ಕೊಡುತ್ತಾರೆ, ತೀರಾ ಹದಗೆಟ್ಟಿದ್ದರೆ, ಇಂಜೆಕ್ಷನ್ ಕೊಡಲೇ ಬೇಕು. ಸೂಜಿ ಇಂಜೆಕ್ಷನ್ನಿಂದ ಗುಣವಾಗದ್ದು ಟಾನಿಕ್ಕಿನಿಂದ ಗುಣವಾಗುವುದೆಂಬ ನಂಬಿಕೆಯಿಲ್ಲ. ನಾಲಿಗೆ ಕಹಿಯಾಗುತ್ತದೆ ಅಷ್ಟೆ. ಅಂಥ ಇಂಜೆಕ್ಷನ್ನಿನಂಥ ಅವರ ಮುಂಚಿನ ಸಂಕಲನದ ನಾಲ್ಕು ಸಾಲಿನ ಸಣ್ಣ ಸಣ್ಣ ಕವಿತೆಗಳು ಈ ಸಂಕಲನದಲ್ಲಿ ಹೆಚ್ಚಿಲ್ಲ. ಅವರ ಹಿಂದಿನ ಸಂಕಲನಗಳಲ್ಲಿನ ರಾಟವಾಳ, ಹಕ್ಕಿ, ಜಿಂಕೆ, ಇನ್ನಿತರ ಅವರ ಸಣ್ಣ ಸಣ್ಣ ಕವಿತೆಗಳ ಪರಿಣಾಮ ತೀವ್ರವಾದುದು. ಕವಿತೆ ಮರೆಮಾಚಿದಷ್ಟು ಅದರ ಸೆಳೆತ ವಿಪರೀತ, ಬುರ್ಖಾ ಧರಿಸಿದ ಹೆಣ್ಣಿನ ಕಣ್ಣುಗಳ ಹಾಗೆ. ಅಂಥ ಕೆಲವು ಸಾಲುಗಳು ಇಲ್ಲಿನ ಕವಿತೆಗಳಲ್ಲೂ ಕಾಣುತ್ತವೆ.

ಈಜು ಕಲಿಸಿದ ಬಾಲ್ಯದ ಗೆಳೆಯ
ಸುಳಿಗೆ ಸಿಕ್ಕಿ ತೀರಿಹೋದ (ಆತ್ಮದ ಮಾಗಿ)
ಮೀರಿದವ ನಿಂತೇ ಇರಬೇಕೇನೋ (ಬಾಹುಬಲಿ)
ಹರಿವ ನದಿಯ ಮೇಲೆ ಬೀಸಿ
ನೀರ ವಾಸನೆಯಂತೆ ಹಾಯ್ದಿರುವವನ (ಕಿ ರಂ ನೆನಪಾಗಿ)
ಇಷ್ಟು ಜೀವದ ರಸ ಒತ್ತಿದರೆ ಒಳಗಿಂದ
ಹರಿಯದಿರುವುದೇ ಅಯ್ಯೊ ಸಿಪ್ಪೆ! (ಅವಳ ಬಗ್ಗೆ ಇನ್ನೊಂದು)
ಹೊರಡದೆ ಎಲ್ಲೂ ಈ ಶಿಲೆ
ನಿರಂತರ ಅಭಿಷೇಕದಲಿ ಸವೆಯುತ್ತಲಿದೆ
ಶೂನ್ಯವನು ಅರಸಿ! (ಹುಂಡ್ರೂ ಎಂಬ ಜಲಪಾತ)

ಇಂಥ ಕೆಲವು ಸಾಲುಗಳಲ್ಲಿಯೇ ಕವಿತೆಯ ಜೀವವಿರುತ್ತದೆ. ಉಳಿದಿದ್ದೆಲ್ಲ ಅದರ ವಿಸ್ತರಿತ ಪ್ರಭಾವಳಿ. ಅದನ್ನು ಕಟ್ಟಲು ಬೇಕಾದ ಭಾಷೆಯ ಸೊಬಗು ಕವಿಗೆ ಮುಖ್ಯ. ಎಸ್. ಮಂಜುನಾಥರ ಗುಂಗಿಗೆ, ಲಹರಿಗೆ, ಲಯಕ್ಕೆ ತಕ್ಕುದಾದ ಭಾಷೆಯ ಬಳುಕನ್ನು ಅವರು ಒಲಿಸಿಕೊಂಡಿದ್ದಾರೆ. ನೋಟಿನ ಬೆಟ್ಟವೇ ಇದ್ದರೂ ಬೀಜಕ್ಕೆ ಬೇಕಿರುವುದು ಒಂದು ಬೊಗಸೆ ಜಲ. ಇಂಥ ಸರಳ ಸಂಗತಿ ಮನುಷ್ಯನಿಗೆ ಯಾಕೆ ತಿಳಿದಿಲ್ಲ ಎನ್ನುವ ವಿಸ್ಮಿತ ಖೇದದಲ್ಲಿ ಈ ಸಂಕಲನದಲ್ಲಿನ ಎಲ್ಲ ಕವಿತೆಗಳು ಅರಳಿದಂತಿವೆ.

2015

ಹಿರಿಯ ಕತೆಗಾರರ ನೆಲೆ

ಮಾಸ್ತಿಯವರು ಒಂದು ಪುಸ್ತಕ ಬಿಡುಗಡೆ ಸಮಾರಂಭಕ್ಕೆ ಹೋಗ್ತಾರೆ. ಅದು ಹಿರಿಯ ಕತೆಗಾರರೊಬ್ಬರ ಸಮಗ್ರ ಕಥಾಸಂಕಲನ ಬಿಡುಗಡೆ ಸಮಾರಂಭ. ಅಲ್ಲಿ ಸ್ವಾಗತ ಭಾಷಣ ಮಾಡುತ್ತಿದ್ದ ವ್ಯಕ್ತಿ ಒಂದು ಮಾತು ಹೇಳುತ್ತಾನೆ – ಯಾವ ಕತೆಯೂ ನಿಜವಲ್ಲ; ಯಾವ ಕತೆಯೂ ಪೂರ್ಣವಲ್ಲ. ನಿಜದ ಒಂದು ಭಾಗ ಕತೆ ಬರೆಯುವಾಗಲೂ ಕತೆ ಬರೆದಾದ ಮೇಲೂ ಹಾಗೇ ಉಳಿದಿರುತ್ತದೆ ಅಂತ. ಮಾಸ್ತಿಯವರಿಗೆ ಸಿಟ್ಟು ಬಂದುಬಿಡುತ್ತೆ. ಕೇಳುವಷ್ಟು ಕೇಳಿ, ಆಮೇಲೆ ಹಣೆ ಚಚ್ಚಿಕೊಳ್ಳುತ್ತ, 'ಪಯ್ತ್ಯಕಾರ ಪಯ್ತ್ಯಕಾರ' ಅಂತ ಅವನಿಗೆ ಬೈಯ್ದು ಅಲ್ಲಿಂದ ಹೊರಟು ಹೋಗ್ತಾರೆ.

ಮಾಸ್ತಿಯವರು ಹಾಗೆ ಸಿಟ್ಟಾಗುವುದಕ್ಕೆ ಕಾರಣವಿದೆ. ಆ ಸಮಾರಂಭಕ್ಕೆ ಬರುವುದಕ್ಕೆ ಮುಂಚೆಯೂ ಕತೆಗೆ ಅಗತ್ಯವಾದ ವಾತಾವರಣ ಸಿಗದೆ ನಿರಾಶರಾಗಿ ಬಂದಿರುತ್ತಾರೆ. ಯಾವ ಮನೆಯ ಬಾಗಿಲೂ ತೆರೆದಿರುವುದಿಲ್ಲ. ಯಾರೂ ಮನೆಯಿಂದ ಹೊರಗೇ ಬರುವುದಿಲ್ಲ. ಬಂದರೂ ಯಾರೂ ಮತ್ತೊಬ್ಬರೊಂದಿಗೆ ಮಾತನಾಡುವುದಿಲ್ಲ. ಸಂಜೆ ಹೊತ್ತು ಯಾವ ಮನೆಯ ಮುಂದೆಯೂ ಹೆಣ್ಣುಮಕ್ಕಳು ಹೂ ಕೊಯ್ಯುವುದಕ್ಕೆ ಬರುವುದಿಲ್ಲ. ಯಾರೋ ಒಬ್ಬ ದಡೂತಿ ಮನುಷ್ಯ ಬಂದು ಕೊಕ್ಕೆ ಹಾಕಿ ಹೂ ಕೊಯ್ದು ಸಾಗಿಸುತ್ತಿರುತ್ತಾನೆ. ಪರಿಚಿತರಿಗಿಂತ ಅಪರಿಚಿತರು

ಕಂಡರೆ ಇನ್ನೂ ಹೆಚ್ಚು ಹುಮ್ಮಸ್ಸಿನಿಂದ ಮಾತಿಗೆ ಇಳಿಯುವ ಮಾಸ್ತಿಯಂಥ ಮಾಸ್ತಿಯವರೂ ಅವನನನ್ನು ನೋಡಿ ಭಯಭೀತರಾಗಿ ಏನೂ ಮಾತಾಡದೆ ಅಲ್ಲಿಂದ ಹೊರಡುತ್ತಾರೆ. ಆಮೇಲೆ ಈ ಪುಸ್ತಕ ಬಿಡುಗಡೆ ಸಮಾರಂಭಕ್ಕೆ ಬಂದು, ಅಲ್ಲೂ ಸಿಟ್ಟು ಮಾಡಿಕೊಂಡು, ಅವರದ್ದೇ ಒಂದು ಪಾತ್ರ – ವೆಂಕಟೇಶ ಸಾಮಿ ಅಂತ – ಅವನ ಸಮಾಧಿ ಬಳಿ ಹೋಗುತ್ತಾರೆ. ಅವನ ಸಮಾಧಿಗೆ ಕಿವಿಗೊಟ್ಟು ಅಲ್ಲಿಂದಲೇ ಒಂದು ಕತೆಯನ್ನು ಹೊಂದಿಸಿಕೊಳ್ಳುತ್ತಾರೆ.

ಇದು ಕೆ.ಸತ್ಯನಾರಾಯಣ ಅವರ 'ಮಾಸ್ತಿಗನ್ನಡಿ' ಎನ್ನುವ ಕತೆಯ ಒಂದು ಎಳೆ. ಮಾಸ್ತಿಯಂಥ ಕಥನಶೀಲ ಮನಸ್ಸು ಇಂದಿನ ಬದಲಾದ ಪರಿಸರದಲ್ಲಿ ಕತೆಗಳಿಗಾಗಿ ಹೇಗೆ ಚಡಪಡಿಸುತ್ತದೆ ಎನ್ನುವುದನ್ನು ಈ ಕತೆ ತಿಳಿಸುತ್ತದೆ. ಅಷ್ಟೇ ಅಲ್ಲ, ಅವರಿಗೆ ಎಂಥ ಕತೆಗಳು ಮುಖ್ಯ ಅನ್ನುವುದನ್ನೂ ಈ ಕತೆ ಹೇಳುತ್ತದೆ. ಹಿರಿಯ ಕತೆಗಾರರ – ಅಂದರೆ ಎರಡು ದಶಕಗಳಿಗೂ ಹೆಚ್ಚು ಕಾಲ ಕಥಾವ್ಯಸನದಲ್ಲಿ ತೊಡಗಿರುವ ಕತೆಗಾರರ ಇತ್ತೀಚಿನ ಕೆಲ ವರ್ಷಗಳಲ್ಲಿ ಬರೆದಿರುವ ಕತೆಗಳನ್ನು ಗಮನಿಸಿದಾಗ, ಅವುಗಳಲ್ಲಿ ಕಂಡುಬರುವ ಪರಿವರ್ತನೆ ಮತ್ತು ಅವು ಸೂಚಿಸುವ ವರ್ತಮಾನದ ನೆಲೆಗಳಿಗೆ ಮಾಸ್ತಿಗನ್ನಡಿ ಕತೆಯು ಒಂದು ರೂಪಕವಾಗಿ ತೋರುತ್ತದೆ.

ಒಬ್ಬ ಕತೆಗಾರನಿಗೆ ನಿನಗೆ ಹೇಳಲೇಬೇಕೆನಿಸಿದ ಒಂದು ಕತೆ – ಒಂದೇ ಒಂದು ಕತೆ – ಯಾವುದು ಅಂತ ಕೇಳಿದರೆ, ಆ ಒಂದು ಕತೆಯನ್ನು ಹೇಳುವುದಕ್ಕೆ ತೊಡಗಿ ಪುನಃ ಹತ್ತಾರು ಕತೆಗಳನ್ನು ಹೇಳುತ್ತ ಹೋಗುವ ಸಂಭವವೇ ಹೆಚ್ಚು. ನಮ್ಮ ಹಿರಿಯ ಕತೆಗಾರರಲ್ಲಿ ಅನೇಕರಿಗೆ ಒಂದು ಕೇಂದ್ರ ಅಂತಿದೆ. ಅದು ಚಿತ್ತಾಲರ ಹನೇಹಳ್ಳಿ ಇರಬಹುದು, ವ್ಯಾಸರ ದುರ್ಗಾಪುರವಿರಬಹುದು, ವೈದೇಹಿಯವರು ಕಟ್ಟಿಕೊಡುವ ಸ್ತ್ರೀ ಜಗತ್ತು, ಕುಂವೀ, ಅಮರೇಶ್ ನುಗಡೋಣಿ, ಶ್ರೀನಿವಾಸ ವೈದ್ಯರ ಕಥಾ ಪರಿಸರವಿರಬಹುದು. ಇವರು ಮತ್ತೆ ಮತ್ತೆ ಅದೇ ಕೇಂದ್ರದತ್ತಲೇ ಹೊರಳುತ್ತ ಅಲ್ಲಿಂದಲೇ ಹೊಸ ಕತೆಗಳನ್ನ ಹೊಮ್ಮಿಸುತ್ತಿರುತ್ತಾರೆ. ಹಾಗೆ ಕತೆಗಳನ್ನು ಹೆಣೆಯುತ್ತಲೇ ಇಂದಿನ ಪರಿಸರಕ್ಕೆ ಅವು ಪ್ರತಿಸ್ಪಂದಿಸುತ್ತಲೂ ಇರುತ್ತದೆ. ಚಿತ್ತಾಲರ ಇತ್ತೀಚಿನ ಸಂಕಲನ – ಪುಟ್ಟನ ಹೆಜ್ಜೆ ಕಾಣೋದಿಲ್ಲ – ಅದನ್ನು ಗಮನಿಸಿದರೆ, ಅದರಲ್ಲಿ ಹಲವು ಕತೆಗಳಲ್ಲಿ ಊರಿನಿಂದ ಕಾಣೆಯಾದವರ ಪ್ರಸ್ತಾಪ ಬರುತ್ತದೆ. ವಿಷಯ ಅದಷ್ಟೇ ಅಲ್ಲ. ಇಡೀ ಊರು ಹೇಗೆ ಕಾಣೆಯಾದವರ ಬಗ್ಗೆ ಕಾಳಜಿ ವಹಿಸುತ್ತೆ ಹೇಗೆ ಅವರನ್ನು ನೆನಪಿಸಿಕೊಳ್ಳುತ್ತದೆ ಅನ್ನುವುದು ಅವುಗಳಲ್ಲಿನ ಪ್ರಧಾನ ಅಂಶ. ಒಂದು ಹುಡುಗಿ ಊರು ಬಿಟ್ಟು ಯಾರೊಂದಿಗೋ ಹೋಗಿರುತ್ತಾಳೆ. ಊರಿನ ತುಂಬ ಏನೇನೋ ಗುಮಾನಿ ಗುಸುಗುಸುಗಳು ನಡೆಯುತ್ತವೆ. ಅದೇ ಸಮಯಕ್ಕೆ ಅಲ್ಲಿ ಹುಲಿಯ ಕಾಟ ಇದೆ ಅನ್ನುವ ಸುದ್ದಿಯೂ ಬರುತ್ತದೆ. ಆಗ ಆ ಹುಡುಗಿ

ಎಲ್ಲಿಯಾದರೂ ಯಾರೊಂದಿಗಾದರೂ ಹೋಗಿರಲಿ ಆದರೆ ಆ ಹುಲಿಯ ಬಾಯಿಗೆ ಮಾತ್ರ ಸಿಕ್ಕದಿರಲಿ ಅಂತ ಇಡೀ ಊರಿನ ಜನ ತಮ್ಮ ಮನದಲ್ಲೇ ಪ್ರಾರ್ಥಿಸುತ್ತಾರೆ. ಮತ್ತೊಂದು ಕತೆಯಲ್ಲೂ ಹೀಗೇ. ಊರು ಬಿಟ್ಟು ಹೋದವನೊಬ್ಬನ ನೆನಪುಗಳನ್ನು ಎಷ್ಟೋ ವರ್ಷಗಳ ನಂತರವೂ ಆ ಊರು ಮೆಲುಕು ಹಾಕುತ್ತಿರುತ್ತದೆ.

ಇದನ್ನು ಓದಿದಾಗ, ಯಾರೊಬ್ಬರ ನೆನಪೂ ಸಮುದಾಯದೊಳಗೆ ಸ್ಥಾಯಿಯಾಗಿ ಉಳಿಯದ ಈ ಸೆಲ್ಫೀ ಯುಗದಲ್ಲಿ, ನಾವು ಯಾವುದರಿಂದ ವಂಚಿತರಾಗಿದ್ದೇವೆ ಅನ್ನುವುದು ತಿಳಿಯುತ್ತದೆ. ಅದೇ ರೀತಿ ಶ್ರೀನಿವಾಸ ವೈದ್ಯರ ಒಂದು ಕತೆ – 'ಎಲ್ಲವಂ ಬಲ್ಲವರಿಂದ' ಅಂತ. ಅದಕ್ಕೆ ಅವರು ಮೊದಲು ಇಟ್ಟಿದ್ದ ಹೆಸರು 'ಗಣಕಪೂರ್ವದ ಜನಗಣ'. ಅದು ಐವತ್ತರ ದಶಕದ ಹೈ ಸ್ಕೂಲ್ ಹುಡುಗರಿಗೆ ಕಾಮದ ಬಗ್ಗೆ, ಹೆಣ್ಣಿನ ಬಗ್ಗೆ ಇರುವ ಹುಳಿಹುಳಿ ಮುಜುಗರ, ಕುತೂಹಲಗಳ ಬಗ್ಗೆ ಲಘುವಾದ ಧಾಟಿಯಲ್ಲಿ ಚಿತ್ರಿಸುವ ಕತೆ. ಇಲ್ಲಿ ಕತೆಗಾರರಿಗೆ ಇಂದಿನ ಹೈ ಸ್ಕೂಲ್ ಹುಡುಗರಿಗೆ ಇರುವ ಅವಕಾಶಗಳ ಬಗ್ಗೆ ಅರಿವಿದೆ. ಅವರು ಏನನ್ನು ಕಳೆದುಕೊಂಡಿದ್ದಾರೆ ಅನ್ನುವುದೂ ತಿಳಿದಿದೆ. ಆದರೆ ಅದನ್ನವರು ನೇರವಾಗಿ ಹೇಳುವುದಿಲ್ಲ. ಆದರೆ, ಪರೋಕ್ಷವಾಗಿ ಐವತ್ತರ ದಶಕದ ಕತೆಯನ್ನು ಆಗಿನ ಪರಿಸರವನ್ನು ಕಟ್ಟಿಕೊಡುವ ಮೂಲಕ ಇಂದಿನ ಬೆಳವಣಿಗೆಗಳಿಗೆ ಸ್ಪಂದಿಸುತ್ತಾರೆ. 'ಗಣಕಪೂರ್ವದ ಜನಗಣ'ವೇ ಸೂಕ್ತ ಶೀರ್ಷಿಕೆ ಆಗುತ್ತಿತ್ತೇನೋ.

ಇಲ್ಲಿ ಈ ತರಹದ ಕತೆಗಾರರಿಗೆ ಕಥಾ ವಸ್ತುವಿಗಿಂತ ಕಥನಕ್ರಮವೇ ಮುಖ್ಯ. ವಸ್ತುವೈವಿಧ್ಯತೆಗಿಂತ ಕಥಾವಿನ್ಯಾಸಗಳಿಗಿಂತ ಬದ್ಧತೆ ಮುಖ್ಯ. ಕಥನ ಕ್ರಮದಲ್ಲೇ ಹೇಳಬೇಕಾದ್ದನ್ನು ಹೇಳುವ ಕೌಶಲ ಇಲ್ಲಿದೆ. ಬೊಳುವಾರರ ಕತೆಗಳಲ್ಲೂ ಇದನ್ನು ಗಮನಿಸಬಹುದು. ಸ್ವಾತಂತ್ರ್ಯದ ಓಟ, ಒಂದು ತುಂಡಿನ ಗೋಡೆ, ಕೇಸರಿ, ಬಿಳಿ, ಹಸಿರು, ಇತ್ಯಾದಿ ಕತೆಗಳೆಲ್ಲವೂ ಬೇರೆ ಬೇರೆ ಆವರಣದಲ್ಲಿ ಒಂದೇ ವಿಷಯವನ್ನು ಒತ್ತಿ ಒತ್ತಿ ಹೇಳುತ್ತವೆ. ಮನುಷ್ಯತ್ವದ ಮೇಲಿನ ಕತೆಗಾರನ ನಂಬಿಕೆ ಮತ್ತು ನಾವು ಕಟ್ಟಬೇಕಿರುವ ಸಮಾಜದ ಸ್ಪಷ್ಟ ರೂಪು ಇವುಗಳ ಬಗ್ಗೆ ಖಚಿತ ನಿಲುವು ಮತ್ತೆ ಮತ್ತೆ ಗೋಚರಿಸುತ್ತೆ. ಇಲ್ಲಿ ಕತೆಗಾರನಿಗೆ ಬದ್ಧತೆಯೇ ಮುಖ್ಯ. ನಂಬಿದ್ದನ್ನೇ ಬೇರೆ ಬೇರೆ ರೂಪಗಳಿಂದ ಹೇಳುವ ಬದ್ಧತೆ. ಇಂದಿನ ಪರಿಸರದಲ್ಲಿನ ಪರಿವರ್ತನೆಗಳು, ಇಂದಿನ ಬದಲಾದ ಮೌಲ್ಯಗಳು, ಅದರಿಂದಾಗುವ ತಾಕಲಾಟಗಳು ಅಮುಖ್ಯ. ಅಮುಖ್ಯ ಅಂದರೆ ಅಷ್ಟೇನೂ ಮುಖ್ಯ ಅಲ್ಲ ಅಂತ. ಬೇಡವೇ ಬೇಡ ಅಂತಲ್ಲ. ಆದರೆ ಅದಕ್ಕಿಂತ ಮುಖ್ಯವಾಗಿ ನನಗೆ ಇದನ್ನೇ ಹೇಳಬೇಕಿದೆ ಅನ್ನುವ ಧೋರಣೆ ಕಾಣುತ್ತದೆ.

ವ್ಯಾಸರ ಕತೆಗಳು ಮಾತ್ರ ಎಲ್ಲಾ ಆಧುನಿಕ ಸಂಘರ್ಷಗಳನ್ನು ಎದುರಿಸಲು ಹಾತೊರೆಯುವಂತಿದೆ. ಅದು ಸುಮ್ಮನೆ ಮುಖಾಮುಖಿಯಲ್ಲ ಅಥವ ಕೇವಲ

ಅಬ್ಸರ್ವೇಶನ್ ಅಲ್ಲ. ಅದು ನೇರ ಪೆನೆಟ್ರೇಶನ್. ಆಧುನಿಕ ಸಂಗತಿಗಳ ಒಳಹೊಕ್ಕು, ಅದರ ಒಳ ಮರ್ಮಗಳನ್ನೆಲ್ಲ ಜಾಲಾಡುತ್ತ, ಇಡಿಯಾಗಿ ಮೈಮೇಲೆಳೆದುಕೊಂಡು ಎದುರುಗೊಳ್ಳುವುದು. ಭ್ರಷ್ಟ ಕಾಮಿ, ಗಂಡ ತೊರೆದ ಹೆಣ್ಣಿನ ಮಗ, ಹೆಂಡತಿ ತೊರೆದ ಗಂಡಸಿನ ಮಗಳು, ಮೊಬೈಲು, ಶಾಪಿಂಗ್ ಕಾಂಪ್ಲೆಕ್ಸು, ಸುನಾಮಿ, ದಯಾ ಮರಣ, ಎಲ್ಲ ಆಧುನಿಕ ತಲ್ಲಣಗಳನ್ನು ಅವರು ಆವಾಹಿಸಿ ಸೆಣಸುತ್ತಾರೆ. ಆದರೆ ಅದೆಲ್ಲ ಏನೇ ಇದ್ದರೂ ಅದೆಲ್ಲವೂ ಅವರಿಗೆ ದುರ್ಗಾಪುರದಲ್ಲಿಯೇ ಘಟಿಸಬೇಕು. ಅವರು ಸ್ವತಃ ಒಂದು ಕತೆಯಲ್ಲಿ ಹೇಳುತ್ತಾರೆ. ಎಲ್ಲೋ ಹೋಗಿ ಏನೇನೋ ನೋಡಿ ಬಂದಿರಬಹುದು. ಆದರೆ ಅದು ಕತೆಯಾಗಬೇಕಾದರೆ ಅವೆಲ್ಲವೂ ದುರ್ಗಾಪುರದಲ್ಲಿಯೇ ಪುನರ್ಘಟಿಸಬೇಕು.

ಹೀಗೆ ಈ ಒಂದು ವರ್ಗ ಮಾಸ್ತಿಯವರು ತಮ್ಮ ಹಳೆಯ ಪಾತ್ರದ ಗೋರಿಯಿಂದ ಹೊಸ ಕತೆಗಳನ್ನ ಸೃಷ್ಟಿಸುವಂತೆ ತಮ್ಮ ಕಥಾ ಲೋಕವನ್ನ ಬೆಳೆಸಿಕೊಂಡು ಹೋಗುತ್ತಾರೆ. ಚಿತ್ತಾಲ, ಗೋಪಾಲಕೃಷ್ಣ ಪೈ, ಅಮರೇಶ್, ಶ್ರೀನಿವಾಸ ವೈದ್ಯ, ಬೊಳುವಾರು, ರಾಘವೇಂದ್ರ ಪಾಟೀಲ, ವೈದೇಹಿ ಇವರೆಲ್ಲರ ಕತೆಗಳಲ್ಲಿ ಸಮಾನವಾಗಿ ಈ ಗುಣವಿದೆ.

ಆದರೆ, ನಾವು ಮಾಸ್ತಿಯ ಕತೆಯಲ್ಲಿ ನೋಡಿದ ಹಾಗೆ ಮನೆಯಿಂದ ಹೊರಬರದ ಆ ಜನರ ಬದುಕಿನ ಪಾಡೇನು? ಸಂಜೆ ಹೂವ ಕೊಯ್ಯಲು ಹೊರಗೆ ಬಾರದ ಹೆಣ್ಮಕ್ಕಳ ಸಂಜೆಗಳ ಕತೆಯೇನು? ಆ ಹೂಗಳನ್ನೆಲ್ಲ ಆ ದಡಿಯ ಎಲ್ಲಿಗೆ ಸಾಗಿಸುತ್ತಿದ್ದಾನೆ? ಇದನ್ನೆಲ್ಲ ನೇರವಾಗಿ ಪ್ರತ್ಯಕ್ಷವಾಗಿ ಎದುರುಗೊಳ್ಳುವುದು ಎರಡನೆಯ ಜಾಡಿನ ಕತೆಗಳು. ಮುಚ್ಚಿದ ಬಾಗಿಲಿನ ಒಳಗಿರುವ ಜನರ ಬದುಕಿನ ಕತೆಯೇ ವಿವೇಕರ ಫಾಚರ್ ಫೋಚರ್, ನಿರ್ವಾಣದಂಥ ಕತೆಗಳು. ಜಯಂತರ ಇತ್ತೀಚಿನ ಒಂದು ಕತೆ – ಒಳಾಂಗಣ ಅಂತ. ಅದು ನಮ್ಮ ನಮ್ಮ ದೈನಂದಿನ ಬದುಕಿನಲ್ಲಿ ಹೊರ ಮಾಧ್ಯಮದ ಒಳನುಸುಳುವಿಕೆಯಿಂದ ಉಂಟಾದ ಕಂದರದ ಬಗ್ಗೆ ಹೇಳುವ ಕತೆ. ವರ್ಚುಯಲ್ ಜಗತ್ತಿನ ಪರಿಣಾಮಗಳು ಆ ಕತೆಯು ತೋರಿಸುವ ಪರಿಣಾಮಗಳಿಗಿಂತ ಬೇರೆಯೇನಲ್ಲ. ಈಗೀಗ ಯಾವುದು ನಮ್ಮ ಬದುಕಿನ ಮೇಲೆ ಹೇಗೆಲ್ಲ ಪ್ರಭಾವ ಬೀರುತ್ತದೆ ಅನ್ನುವುದೇ ನಮಗೆ ತಿಳಿಯದಂಥ ಸ್ಥಿತಿ ಇದೆ. ಶ್ರೀರಾಮ್ ಅವರ 'ಸಲ್ಮಾನ್ ಖಾನನ ಡಿಫಿಕಲ್ಟೀಸ್' ತರಹದ ಕತೆಗಳೂ ಅದನ್ನೇ ತೋರಿಸುತ್ತವೆ. ಆ ಕತೆ ಇರುವುದು ಸಲ್ಮಾನ್ ಖಾನ್ ಅಭಿಮಾನಿಯಾದ ಒಬ್ಬ ಬಡ ಹುಡುಗಿಯ ಸಂಕಷ್ಟಗಳ ಬಗ್ಗೆ. ಆದರೆ ಅವರು ಹೇಳುವುದು ಸಲ್ಮಾನ್ ಖಾನನ ತಾಪತ್ರಯಗಳು ಅಂತ. ಅವರ ಬಹುತೇಕ ಕತೆಗಳಲ್ಲಿ ಇದೊಂದು ಸಮಾನವಾದ ಅಂಶ. ಒಂದಕ್ಕೊಂದು ಸಂಬಂಧವೇ ಇಲ್ಲವೆಂದುಕೊಳ್ಳುವ, ಅನವಶ್ಯಕ ಸಂಗತಿಗಳು

ಹೇಗೆ ಎಲ್ಲರ ಬದುಕಿನಲ್ಲಿ ಓವರ್ ಲ್ಯಾಪ್ ಆಗಿದೆ ಅನ್ನುವುದನ್ನು ನಿರೂಪಿಸುತ್ತಿರುತ್ತೆ. ಅಂದರೆ, ಎರಡು ಸಂಪೂರ್ಣವಾಗಿ ಬೇರೆಯಾದ, ಭಿನ್ನ ಭಿನ್ನ ಜಗತ್ತುಗಳು ಹೇಗೆ ಒಂದನ್ನೊಂದು ಪ್ರಭಾವಿಸುತ್ತವೆ ಅನ್ನುವುದನ್ನು ಅವರ ಕತೆಗಳು ತಿಳಿಸುತ್ತವೆ. ನಮಗೆ ಕಾಣದ ಯಾರದೋ ಬದುಕು ಯಾರದೋ ನಿರ್ಣಯ ನಮ್ಮ ಬದುಕಿನ ಮೇಲೆ ಹೇಗೆ ಪರಿಣಾಮ ಬೀರಬಹುದು ಅನ್ನುವುದನ್ನೂ ಅವು ಹೇಳುತ್ತವೆ. ಬಹುಶಃ ಆರ್ಥಿಕ ಜಗತ್ತಿನ ಜಟಿಲತೆ, ಅಗೋಚರ ಪರಿಣಾಮಗಳು – ಇವೇ ಶ್ರೀರಾಮರ ಕತೆಗಳ ಹಂದರವಾಗಿ ಮಾರ್ಪಟ್ಟಿದೆಯೇನೋ. ಇವೆಲ್ಲವೂ ಈಗಿನದನ್ನು ನೇರವಾಗಿ ಪ್ರವೇಶಿಸುವ ಕತೆಗಳು.

ಉಮಾ ರಾವ್, ಬಿ.ಟಿ. ಜಾಹ್ನವಿ, ಮೊಗಳ್ಳಿ ಹಾಗೂ ರಶೀದ್ ಅವರ ಕೆಲವು ಇತ್ತೀಚಿನ ಕತೆಗಳೂ ಸಹ ಇಂಥದ್ದೊಂದು ಟ್ರಾನ್ಸ್‌ಫರ್ಮೇಶನ್ನು ಸೂಚಿಸುತ್ತವೆ. ಮೊಗಳ್ಳಿಯವರ ಸಮಚಿತ್ತಭಾವ, ಅಂತರ್ದರ್ಶಿತ್ವ, ಸ್ವವಿಮರ್ಶೆ, ಇವೆಲ್ಲವೂ ಮಣ್ಣು, ತೋಪು, ಮೋಜು ಇಂಥ ಕತೆಗಳಲ್ಲಿ ಕಾಣುತ್ತೇವೆ. ಅವರ ಮಣ್ಣು ಕತೆಯಂತೂ ಪೂರ್ತಿಯಾಗಿ ಪಟೇಲರ ದುಃಸ್ಥಿತಿಯ ಕುರಿತಾಗಿ ಹೇಳುವ ಕತೆ. ಅಲ್ಲಿ ಹೊಲೆಯರು ಏನಿದ್ದರೂ ಬರೀ ಬಂದು ಹೋಗುವ ಮುಖಗಳು. ಮೋಜು ಕತೆಯಲ್ಲಿ ಯಾವುದೇ ದೂಷಣೆ ದ್ವೇಷಗಳಿಲ್ಲದೆ ಸಮಾನಚಿತ್ತದಿಂದ ಇಂದಿನ ಸ್ಥಿತಿಯನ್ನು ಅವಲೋಕಿಸುವ ಕತೆ. ಶ್ರೀಧರ ಬಳಗಾರರ ಕತೆಗಳೂ ಕೂಡ ಎಲ್ಲೋ ಯಾವುದೋ ಒಂದು ಹಳ್ಳಿಯ ಕತೆಯನ್ನು ಹೇಳುತ್ತಲೇ ಆಧುನಿಕ ಪರಿಸರದ ಅಪಮೌಲ್ಯಗಳ ಬಗ್ಗೆ ಹೇಳುತ್ತಿರುತ್ತವೆ.

ಬಿ.ಟಿ.ಜಾಹ್ನವಿ ಅವರ ಕತೆ 'ದೂಪ್ದಳ್ಳಿಯ ಸೆಕ್ಸಿ ದುರುಗ' ಕೂಡ ಇಂಥ ಪರಿವರ್ತನೆಯನ್ನು ಸೂಚಿಸುವ ಕತೆ. ಹೆಣ್ಣನ್ನು ಸೆಕ್ಸಿ ಅಂತ ಕರೆಯುವುದೇ ಮಹಾಪರಾಧ ಅಂತ ನಾವೆಲ್ಲ ನಂಬಿಕೊಂಡಿದ್ದೆವು. ಇದೇ ವಿಚಾರವಾಗಿ ಹಾಡೊಂದರ ಮೇಲೆ ಕೇಸ್ ಕೂಡ ದಾಖಲಾಗಿ ಕೊನೆಗೆ ಅದರ ಸಾಹಿತ್ಯವನ್ನೇ ಬದಲಾಯಿಸಲಾಗಿತ್ತು. ಸೆಕ್ಸಿ ಅನ್ನೋದರ ಬದಲು ಬೇಬಿ ಅಂತ ಬದಲಾಯಿಸಿದ್ದರು. ಆದರೆ ಜಾಹ್ನವಿಯವರ ಈ ಕತೆಯಲ್ಲಿ ಹೆಣ್ಣೊಬ್ಬಳು ಹಳ್ಳಿಯ ಹುಡುಗನನ್ನು ಸೆಕ್ಸೀ ಸೆಕ್ಸೀ ಅಂತ ಚುಡಾಯಿಸುತ್ತಿರುತ್ತಾಳೆ. ಆ ಕತೆಯ ಮೂಲ ಉದ್ದೇಶ ಬೇರೆಯೇ ಇದೆ. ಅದು ಹಳ್ಳಿಯವರ ಮುಗ್ಧತೆಯ ಬಗ್ಗೆ ಇರುವ ಕತೆ. ಆ ಮುಗ್ಧತೆಯನ್ನು ಜನರು ಹೇಗೆ ದುರುಪಯೋಗ ಪಡಿಸಿಕೊಳ್ಳುತ್ತಾರೆ ಅನ್ನುವುದನ್ನು ಪ್ರಧಾನವಾಗಿ ಹೇಳುವ ಕತೆ. ಆದರೆ ಬದಲಾಗಿರುವ ಪರಿಸರದ ಬಗ್ಗೆಯೂ, ನಂಬಿಕೊಂಡ ಮೌಲ್ಯಗಳ ಪರಿವರ್ತನೆಯನ್ನೂ, ಅಂದರೆ ಚೇಂಜಸ್ ಇನ್ ವ್ಯಾಲ್ಯೂ ಸಿಸ್ಟಮ್ ಬಗ್ಗೆಯೂ ಆ ಕತೆ ತನಗೇ ಗೊತ್ತಿಲ್ಲದೆ ಹೇಳುತ್ತಲ್ಲ!

ಈ ಬದಲಾದ ವ್ಯಾಲ್ಯೂ ಸಿಸ್ಟಮ್ಮಿನಲ್ಲಿ ನಮ್ಮ ಇಂದಿನ ಸಂದಿಗ್ಧತೆಗಳು ಹೇಗಿರುತ್ತವೆ ಅನ್ನುವುದಕ್ಕೆ ಒಳ್ಳೆಯ ಉದಾಹರಣೆ ಗುರುಪ್ರಸಾದ್ ಕಾಗಿನೆಲೆಯವರ ಒಂದು ಕತೆಯ ಸನ್ನಿವೇಶ. ಗುರುಪ್ರಸಾದ್ ಕಾಗಿನೆಲೆ, ವಸುಧೇಂದ್ರ, ವಸ್ತಾರೆ, ಜೋಗಿ, ಮುಂತಾದವರು ಎರಡು ದಶಕದಿಂದೀಚಿನ ಕತೆಗಾರರಾಗಿರುವುದರಿಂದ ಇವರುಗಳ ಬಗ್ಗೆ ಈ ಬರಹದಲ್ಲಿ ವಿವರವಾಗಿ ವಿಶ್ಲೇಷಿಸುವುದಿಲ್ಲ. ಕಾಗಿನೆಲೆಯವರ ಈ ಒಂದು ರೆಫರೆನ್ಸನ್ನು ಮಾತ್ರ ಬಳಸಿಕೊಳ್ಳುತ್ತೇನೆ. ಅದು ಹೀಗಿದೆ: ಅಮೇರಿಕದಲ್ಲಿ ನೆಲೆಸಿರುವ ಕನ್ನಡಿಗನಿಗೆ ಅಮೇರಿಕದಲ್ಲೇ ತಂಗಿರುವ ತನ್ನ ಬಾಲ್ಯ ಸ್ನೇಹಿತನೊಬ್ಬ ಸಲಿಂಗ ಕಾಮಿ ಅನ್ನುವುದು ಗೊತ್ತಾಗುತ್ತೆ. ಮೊದಲಿಗೆ ಆಶ್ಚರ್ಯವಾಗುತ್ತೆ. ಆಮೇಲೆ ಅದನ್ನು ಅವನೂ ಅವನ ಹೆಂಡತಿಯೂ ಸಹಜವಾಗಿ ಸ್ವೀಕರಿಸಿ ಬಿಟ್ಟಿರುತ್ತಾರೆ. ಒಮ್ಮೆ ಆತನ ಮಗ ತನ್ನ ಕೋಣೆಯಲ್ಲಿ ಬ್ಲೂ ಫಿಲ್ಮ್ ನೋಡುತ್ತಿರುವುದು ಆತನ ಗಮನಕ್ಕೆ ಬರುತ್ತದೆ. ಈಗ, ನಾವು ಇದುವರೆಗೆ ನಂಬಿರುವ ಮೌಲ್ಯದ ಪ್ರಕಾರ ಬ್ಲೂ ಫಿಲ್ಮ್ ನೋಡುವುದು ಒಂದು ನಿಷಿದ್ಧ ಕ್ರಿಯೆ. ಈಗಿನ ಕಾಲದಲ್ಲಿ ಯಾರು ನೋಡದೆ ಇರುವವರು ಅನ್ನುವ ವಾದ ಬೇರೆ. ಆದರೆ, ಈವತ್ತಿಗೂ ಅದೊಂದು ಯಾವುದೇ ತಂದೆ–ತಾಯಿಯರು ಸಮ್ಮತಿಸದ, ಪ್ರೋತ್ಸಾಹಿಸದ ಸಂಗತಿ. ಆದರೆ ಈತನಿಗೆ ತನ್ನ ಮಗ ಬ್ಲೂ ಫಿಲ್ಮ್ ನೋಡುತ್ತಿದ್ದಾನೆ ಅನ್ನುವುದು ತಿಳಿಯುತ್ತಿದ್ದಂತೆ ಒಂದು ಕಡೆ ಆತಂಕವಾದರೆ, ಅದೇ ವೇಳೆ ಸದ್ಯ ನನ್ನ ಮಗ 'ಗೇ' ಅಲ್ಲವಲ್ಲ ಅನ್ನುವ ಸಮಾಧಾನವೂ ಆಗುತ್ತದೆ. ಈ ಎರಡೂ ಅವನಿಗೆ ಒಟ್ಟಿಗೇ ಆಗುತ್ತದೆ. ನಮ್ಮ ಆಧುನಿಕ ಸಂದಿಗ್ಧತೆಗಳು ಹೀಗಿರುತ್ತವೆ. ಒಂದು ಬದಲಾದ ವಾಲ್ಯೂ ಸಿಸ್ಟಮನ್ನು ಇಂಥ ಕತೆಗಳು ಅನ್ವೇಷಿಸುತ್ತವೆ.

ನಗರೀಕರಣ, ಯಾಂತ್ರೀಕರಣ, ಪೋಸ್ಟ್ ಮಾಡರ್ನಿಸಮ್, ಜಾಗತೀಕರಣ, ಹೆಣ್ಣಿನ ಬಗ್ಗೆ ಬದಲಾದ ಗಂಡಿನ ಧೋರಣೆ, ಗಂಡಿನ ಬಗ್ಗೆ ಬದಲಾಗಿರುವ ಹೆಣ್ಣಿನ ಧೋರಣೆ, ಅವರಿಬ್ಬರ ನಡುವಿನ ಸಂಬಂಧದ ಸ್ವರೂಪದಲ್ಲಿ ಉಂಟಾಗಿರುವ ಬದಲಾವಣೆ, ನಾವು ನಂಬಿಕೊಂಡು ಬಂದಿದ್ದ ಮೌಲ್ಯಗಳಲ್ಲಿ ಉಂಟಾಗಿರುವ ಬದಲಾವಣೆಗಳು, ಇವೆಲ್ಲದರ ಜೊತೆಗೆ ವೆಬ್ ಸ್ಪೇಸಿನ ಮಾಧ್ಯಮವೂ ಸಹ ಕೆಲವು ಕತೆಗಾರರ ಮೇಲೆ ಪ್ರಭಾವ ಬೀರಿದೆ. ಅಬ್ದುಲ್ ರಶೀದ್ ಸ್ವತಃ ಹೇಳುವಂತೆ ಅದು ಅವರ ಬರವಣಿಗೆಯನ್ನು ಹೆಚ್ಚು ರೀಡರ್ ಫ್ರೆಂಡ್ಲಿ ಆಗುವಂತೆ ಮಾಡಿದೆ.

ಹೀಗೆ, ಈ ಎರಡು ಜಾಡಿನ ಕತೆಗಳು ನಮ್ಮ ಹಿರಿಯ ಕತೆಗಾರರಲ್ಲಿ ಕಾಣ ಸಿಗುತ್ತವೆ. ಅವೆರಡು ಹೇಗಿವೆ ಎಂದರೆ – ಸುರುಳಿ ಸುತ್ತುವ ಚಕ್ರದ ಚಿತ್ರದಂತೆ. ಆ ಚಕ್ರದ ಗೆರೆ ಅದರ ಕೇಂದ್ರ ಬಿಂದುವಿನ ಒಳಗಿನಿಂದ ಹೊರಹೊಮ್ಮಿದಂತೆಯೂ, ಅದೇ ಕಾಲಕ್ಕೆ ಹೊರಗಿನಿಂದ ಸುತ್ತುತ್ತ ಒಂದು ಕೇಂದ್ರಬಿಂದುವಿನಲ್ಲಿ

ಪರ್ಯಾವಸಾನಗೊಳ್ಳುವಂತೆಯೂ ತೋರುತ್ತಿರುತ್ತದೆ. ಅದೇ ರೀತಿ ಈ ಎರಡೂ ಜಾಡಿನ ಕತೆಗಳು. ಒಂದು ಕೇಂದ್ರದಿಂದಲೇ ಹೊಮ್ಮುವ ಕತೆಗಳ ಗುಂಪು ಒಂದು ಕಡೆಯಾದರೆ. ಬೇರೆ ಬೇರೆ ದಿಕ್ಕಿನಲ್ಲಿ ಅಲೆದಾಡಿಕೊಂಡು ಯಾವುದೋ ಒಂದು ಕೇಂದ್ರದತ್ತ ಸಾಗುವ ಗುಂಪು ಮತ್ತೊಂದು. ಒಂದು ಪರೋಕ್ಷವಾಗಿ ನಾವು ಏನನ್ನ ಕಳೆದುಕೊಂಡಿದ್ದೇವೆ ಅನ್ನುವುದನ್ನು ತಿಳಿಸಿದರೆ ಇನ್ನೊಂದು ನೇರವಾಗಿ ನಾವು ಏನನ್ನು ಪಡೆದುಕೊಳ್ಳಬೇಕು ಅನ್ನುವುದನ್ನು ಹೇಳುತ್ತಿರುತ್ತವೆ. ಹಾಗೆ ಹೇಳುತ್ತಲೇ ತಾವುಗಳು ನಂಬಿಕೊಂಡ ಹಾದಿಯಲ್ಲಿ ಪ್ರತಿಯೊಬ್ಬ ಕತೆಗಾರನೂ ತನ್ನದೇ ಆದ ಚಳವಳಿಯನ್ನು ತನ್ನ ಪಾಡಿಗೆ ತಾನು ನಿಭಾಯಿಸುತ್ತಾನೆ. ತನ್ನದೇ ಪಾಡಿಗೆ ತನ್ನದೇ ಸ್ವರೂಪದಲ್ಲಿ ಹೊಸ ಚಳವಳಿಯೊಂದು ಪ್ರತಿಯೊಂದು ಹೊಸ ಕತೆಯಿಂದಲೂ ಜರುಗುತ್ತಲೇ ಇರುತ್ತವೆ.

ಅನಂತಮೂರ್ತಿಯವರು ರಾಘವೇಂದ್ರ ಪಾಟೀಲರಿಗೆ ಬರೀತಾ ಹೇಳುತ್ತಾರೆ – 'ವಸ್ತು ಹೊಸದಾದ ಮಾತ್ರಕ್ಕೆ ಹೊಸದನ್ನು ಹೇಳಿದಂತಾಗುವುದಿಲ್ಲ. ಕಾಣಿಸುವ ಕ್ರಮ ಹೊಸತಾಗದ ಹೊರತು ಯಾವ ಕೃತಿಯೂ ಹೊಸ ಅನುಭವವನ್ನು ಕೊಡಲಾರದು'. ಈ ಎಲ್ಲ ಕತೆಗಾರರಲ್ಲಿ ಹೊಸತು ಹಳತು ಎಲ್ಲವೂ ಸೇರಿಯೇ ಈಗಿನ ಕಾಲಕ್ಕೆ ಸ್ಪಂದಿಸುವ ಗುಣವಿದೆ. ವೈದೇಹಿ ಅವರ ಒಂದು ಕತೆಯಲ್ಲಿ ಒಂದು ಮಾತು ಬರುತ್ತೆ. ಈ ಕಾಲದಲ್ಲಿ ಎಲ್ಲ ಕಾಲವೂ ಇದೆ ಎಂದು. ಅವರ ಕತೆಗಳಲ್ಲೂ ಆಗಿನ ಕಾಲದ ಅಂತ ನಾವು ಹೇಳುವ ಹೆಂಗಸರು ಎಂಥ ಸ್ಥಿತಿಯಲ್ಲೂ ತಮ್ಮ ಮುಕ್ತತೆಯನ್ನ ಹೇಗೆ ಕಂಡುಕೊಳ್ಳುತ್ತಿದ್ದರು ಎನ್ನುವುದರ ನಿರೂಪಣೆಯಿದೆ. ಹಾಗೆ, ಈ ಕಾಲದಲ್ಲಿ ಎಲ್ಲ ಕಾಲವನ್ನೂ ತಂದು ಕಾಣಿಸುವ ಸಾಮಾಜಿಕ ಪುಣ್ಯಕಾರ್ಯ – ವಿವೇಕ್ ಚಿತ್ತಾಲರಿಗೆ ಮುನ್ನುಡಿಯಲ್ಲಿ ಬರೆದಿದ್ದಾರಲ್ಲ – ಕಥೆ ಹೇಳುವುದೊಂದು ಸಾರ್ಥಕ ಸಾಮಾಜಿಕ ಪುಣ್ಯ ಕಾರ್ಯ ಅಂತ – ಹಾಗೆ ಇಂಥ ಪುಣ್ಯಕಾರ್ಯದಲ್ಲಿ ತೊಡಗಿರುವ ಎಲ್ಲ ಹಿರಿಯ ಕತೆಗಾರರಿಗೆ ವಂದನೆಗಳು.

ಡಿಸೆಂಬರ್ 2013

ಈ ಕತ್ತಲಾಯಣ ಪುಣ್ಯಕಾಲದಲಿ...

ಕವಿ ರೇಡಿಯಂ ಇದ್ದಂತೆ. ಕತ್ತಲಲ್ಲಿ ಇರುವಷ್ಟು ಕಾಲ ಬೆಳಕು. ಕವಿ ಬದುಕಿನ ಸಹಜ ತುಡಿತ ಕತ್ತಲಿನ ಕಡೆಗೆ. ಕತ್ತಲೆಂದರೆ ಪ್ರತ್ಯೇಕತೆಯಲ್ಲ. ನಾಚಿಕೆ ನಿರುತ್ಸಾಹ ಮುಜುಗರ ಪಲಾಯನವಲ್ಲ. ಕತ್ತಲೆಂದರೆ ಕರಗುವಿಕೆ.

ಕರಗಿರುವುದು: ಅದು ತೀವ್ರ ಸ್ಪಂದನೆಗೆ ಒಳಗಾಗುವ ಕೋಮಲತೆಯನ್ನು, ಆಳದಲ್ಲಿ ಅಖಂಡವಾಗಿ ಉಳಿಯಬಲ್ಲ ಸಂಯಮವನ್ನೂ, ಅನುಭವದ ನಿಜಸ್ವರೂಪದ ಅರಿವನ್ನೂ ನೀಡಬಲ್ಲ ಸ್ಥಿತಿ. ವಸ್ತುವಿನ ನಾದಕ್ಕೆ ಮನಸ್ಸು ಹದಗೊಳ್ಳುತ್ತ ತನ್ನನ್ನು ತಾನು ಬಿಟ್ಟುಕೊಟ್ಟ ಸ್ಥಿತಿ. ವಸ್ತುವೆಂದರೆ ಜಗತ್ತಿನ ಯಾವುದೇ ಸಂಗತಿಯ ಸದ್ಯದ ಅವಸ್ಥೆ. ಆಗ ಆ ವಸ್ತುನಾದದಲ್ಲೇ ಪದಗಳು ಉದ್ಭವಿಸುತ್ತವೆ.

ನಾದಕ್ಕೆ ಅಕ್ಷರಗಳನ್ನು ಹುಟ್ಟಿಸುವ ಶಕ್ತಿಯಿದೆ. ಅದಕ್ಕೇ ನಮ್ಮಲ್ಲಿ ಪ್ರತಿಯೊಂದು ಛಂದಸ್ಸಿಗೂ ಛಂದೋ ದೇವತೆಗಳಿದ್ದಾರೆನ್ನುವ ನಂಬಿಕೆ. ಒಂದು ಛಂದಸ್ಸಿನ ಏರಿಳಿತದ ಪುನರಾವರ್ತನೆಗೆ ಮನಸ್ಸನ್ನು ಹೊಂದಿಸಿದರೆ ಅದು ಅಲ್ಲೇ ಸ್ಥಿರಗೊಳ್ಳುತ್ತದೆ. ಮನಸ್ಸಿನ ಆ ತುಯ್ಯುವಿಕೆಯಲ್ಲಿ ತಾನೂ ಸೇರಿಕೊಂಡು ಹೊಂದಿಕೊಳ್ಳಲು ಭಾವವು ತವಕಿಸುತ್ತದೆ. ಹಾಗೆ ಸೇರಿಕೊಳ್ಳಲು ಭಾಷೆಯ ಸಹಾಯವನ್ನು ಪಡೆಯುತ್ತದೆ. ಆದರೆ ಮನಸ್ಸು ಅದನ್ನು ಅಷ್ಟು ಸುಲಭದಲ್ಲಿ ಒಪ್ಪಿಕೊಳ್ಳುವುದಿಲ್ಲ. ತಾನು ಮುಳುಗಿರುವ ಈ ತರಂಗ ತನ್ಮಯತೆಯು ತುಂಡರಿಸುವುದಕ್ಕೆ ಅದು ಬಿಡುವುದಿಲ್ಲ. ಅದನ್ನು

ಕದಲಿಸದೆ ಅದರೊಂದಿಗೆ ಬೆರೆಸುವ ಭಾಷೆಯು ಭಾವಕ್ಕೆ ದೊರಕಿದಾಗ ಮಾತ್ರ ಮನಸ್ಸು ಅದನ್ನು ಒಳಬಿಟ್ಟುಕೊಳ್ಳುತ್ತದೆ. ಅಂಥ ಭಾಷೆಯು ಭಾವಕ್ಕೆ ಎಲ್ಲಿಂದ ಹೇಗೆ ಒದಗುತ್ತದೆ? ಮನಸ್ಸು, ಬುದ್ಧಿ, ಕಲಿಕೆಗಳ ನೆನಪಿನ ಕೋಶಗಳಲ್ಲಿ ಅದರ ಉಗಮಸ್ಥಾನ ಯಾವುದು? ಮನಸ್ಸು ನಾದದಲ್ಲಿ ಮುಳುಗಿರುವಾಗ ಆ ನಾದಕ್ಕೆ ಸಮ್ಮತವಾಗುವ ಭಾಷೆಯೇ ಭಾವಕ್ಕೆ ದೊರಕಬೇಕು, ಆಗಲೇ ಮನಸ್ಸು ಅದನ್ನು ಸ್ವೀಕರಿಸುವುದು ಅಂತಾದ ಮೇಲೆ, ಆ ನಾದವೇ ಅದರ ಅನುಕೂಲಕ್ಕೆ ತಕ್ಕ ಭಾಷೆಯನ್ನು ತಾನೇ ಒದಗಿಸಿಕೊಡಬೇಕು. ಬುದ್ಧಿ, ಕಲಿಕೆ, ಮನಸ್ಸು ಎಲ್ಲ ಇದ್ದರೂ, ನಾದಕ್ಕೆ ಬೇಕಾದ ಭಾಷೆಯನ್ನು ನಾದವೇ ಸೃಷ್ಟಿಸಿತು ಅಂತಾಯಿತು. ನಾದದಿಂದಲೇ ಭಾಷೆ. ಮಾತೆಂಬುದು ಜ್ಯೋತಿರ್ಲಿಂಗ, ಮಾತೇ ದೇವರು ಅಥವಾ ದೇವರೇ ಮಾತುಗಳನ್ನು ಭಾಷೆಯನ್ನು ಸೃಷ್ಟಿಸಿದ ಎನ್ನುವುದರ ಅರ್ಥ ಇದೇ ಇರಬೇಕು. ಛಂದಸ್ಸು ಭಾವ ಭಾಷೆಯೆಲ್ಲವೂ ಒಂದೇ ತರಂಗದಲ್ಲಿ ಮಿಂದು ಕರಗಿದ ಸ್ಥಿತಿಯಿದು. ಹೀಗೆ ಕವಿತೆಯು ಒಂದು ಭಾವಕ್ಕೆ ತಕ್ಕ ನಾದವನ್ನು ಅವಲಂಬಿಸಿ ಅಲ್ಲಿ ಹುಟ್ಟುವ ಭಾಷೆಯಲ್ಲಿ ವಸ್ತುವನ್ನು ಕಾಣುವುದು ಒಂದು ವಿಧ.

ಮತ್ತೊಂದು ವಿಧ: ವಸ್ತುವಿನದ್ದೇ ಮೂಲ ನಾದವನ್ನು ಹಿಡಿದು ಅಲ್ಲಿ ಉದ್ಭವಿಸುವ ಭಾಷೆಯನ್ನು ಪಡೆದುಕೊಳ್ಳುವುದು. ಒಂದು ಸಿದ್ಧ ಛಂದಸ್ಸಿನ ಲಯವನ್ನು ಅವಲಂಬಿಸದೆ ಅಥವ ಅದನ್ನು ಒಪ್ಪಿಕೊಳ್ಳದೆ ಆ ವಸ್ತುನಾದವನ್ನು ಗ್ರಹಿಸಬೇಕು. ವಸ್ತುನಾದವೆಂದರೆ ಮನಸ್ಸಿನ ಮೇಲೆ ಪರಿಣಾಮವನ್ನು ಬೀರಿದ ವಸ್ತುವಿನ ಸಹಜ ತರಂಗದ ಸ್ವರವಿನ್ಯಾಸ. ಮಳೆಗೆ ಒಂದು ನಾದವಿದ್ದರೆ ಬಿಸಿಲು ಮಳೆಗೆ, ಮುಸುಕು ಮಳೆಗೆ, ಬಂಡೆ ಮೇಲೆ ಸುರಿದ ಮಳೆಗೆ, ಪೈರಿನ ಮೇಲೆ ಸುರಿವ ತುಂತುರು ಮಳೆಗೆ, ಫ್ಲೈ ಓವರಿನ ಮೇಲೆ ಸುರಿವ ಸಂಜೆ ಮಳೆಗೆ ಬೇರೆ ಬೇರೆ ನಾದವಿದೆ. ಅಂದರೆ ಶಬ್ದ, ಸ್ಪರ್ಶ, ರೂಪ, ರಸ, ಗಂಧಗಳ ಒಟ್ಟಂದದಲ್ಲಿ ಅವು ನಮ್ಮ ಮನಸ್ಸಿನ ಮೇಲೆ ಮಾಡುವ ಪರಿಣಾಮಗಳು ಬೇರೆ. ಅದು ನಮ್ಮೊಳಗೆ ಮೂಡಿಸುವ ಭಾವ ಬೇರೆ ಬೇರೆ ಅನ್ನುವುದು ನಮಗೆ ಮೇಲ್ನೋಟಕ್ಕೆ ತಿಳಿಯುತ್ತದೆ. ಅಂದರೆ ಮನಸ್ಸು ತುಯ್ಯುವ ನಾದದ ಅಲೆಯೂ ಬೇರೆ ಅಂದ ಹಾಗಾಯಿತು. ಹಾಗೆ ನಮ್ಮೊಳಗೆ ಬೇರೆಯದೇ ಒಂದು ತುಯ್ಯುವಿಕೆಗೆ ಕಾರಣವಾದ ಆ ವಸ್ತುವು ಹೊಮ್ಮಿಸುತ್ತಿರುವ ನಾದದ ಸ್ವರೂಪವೇನು ಅನ್ನುವುದನ್ನು ಕಂಡುಕೊಂಡು ಆ ನಾದದಿಂದಲೇ ಭಾಷೆಯನ್ನು ಪಡೆದುಕೊಳ್ಳುವುದು ಮತ್ತೊಂದು ವಿಧ.

ಇದೆಲ್ಲವೂ ಹೀಗೆ ವಿವರಿಸಿದ ರೀತಿಯಲ್ಲಿ ಕಾವ್ಯದಲ್ಲಿ ಜರುಗುವುದಿಲ್ಲ. ಬಹಳಷ್ಟು ಸಲ ಕವಿತೆ ಕಟ್ಟುವ ಕಾಳಜಿಯೇ ಇಲ್ಲದೆ, ಅನುಭವದ ಸ್ಥಿತಿಯಲ್ಲೇ, ಅನುಭವಿಸುತ್ತಿರುವಂತೆಯೇ ಒದಗಿಬಿಡುತ್ತದೆ. ಹಾಗೆ ಅನಾಯಾಸವಾಗಿ

ಅನಾಯಾಚಿತವಾಗಿ ಒಂದು ಸಾಲು, ಒಂದು ಪ್ರತಿಮೆ, ಅಥವ ಇಡಿಯ ಪದ್ಯವೇ ಒದಗಬಹುದು. ಪದ್ಯ ಎಲ್ಲ ಅರ್ಥದಲ್ಲೂ ಒದಗಬೇಕು. ಆದರೆ ಎಷ್ಟೋ ಸಲ ನಮ್ಮ ಅಂತಃಕರಣವನ್ನು ಕಲಕಿದ್ದು ಅನುಭವಕ್ಕೆ ತಾಕಿದ್ದು ಆ ಕ್ಷಣಕ್ಕೆ ಭಾಷೆಯನ್ನು ಮೂಡಿಸದೆ ಇರಬಹುದು. ಆ ಅನುಭವದ ತೀವ್ರತೆ ನಮ್ಮನ್ನು ಮತ್ತೆ ಮತ್ತೆ ಅದರ ಕಡೆಗೇ ಸೆಳೆಯುತ್ತಿರುತ್ತದೆ. ಆಗ ಪದಗಳ ಪರಿಚಿತ ಅರ್ಥದ ಹಂಗಿಗೆ ಒಳಗಾಗದೆ, ಸುಲಭದ ಮರುಳು ದಾರಿಗಳಿಗೆ ಜಾರಿಕೊಳ್ಳದಿದ್ದರೆ, ವಸ್ತುನಾದವು ನಮ್ಮಲ್ಲಿ ಅದಕ್ಕೆ ಬೇಕಾದ ಭಾಷೆಯನ್ನು ಹುಟ್ಟಿಸಿಕೊಳ್ಳುತ್ತದೆ.

ಉದಾಹರಣೆಗೆ ದೊಡ್ಡದೊಂದು ಕಲ್ಲು ಬಂಡೆಯನ್ನು ನೋಡಿದಾಗ ನಾವು ಯಾವುದೋ ಸೆಳೆತಕ್ಕೆ ಒಳಗಾಗುತ್ತೇವೆ. ಕಪ್ಪಾದ ಆ ಬಂಡೆಯನ್ನು ಅಪ್ಪಿಕೊಳ್ಳಬೇಕು ಮುದ್ದಾಡಬೇಕು ಅನ್ನುವಷ್ಟು ಅದು ನಮ್ಮಲ್ಲಿ ಪ್ರೀತಿಯನ್ನು ಯಾಕೆ ಹುಟ್ಟಿಸುತ್ತದೆ ಅನ್ನುವುದನ್ನು ವಿವರಿಸುವುದು ಕಷ್ಟ. ಆ ಪ್ರೀತಿಯು ಕೊಂಚ ಸಮಯವಾದರೂ ನಮ್ಮ ಎಲ್ಲ ಜಂಜಡಗಳನ್ನು ಮರೆಯುವಂತೆ ಮಾಡಿ ಒಂದು ರೀತಿಯ ನೆಮ್ಮದಿ ನೀಡುತ್ತದೆ. ಮುಂದಿನ ಕ್ಷಣಕ್ಕಾಗಿ ಸದಾ ಹಾತೊರೆಯುವ ಮನಸ್ಸು ಸುಲಭವಾಗಿ ತಾನು ಇದುವರೆಗೆ ಕಲಿತದ್ದನ್ನೇ ಆ ಅನುಭವಕ್ಕೆ ಅಂಟಿಸಿ ಅಲ್ಲಿಂದ ಹೊರಳಿಕೊಳ್ಳಬಹುದು. ಆದರೆ ಆ ಬಂಡೆಯ ವಿನ್ಯಾಸ, ಆಕಾರ, ಗಾತ್ರ, ಅದು ಬಿಸಿಲಿಗೆ ಮಿರುಗುತ್ತಿದೆಯೋ ಮಳೆಯಲ್ಲಿ ನೆನೆದಿದೆಯೋ ಇತ್ಯಾದಿ ವಿವರಗಳು, ಎಲ್ಲವೂ ಸೇರಿ ಯಾವುದೋ ಒಂದು ಭಾವದಲ್ಲಿ ಮನಸನ್ನು ಅದ್ದಿರುತ್ತದೆಯಲ್ಲ – ಆ ಭಾವವು ನಿಜವಾಗಿಯೂ ಬೆಣ್ಣೆಯು ನಮ್ಮೊಳಗೆ ಮೂಡಿಸುವ ಮೃದು ಭಾವದ ಬಹುಪ್ರಮಾಣವೇ ಆಗಿರಬಹುದು. ಅದು ನಮ್ಮೊಳಗೆ ನಿಜವಾಗಿ ಏನನ್ನು ಮೂಡಿಸಿದೆ ಯಾಕೆ ಸೆಳೆದಿದೆ ಅನ್ನುವುದನ್ನು ಯಾವ ಹಂಗಿಗೂ ಬೀಳದೆ ಅನುಭವಕ್ಕೆ ಸಾಧ್ಯವಾದಷ್ಟು ಹತ್ತಿರದ ರೂಪದಲ್ಲಿ ಕಾವ್ಯವು ಭಾಷೆಯನ್ನು ಪಡೆದುಕೊಳ್ಳಲು ಈ ಕತ್ತಲೆ ಅಥವ ಕರಗುವಿಕೆಯು ಅನಿವಾರ್ಯ.

ಹೀಗೆ ಕರಗಿದ್ದು ಮಾತ್ರ ಬದಲಾಗಬಲ್ಲದು. ಬದಲಾವಣೆಯೇ ಸೃಜನಶೀಲತೆ. ನಿರಂತರ ಬದಲಾವಣೆಯೇ ಜಗತ್ತಿನ ನಿಯಮ ಅನ್ನುವಲ್ಲಿ ಜಗತ್ತು ನಿರಂತರ ಸೃಜನಶೀಲವೂ ಹೌದು ಎನ್ನುವ ಧ್ವನಿಯೂ ಇದೆ. ಹಾಗೆಯೇ ಇಂಥ ಕರಗಿದ ಸೃಜನಶೀಲ ಸಂಗತಿಗೆ ಮಾತ್ರ ಮತ್ತೊಂದನ್ನು ಬದಲಾವಣೆಗೆ ಪ್ರೇರೇಪಿಸಲು ಸಾಧ್ಯ. ಜಗತ್ತಿನ ಸಂಕಟಗಳಿಗೆ ತೀವ್ರವಾದ ಸ್ಪಂದನೆ ಉಂಟಾಗಿ ಕರಗುವಿಕೆಯೇ ಕವಿತೆಯಾಗಿ ಒಡಮೂಡಿದರೆ, ಆಗ ಆ ಕವಿತೆಯನ್ನು ಓದಿದವರಲ್ಲೂ ಆ ಸ್ಪಂದನೆ ಉಂಟಾಗುತ್ತದೆ. ಬೇಸರದಂತೆ ಒಲವಿಗೂ, ಕ್ರೋಧದಂತೆ ಕಾರುಣ್ಯಕ್ಕೂ ಸೋಂಕಿನ ಗುಣವಿದೆ. ಅದರ ಸೆಳೆತಕ್ಕೆ ಸಿಕ್ಕ ಮೇಲೆ ತಪ್ಪಿಸಿಕೊಳ್ಳಲಾಗದು. ಅಂತಃಕರಣದಿಂದ

ಹೊಮ್ಮುವುದು ಆವೇಶದಿಂದ ಹೊಮ್ಮುವುದಕ್ಕಿಂತ ಬಲಶಾಲಿಯಾದುದು. ಈ ನಿಟ್ಟಿನಲ್ಲಿ ಎಲ್ಲಾ ಕಾಳಜಿ, ಘೋಷಣೆ, ಸಂವೇದನೆ, ಸಂವಾದಗಳು ಕರಗಿದ ಸೃಜನಶೀಲತೆಯಲ್ಲಿ ಕವಿತೆಯ ಒಡಲನ್ನು ಪಡೆಯಬೇಕು. ಪಡೆದೇ ತೀರುತ್ತದೆ, ನಿಜವಾದ ಕವಿಯ ಸಂಯಮದಲ್ಲಿ ಇರುವುದು ಎರಡೇ ಮಾರ್ಗ: ಕರಗಿಸುವುದು. ನಿಗ್ರಹಿಸುವುದು. ನಿಗ್ರಹಿಸುವುದು ಶಾಸನದ ಜವಾಬ್ದಾರಿಯಾದರೆ ಕರಗಿಸುವುದೇ ಕವಿತೆಯ ಅನುಗ್ರಹ.

ಇಂಥ ಕರಗಿದ ಸ್ಥಿತಿಯಲ್ಲಿ ತನ್ನನ್ನು ತಾನು ಬಿಂಬಿಸಿಕೊಳ್ಳಬೇಕೆಂಬ ಧಾವಂತವಿಲ್ಲ. ಎಲ್ಲರೂ ತನ್ನನ್ನು ಗಮನಿಸಲಿ ಎನ್ನುವ ಉದ್ವೇಗವಿಲ್ಲ. ಮರುಳು ಮಾಡುವ ಆಕರ್ಷಕ ಸಾಲುಗಳನ್ನು ಹಿಡಿಯಬೇಕೆನ್ನುವ ಹೊಂಚಿಲ್ಲ. ವಿಭಿನ್ನ ಆಲೋಚನೆಗಳಿಂದ ಬೆಚ್ಚಿಸುವ ಚಾಲಾಕಿತನವಿಲ್ಲ. ಯಾವುದನ್ನೂ ಹುಡುಕಿಕೊಂಡು ಹೋಗಬೇಕಾಗಿಲ್ಲ. ಅಲ್ಲಿ ಯಾವುದೂ ಬೇಕಿರುವುದಿಲ್ಲ. ಹೀಗೆ ಯಾವ ಹಂಗಿಗೂ ಬೀಳದೆ, ಯಾವುದರಿಂದಲೂ ವಿಚಲಿತರಾಗದೆ, ತನಗೆ ಆಗಿರುವುದನ್ನು ಮಾತ್ರ ಪ್ರಾಮಾಣಿಕವಾಗಿ ನಿವೇದಿಸಿಕೊಳ್ಳುವ ಆಂತರ್ಯದ ಏಕಾಂತದಲ್ಲಿ, ಕಾವ್ಯವು ಯಾಚಿತದಲ್ಲಿ ಅಥವ ಅನಾಯಾಚಿತವಾಗಿ ಭಾಷೆಯನ್ನು ಪಡೆದುಕೊಳ್ಳುವುದಕ್ಕೆ ಸಾಧ್ಯವಾದರೆ – ಅದನ್ನು ಬೇಕಿದ್ದರೆ ಪುಣ್ಯವೆಂದು ಕರೆಯಬಹುದು. ಇಂಥದ್ದೊಂದು ಆಂತರ್ಯದ ಏಕಾಂತ ಇಲ್ಲದವನು ತನ್ನೊಳಗಿನ ಕವಿಯನ್ನು ಕಾಣಲಾರ. ಕವಿಯಾದವನು ತಾನು ಎಂದಿಗೂ ಏಕಾಂಗಿ ಎನ್ನುವುದು ತಿಳಿದಿದ್ದರೂ ಕರಗದೆ ಇರಲಾರ.

The Eagle in its flight leaves no mark ಎಂಬ ಮಾತಿನಂತೆ ಕವಿತೆಯ ಎತ್ತರಕ್ಕೆ ಸಂಚಾರಕ್ಕೆ ಯಾವುದೇ ಗುರುತಿಲ್ಲ. ಸವೆದ ಜಾಡಿಲ್ಲ ಅನುಸರಿಸಿ ತಲುಪುವುದಕ್ಕೆ. ಎತ್ತರದ ಗುರಿಯಿಲ್ಲದೆ ಹಾರಬೇಕು, ಹೆಜ್ಜೆ ಗುರುತಿನ ಹಂಗಿಲ್ಲದೆ ಈಜಬೇಕು. ಆಗಲೂ, ನಾವು ಕಂಡಷ್ಟೇ ನಮ್ಮ ಪಾಲಿನ ಆಕಾಶ, ನಮ್ಮ ಪಾಲಿನ ಕಡಲು.

ಏಪ್ರಿಲ್ 2014

ಛಂದ ಪುಸ್ತಕ ಬಹುಮಾನ

ಪುಟ್ಟ ಪಾದದ ಗುರುತು – ಸುನಂದಾ ಪ್ರಕಾಶ ಕಡಮೆ – ₹ 120
ಈ ಕತೆಗಳ ಸಹವಾಸವೇ ಸಾಕು – ಅಲಕ ತೀರ್ಥಹಳ್ಳಿ – ₹ 60
ಹಟ್ಟಿಯೆಂಬ ಭೂಮಿಯ ತುಣುಕು – ಲೋಕೇಶ ಅಗಸನಕಟ್ಟೆ – ₹ 180
ಗೋಡೆಗೆ ಬರೆದ ನವಿಲು – ಸಂದೀಪ ನಾಯಕ – ₹ 60
ಮೊದಲ ಮಳೆಯ ಮಣ್ಣು – ಕಣಾದ ರಾಘವ – ₹ 140
ಆಟಿಕೆ – ಬಸವಣ್ಣೆಪ್ಪಾ ಕಂಬಾರ – ₹ 100
ಮಾಯಾಕೋಲಾಹಲ – ಮೌನೇಶ ಬಡಿಗೇರ – ₹ 165
ಕೇಪಿನ ಡಬ್ಬಿ – ಪದ್ಮನಾಭ ಭಟ್, ಶೇವ್ಕಾರ – ₹ 150
ಮನಸು ಅಭಿಸಾರಿಕೆ – ಶಾಂತಿ ಕೆ ಅಪ್ಪಣ್ಣ – ₹ 230
ದೇವರು ಕಚ್ಚಿದ ಸೇಬು – ದಯಾನಂದ – ₹ 140
ಧೂಪದ ಮಕ್ಕಳು – ಸ್ವಾಮಿ ಪೊನ್ನಾಚಿ – ₹ 130
ಡುಮಿಂಗ – ಶಶಿ ತರೀಕೆರೆ – ₹ 130
ಬಯಲರಸಿ ಹೊರಟವಳು – ಛಾಯಾ ಭಟ್ – ₹ 120
ಮಾಕೋನ ಏಕಾಂತ – ಕಾವ್ಯಾ ಕಡಮೆ – ₹ 130

ಕಥಾಸಂಕಲನ

ಶಕುಂತಲಾ – ಗುರುಪ್ರಸಾದ್ ಕಾಗಿನೆಲೆ – ₹ 80
ಜುಮುರು ಮಳೆ – ಸುಮಂಗಲಾ – ₹ 220
ಶಾಲಭಂಜಿಕೆ – ಡಾ. ಕೆ. ಎನ್. ಗಣೇಶಯ್ಯ – ₹ 180 (7ನೇ ಮುದ್ರಣ)
ಕಾರಂತಜ್ಜನಿಗೊಂದು ಪತ್ರ – ಸಚ್ಚಿದಾನಂದ ಹೆಗಡೆ – ₹ 150
ಹಕೂನ ಮಟಾಟ – ನಾಗರಾಜ ವಸ್ತಾರೆ – ₹ 80
ಕಾಲಿಟ್ಟಲ್ಲಿ ಕಾಲುದಾರಿ – ಸುಮಂಗಲಾ – ₹ 80
ಹುಲಿರಾಯ – ಕೀರ್ತಿರಾಜ್ – ₹ 80
ನಿರವಯವ – ನಾಗರಾಜ ವಸ್ತಾರೆ – ₹ 125
ಹನ್ನೊಂದನೇ ಅಡ್ಡರಸ್ತೆ – ಸುಮಂಗಲಾ – ₹ 170
ಗಾಳಿಗೆ ಮೆತ್ತಿದ ಬಣ್ಣ – ಕರ್ಕಿ ಕೃಷ್ಣಮೂರ್ತಿ – ₹ 120
ಕನ್ನಡಿ ಹರಳು – ಪದ್ಮನಾಭ ಭಟ್, ಶೇವ್ಕಾರ – ₹ 130
ಒಂದು ಚಿಟಿಕೆ ಮಣ್ಣು – ಲಕ್ಷ್ಮಣ ಬಾದಾಮಿ – ₹ 130
ಬಂಡಲ್ ಕತೆಗಳು – ಎಸ್ ಸುರೇಂದ್ರನಾಥ್ – ₹ 160
ದೇವರ ರಜಾ – ಗುರುಪ್ರಸಾದ್ ಕಾಗಿನೆಲೆ – ₹ 150
ಕಟ್ಟು ಕತೆಗಳು – ಎಸ್ ಸುರೇಂದ್ರನಾಥ್ – ₹ 210
ಮಡಿಲು (ನೀಳ್ಗತೆ) – ನಾಗರಾಜ ವಸ್ತಾರೆ – ₹ 15
ತಿರಾಮಿಸು – ಶಶಿ ತರೀಕೆರೆ – ₹ 210

ಪ್ರಬಂಧ

ಪೂರ್ವ ಪಶ್ಚಿಮ – ಎಂ. ಆರ್. ದತ್ತಾತ್ರಿ – ₹ 80
ರಾಗಿಮುದ್ದೆ – ರಘುನಾಥ ಚ. ಹ. – ₹ 120
ಕುಟ್ಟವಲಕ್ಕಿ / ಗೊಜ್ಜವಲಕ್ಕಿ – ಪ್ರಶಾಂತ ಆಡೂರ – ₹ 170 / ₹ 170
ಕಿಲಿಮಂಜಾರೋ – ಪ್ರಶಾಂತ್ ಬೀಚಿ – ₹ 80
ಮಿಸಳ್ ಭಾಜಿ – ಭಾರತಿ ಬಿ ವಿ – ₹ 190
ನೀ ಮಾಯೆಯೊಳಗೋ... – ವಿಕ್ರಮ ಹತ್ವಾರ – ₹ 150
ಸಾವೆಂಬ ಲಹರಿ – ಗುರುಪ್ರಸಾದ ಕಾಗಿನೆಲೆ – ₹ 140
ವೈದ್ಯ, ಮತ್ತೊಬ್ಬ – ಗುರುಪ್ರಸಾದ ಕಾಗಿನೆಲೆ – ₹ 120
ಅಪ್ಪನ ರ್‍ಯಾಲೀಸ್ ಸೈಕಲ್ – ದರ್ಶನ್ ಜಯಣ್ಣ – ₹ 110
ಇಮೋಜಿ ಭಾಷೆ – ಕರ್ಕಿ ಕೃಷ್ಣಮೂರ್ತಿ – ₹ 150

ಅನುವಾದ

ದಿ ಚಾಯ್ಸ್ – ಈಡಿತ್ ಎವಾ ಎಗರ್ (ಜಯಶ್ರೀ ಭಟ್) – ₹ 280
ದೇಹವೇ ದೇಶ – ಗರಿಮಾ ಶ್ರೀವಾಸ್ತವ (ವಿಕ್ರಮ ವಿಸಾಜಿ) – ₹ 250
ಪರ್ಸೆಪೊಲಿಸ್– ಮಾರ್ಜಾನ್ ಸತ್ರಪಿ (ಪ್ರೀತಿ ನಾಗರಾಜ) – ₹ 395
ಗಾಳಿ ಪಳಗಿಸಿದ ಬಾಲಕ – ವಿಲಿಯಂ ಕಾಂಕ್ವಾಂಬಾ (ಕರುಣಾ ಬಿ ಎಸ್) – ₹ 180
ಅಮೋಸ್ ಫಾರ್ಚೂನ್ – ಎಲಿಝಬೆತ್ ಯೇಟ್ಸ್ (ಜಯಶ್ರೀ ಭಟ್) – ₹ 110
ನವ ಜೀವಗಳು – ವಿಲಿಯಂ ಡಾಲ್ರಿಂಪಲ್ (ನವೀನ ಗಂಗೋತ್ರಿ) – ₹ 250
ಮೈಕೆಲ್ ಕೆ – ಜೆ.ಎಂ. ಕುಟ್‌ಸೀ (ಸುನಿಲ್ ರಾವ್) – ₹ 170
ಲೇರಿಯೊಂಕ – ಹೆನ್ರಿ ಆರ್. ಓಲೆ ಕುಲೆಟ್ (ಪ್ರಶಾಂತ ಬೀಚಿ) – ₹ 140
ಅರೆಶತಮಾನದ ಮೌನ – ಯಾನ್ ರಫ್–ಓ'ಹರ್ನ್ (ಅರುಣ್) – ₹ 310
ಪರ್ವತದಲ್ಲಿ ಪವಾಡ – ನ್ಯಾಂಡೊ ಪರಾಡೊ (ಸಂಯುಕ್ತಾ ಪುಲಿಗಲ್) – ₹ 340
ಚಂದಿರ ಬೇಕೆಂದವನು – ಮಿಮಿ ಬೇರ್ಡ್ (ಪ್ರಜ್ಞಾ ಶಾಸ್ತ್ರಿ) – ₹ 180
ಬಂಡೂಲ – ವಿಕಿ ಕಾನ್‌ಸ್ಟಂಟೇನ್ ಕ್ರುಕ್ (ರಾಜ್ಯಶ್ರೀ ಕುಳಮರ್ವ) – ₹ 425
ರೆಬೆಲ್ ಸುಲ್ತಾನರು – ಮನು ಎಸ್ ಪಿಳ್ಳೈ (ಸಂಯುಕ್ತಾ ಪುಲಿಗಲ್) – ₹ 420
ಫಾಲೋಯಿಂಗ್ ಫಿಶ್ – ಸಮಂತ್ ಸುಬ್ರಮಣಿಯನ್ (ಸಹನಾ ಹೆಗಡೆ) – ₹ 280
ಜಗವ ಚುಂಬಿಸು – ಸುಬ್ರೊತೋ ಬಾಗ್ಚಿ (ವಂದನಾ ಪಿ ಸಿ) – ₹ 240
ಪರ್ದಾ ಅಂಡ್ ಪಾಲಿಗಮಿ – ಇಕ್ಬಾಲುನ್ನೀಸಾ ಹುಸೇನ್ (ದಾದಾಪೀರ್) – ₹ 380
ವಾಡಿವಾಸಲ್ – ಚಿ. ಸು. ಚೆಲ್ಲಪ್ಪ (ಸತ್ಯಕಿ) – ₹ 70
ನಾಲ್ಕನೇ ಎಕರೆ – ಶ್ರೀರಮಣ (ಅಜಯ್ ವರ್ಮಾ ಅಲ್ಲೂರಿ) – ₹ 100
ಮಾವೋನ ಕೊನೆಯ ನರ್ತಕ – ಲೀ ಕ್ವಿನ್‌ಶಿಂಗ್ (ಜಯಶ್ರೀ ಭಟ್) – ₹ 340
ಕೋಬಾಲ್ಟ್ ಬ್ಲೂ – ಸಚಿನ್ ಕುಂಡಲ್‌ಕರ್ (ಸಪ್ನಾ ಕಟ್ಟಿ) – ₹ 150
ವಿದ್ಯಾವಂತ ವೇಶ್ಯೆಯ ಆತ್ಮಕಥೆ – ಮಾನದಾ ದೇವಿ (ನಾಗ ಹುಬ್ಳಿ) – ₹ 240
ದಿ ಲೈಟ್‌ಹೌಸ್ ಫ್ಯಾಮಿಲಿ – ಫಿರಾತ್ ಸುನೇಲ್ (ಮಾಧುರಿ ಕುಲಕರ್ಣೀ) – ₹ 230

ವಸುಧೇಂದ್ರ

ಮನೀಷೆ – ಕತೆಗಳು – ₹ 120 (8ನೇ ಮುದ್ರಣ)
ಯುಗಾದಿ – ಕತೆಗಳು – ₹ 190 (9ನೇ ಮುದ್ರಣ)
ಚೇಳು – ಕತೆಗಳು – ₹ 120 (8ನೇ ಮುದ್ರಣ)
ಹಂಪಿ ಎಕ್ಸ್‌ಪ್ರೆಸ್ – ಕತೆಗಳು – ₹ 195 (9ನೇ ಮುದ್ರಣ)
ಮೋಹನಸ್ವಾಮಿ – ಕತೆಗಳು – ₹ 270 (7ನೇ ಮುದ್ರಣ)
ವಿಷಮ ಭಿನ್ನರಾಶಿ – ಕತೆಗಳು – ₹ 280 (4ನೇ ಮುದ್ರಣ)
ಕೋತಿಗಳು – ಪ್ರಬಂಧ – ₹ 120 (8ನೇ ಮುದ್ರಣ)
ನಮ್ಮಮ್ಮ ಅಂದ್ರೆ ನಂಗಿಷ್ಟ – ಪ್ರಬಂಧ – ₹ 75 (25ನೇ ಮುದ್ರಣ)
ರಕ್ಷಕ ಅನಾಥ – ಪ್ರಬಂಧ – ₹ 110 (5ನೇ ಮುದ್ರಣ)
ವರ್ಣಮಯ – ಪ್ರಬಂಧ – ₹ 225 (6ನೇ ಮುದ್ರಣ)
ಐದು ಪೈಸೆ ವರದಕ್ಷಿಣೆ – ಪ್ರಬಂಧ – ₹ 280 (5ನೇ ಮುದ್ರಣ)
ಹರಿಚಿತ್ತ ಸತ್ಯ – ಕಾದಂಬರಿ – ₹ 200 (6ನೇ ಮುದ್ರಣ)
ತೇಜೋ–ತುಂಗಭದ್ರಾ – ಕಾದಂಬರಿ – ಉತ್ತಮ/ಸಾದಾ (₹ 500/₹ 450) (15ನೇ ಮುದ್ರಣ)
ಮಿಥುನ – ಶ್ರೀರಮಣರ ಕತೆಗಳು – ₹ 135 (8ನೇ ಮುದ್ರಣ)
ಎವರೆಸ್ಟ್ – ಜಾನ್ ಕ್ರಾಕೌರ್ – ₹ 420 (4ನೇ ಮುದ್ರಣ)

ಕಾದಂಬರಿ

ಎನ್ನ ಭವದ ಕೇಡು – ಎಸ್ ಸುರೇಂದ್ರನಾಥ್ – ₹ 75
ನ್ಯಾಸ – ಹರೀಶ ಹಾಗಲವಾಡಿ – ₹ 250
ಗುಣ – ಗುರುಪ್ರಸಾದ್ ಕಾಗಿನೆಲೆ – ₹ 150
ದ್ವೀಪವ ಬಯಸಿ – ಎಂ. ಆರ್. ದತ್ತಾತ್ರಿ – ₹ 320
ತಾರಾಬಾಯಿಯ ಪತ್ರ – ದತ್ತಾತ್ರಿ ಎಂ ಆರ್ – ₹ 160
ಅಗೆದಷ್ಟೂ ನಕ್ಷತ್ರ – ಸುಮಂಗಲಾ – ₹ 230
ಪ್ರಿಯೇ ಚಾರುಶೀಲೆ – ನಾಗರಾಜ ವಸ್ತಾರೆ – ₹ 380
ಋಷ್ಯಶೃಂಗ – ಹರೀಶ ಹಾಗಲವಾಡಿ – ₹ 125
ಅಂತು – ಪ್ರಕಾಶ ನಾಯಕ್ – ₹ 200
ಚುಕ್ಕಿ ಬೆಳಕಿನ ಜಾಡು – ಕರ್ಕಿ ಕೃಷ್ಣಮೂರ್ತಿ – ₹ 200
ದೀಪವಿರದ ದಾರಿಯಲ್ಲಿ – ಸುಶಾಂತ್ ಕೋಟ್ಯಾನ್ – ₹ 160
ದಾರಿ – ಕುಸುಮಾ ಆಯರಹಳ್ಳಿ – ₹ 395
ಬರೀ ಎರಡು ರೆಕ್ಕೆ – ಸುನಂದಾ ಪ್ರಕಾಶ ಕಡಮೆ – ₹ 260

ಕವಿತೆ

ಮದ್ಯಸಾರ – ಅಪಾರ – ₹ 90

ಪೂರ್ಣನ ಗರಿಗಳು – ಪೂರ್ಣಪ್ರಜ್ಞ – ₹ 70
ಹಲೋ ಹಲೋ ಚಂದಮಾಮ – ರಾಧೇಶ ತೋಳ್ಪಾಡಿ – ₹ 50

ಪದಚರಿತೆ

ಸರಿಗನ್ನಡಂ ಗೆಲ್ಗೆ – ಅಪಾರ – ₹ 390

ಓದಿ ಓದಿ ಮರುಳಾಗಿ!

ಛಂದ ಪುಸ್ತಕ ಬಹುಮಾನ

ಹೊಸ ಕತೆಗಾರರನ್ನು ಗುರುತಿಸುವ ಸಲುವಾಗಿ ನಮ್ಮ ಪ್ರಕಾಶನ ಸಂಸ್ಥೆಯು ಕಳೆದ ಹದಿಮೂರು ವರ್ಷಗಳಿಂದ ಕತೆಗಳ ಹಸ್ತಪ್ರತಿ ಸ್ಪರ್ಧೆಯನ್ನು ನಡೆಸುತ್ತಾ ಬಂದಿದೆ. ಈವರೆಗೆ ಒಂದೂ ಕಥಾಸಂಕಲನವನ್ನು ಪ್ರಕಟಿಸದವರು ಈ ಸ್ಪರ್ಧೆಯಲ್ಲಿ ಭಾಗವಹಿಸಬಹುದು. ಇತರ ಪ್ರಕಾರಗಳಲ್ಲಿ ಒಂದೆರಡು ಪುಸ್ತಕಗಳನ್ನು ಪ್ರಕಟ ಮಾಡಿದವರೂ ಇದರಲ್ಲಿ ಭಾಗವಹಿಸುವ ಅವಕಾಶವಿರುತ್ತದೆ. ಮೊದಲ ಸುತ್ತಿನ ಆಯ್ಕೆಯನ್ನು ಪ್ರಕಾಶನದ ಸದಸ್ಯರು ಮಾಡಿ, ಕೊನೆಯ ಆಯ್ಕೆಗಾಗಿ ಸುಮಾರು ಹತ್ತು ಹಸ್ತಪ್ರತಿಗಳನ್ನು ನಾಡಿನ ಹಿರಿಯ ಸಾಹಿತಿಗಳಿಗೆ ಒಪ್ಪಿಸುತ್ತಾರೆ. ಆಯ್ಕೆಯಾದ ಹಸ್ತಪ್ರತಿಯನ್ನು ಪುಸ್ತಕ ರೂಪದಲ್ಲಿ ಪ್ರಕಟಿಸಿ, ಪ್ರಶಸ್ತಿ ಪತ್ರ, ಫಲಕ ಹಾಗೂ ಮೂವತ್ತು ಸಾವಿರ ರೂಪಾಯಿ ಬಹುಮಾನವನ್ನು ನೀಡಲಾಗುತ್ತದೆ. ಈವರೆಗೂ ಈ ಪ್ರಶಸ್ತಿಯಲ್ಲಿ ಬಹುಮಾನ ಪಡೆದವರ ವಿವರಗಳ ಪಟ್ಟಿಯನ್ನು ಮುಂದಿನ ಪುಟದಲ್ಲಿ ನೀಡಿದ್ದೇವೆ.

ಇವರಲ್ಲಿ ಮೌನೇಶ ಬಡಿಗೇರ, ಶಾಂತಿ ಕೆ ಅಪ್ಪಣ್ಣ, ಪದ್ಮನಾಭ ಭಟ್ ಶೇವ್ಕಾರ ಮತ್ತು ಸ್ವಾಮಿ ಪೊನ್ನಾಚಿ ಅವರಿಗೆ ಕೇಂದ್ರ ಸಾಹಿತ್ಯ ಅಕಾಡೆಮಿಯ ಯುವ ಪುರಸ್ಕಾರ ದೊರೆತಿದೆ. ವಿನಯಾ, ಶಾಂತಿ ಕೆ ಅಪ್ಪಣ್ಣ ಮತ್ತು ಪದ್ಮನಾಭ ಭಟ್ ಶೇವ್ಕಾರರ ಪುಸ್ತಕಗಳಿಗೆ ಕರ್ನಾಟಕ ಸಾಹಿತ್ಯ ಅಕಾಡೆಮಿಯ ಪುಸ್ತಕ ಬಹುಮಾನ ಅಥವಾ ದತ್ತಿ ಬಹುಮಾನಗಳು ಸಂದಿವೆ. ಇನ್ನೂ ಹಲವಾರು ನಾಡಿನ ಪ್ರಮುಖ ಪ್ರಶಸ್ತಿ ಮತ್ತು ಬಹುಮಾನಗಳೂ ಈ ಕೃತಿಗಳಿಗೆ ಲಭ್ಯವಾಗಿವೆ.

ನೀವು ಈ ಸ್ಪರ್ಧೆಯಲ್ಲಿ ಭಾಗವಹಿಸಬೇಕೆ? ಹಾಗಿದ್ದರೆ ನಮ್ಮ ಮುಂದಿನ ವರ್ಷದ ಸ್ಪರ್ಧೆಯ ಆಹ್ವಾನವನ್ನು ಖ್ಯಾತ ಕನ್ನಡ ನಿಯತಕಾಲಿಕಗಳಲ್ಲಿ ಅಥವಾ ಸಾಮಾಜಿಕ ಜಾಲತಾಣಗಳಲ್ಲಿ ನಿರೀಕ್ಷಿಸಿರಿ. ಹೆಚ್ಚಿನ ವಿವರಗಳಿಗೆ 98444 22782 ಗೆ ಸಂದೇಶ ಕಳುಹಿಸಿರಿ.

ಓದಿ ಓದಿ ಮರುಳಾಗಿ!

ಛಂದ ಪುಸ್ತಕ ಬಹುಮಾನ ಪಡೆದ ಕೃತಿಗಳು

ಕತೆಗಾರರು	ಕಥಾಸಂಕಲನ	ತೀರ್ಪುಗಾರರು
ಸುನಂದಾ ಪ್ರಕಾಶ ಕಡಮೆ	ಪುಟ್ಟ ಪಾದದ ಗುರುತು	ಅಶೋಕ ಹೆಗಡೆ/ ಸುಮಂಗಲಾ
ಅಲಕ ತೀರ್ಥಹಳ್ಳಿ	ಈ ಕತೆಗಳ ಸಹವಾಸವೇ ಸಾಕು	ಕೇಶವ ಮಳಗಿ/ ಸುಮಂಗಲಾ
ಲೋಕೇಶ ಅಗಸನಕಟ್ಟೆ	ಹಟ್ಟಿಯೆಂಬ ಭೂಮಿಯ ತುಣುಕು	ಬೊಳುವಾರು ಮಹಮದ್ ಕುಂಞಿ
ವಿನಯಾ	ಊರ ಒಳಗಣ ಬಯಲು	ನೇಮಿಚಂದ್ರ
ಸಂದೀಪ ನಾಯಕ	ಗೋಡೆಗೆ ಬರೆದ ನವಿಲು	ಅಮರೇಶ ನುಗಡೋಣಿ
ಕಣಾದ ರಾಘವ	ಮೊದಲ ಮಳೆಯ ಮಣ್ಣು	ಕೆ. ಸತ್ಯನಾರಾಯಣ
ಬಸವಣ್ಣೆಪ್ಪಾ ಕಂಬಾರ	ಆಟಿಕೆ	ಕುಂ. ವೀರಭದ್ರಪ್ಪ
ಮೌನೇಶ ಬಡಿಗೇರ	ಮಾಯಾಕೋಲಾಹಲ	ಓ.ಎಲ್. ನಾಗಭೂಷಣಸ್ವಾಮಿ
ಪದ್ಮನಾಭ ಭಟ್ ಶೇವ್ಕಾರ	ಕೇಪಿನ ಡಬ್ಬಿ	ಎಂ. ಎಸ್. ಆಶಾದೇವಿ
ಶಾಂತಿ ಕೆ ಅಪ್ಪಣ್ಣ	ಮನಸು ಅಭಿಸಾರಿಕೆ	ಎಚ್.ಎಸ್. ರಾಘವೇಂದ್ರ ರಾವ್
ದಯಾನಂದ	ದೇವರು ಕಚ್ಚಿದ ಸೇಬು	ನಾ. ಡಿಸೋಜಾ
ಸ್ವಾಮಿ ಪೊನ್ನಾಚಿ	ಧೂಪದ ಮಕ್ಕಳು	ಎಂ. ಎಸ್. ಶ್ರೀರಾಮ್
ಶಶಿ ತರೀಕೆರೆ	ಡುಮಿಂಗ	ಲಲಿತಾ ಸಿದ್ಧಬಸವಯ್ಯ
ಛಾಯಾ ಭಟ್	ಬಯಲರಸಿ ಹೊರಟವಳು	ತಾರಿಣಿ ಶುಭದಾಯಿನಿ
ಕಾವ್ಯಾ ಕಡಮೆ	ಮಾಕೋನ ಏಕಾಂತ	ಟಿ.ಪಿ. ಅಶೋಕ

www.ingramcontent.com/pod-product-compliance
Lightning Source LLC
LaVergne TN
LVHW090424051026
849518LV00006B/2431
* 9 7 8 8 1 9 6 7 2 4 8 5 6 *